ராஜிவ் கொலை வழக்கு
மர்மம் விலகும் நேரம்

ராஜிவ் கொலை வழக்கு

மர்மம் விலகும் நேரம்

கே. ரகோத்தமன்

கிழக்கு

ராஜிவ் கொலை வழக்கு
Rajiv Kolai Vazhakku
by K. Ragothaman ©

First Edition: November 2009
232 Pages
Printed in India.

ISBN: 978-81-8493-311-6
Title No: Kizhakku 430

Kizhakku Pathippagam
177/103, First Floor,
Ambal's Building, Lloyds Road
Royapettah, Chennai 600 014.
Ph: +91-44-4200-9603
Email : support@nhm.in
Website : www.nhm.in

Author's Email : krgthaman45@gmail.com

Cover Image : © Kamal Kishore/Reuters

PRODN/21/12-11

Kizhakku Pathippagam is an imprint of New Horizon Media Private Limited

This book is sold subject to the condition that it shall not, by way of trade or otherwise, be lent, resold, hired out, or otherwise circulated without the publisher's prior written consent in any form of binding or cover other than that in which it is published and without a similar condition including this the rights under copyright reserved above, no part of this publication may be reproduced, stored in or introduced into a retrieval system, or transmitted in any form or by any means (electronic, mechanical, photocopying, recording or otherwise), without the prior written permission of both the copyright owner and the above-mentioned publisher of this book.

சமர்ப்பணம்

காலஞ்சென்ற எனது பெற்றோர்கள்
திரு வி. குப்புசாமி, திருமதி கு. அம்புஜம்மாள்
அவர்களுக்கும், எனது மனைவி
திருமதி ர. ஜானகிக்கும்

உள்ளே

முன்னுரை	/	08
1. செய்தியாக வந்த குண்டு	/	11
2. சந்தேகங்களும் சங்கடங்களும்	/	15
3. குர்தா, பைஜாமா	/	22
4. சுபா சுந்தரம்	/	36
5. தேடு, விடாதே!	/	41
6. பார்த்த முகம்	/	47
7. நளினி கிடைத்தார்!	/	53
8. அவரை அடிக்காதீர்கள்!	/	60
9. டெல்லியில் முடியுமா?	/	65
10. காணாமல் போய்விடுங்கள்!	/	73
11. தப்பிக்க விடு!	/	78
12. கொடைக்கானல் கேம்ப்	/	84
13. எங்கே முடிக்கலாம்?	/	89
14. ஆன்ட்டி	/	95
15. கேன்சல் ஆன கலைஞர் கூட்டம்	/	101
16. விமானச் சிக்கல்	/	109

17. துண்டுக் காகிதம்	/	115
18. ஆறாவது நபர்	/	120
19. என் குரல் அதுவல்ல!	/	129
20. யாருக்கு யார் உளவாளி?	/	135
21. மூவர்	/	142
22. நளினி என்றொரு பெண்	/	147
23. ஒரு காதல் கதை	/	153
24. வாசமிகு மாலை	/	162
25. வெடித்தது	/	169
26. ஒரு தற்கொலை	/	176
27. தேடித் தேடி	/	185
28. கோனனகுண்டே	/	192
29. காரணமற்ற தாமதங்கள்	/	199
30. இனி பேசலாம்!	/	205
ஆதாரங்கள் - கடிதங்கள்	/	217
கைதுகள், தீர்ப்புகள்	/	228
ஸ்ரீபெரும்புதூரில் இறந்தவர்கள் விவரம்	/	231

முன்னுரை

கொலையும் படுகொலையும் ஒன்றல்ல. படுகொலைக்கான காரணங்கள் என்னவாக வேண்டுமானாலும் இருக்கலாம். பழி வாங்குவதற்காக. வெகுமதி பெறுவதற்காக. எதிரி என்று கருதப் படுபவரை நீக்குவதற்காக. லட்சியத்தை நிலைநாட்டுவதற்காக. சித்தாந்தத்துக்காக. மகாத்மா காந்தி, கென்னடி, மார்ட்டின் லூதர் கிங், முஜிபுர் ரஹ்மான் என்று சரித்திரத்தில் பதிவான, சரித்திரத்தை உலுக்கிய படுகொலைகள் ஏராளம். இந்தப் படுகொலைகளுக்குப் பின்னால் பழிவாங்கும் வன்மத்தைக் காட்டிலும் அரசியலே பிரதானமாக இருந்தது.

காந்தி, இந்திரா, ராஜிவ். இந்தியாவை உலுக்கியெடுத்த மூன்று பிரதான படுகொலைகள் இவை. ஜனவரி 30, 1948 அன்று நாதுராம் கோட்ஸேவால் காந்தி சுட்டுக்கொல்லப்பட்டார்.

இந்திரா காந்தி அவருடைய சீக்கியப் பாதுகாவலர்களால் அக்டோபர் 31, 1984 அன்று சுட்டுக்கொல்லப்பட்டார். பஞ்சாபில் நடைபெற்ற ஆபரேஷன் ப்ளூஸ்டார் அதிரடிக்குப் பழிவாங்கும் வகையில் இந்தப் படுகொலை நிகழ்த்தப்பட்டது. இந்திராவின் மகன், ராஜிவ் காந்தி, ஸ்ரீபெரும்புதூரில் மே 21, 1991 அன்று படுகொலை செய்யப்பட்டார்.

ராஜிவ் காந்தியின் படுகொலை ஏற்படுத்திய அதிர்வுகள் இன்னமும் அடங்கவில்லை. அதற்குப் பின்னால் உள்ள அரசியல் இன்னமும் விவாதிக்கப்பட்டுக்கொண்டிருக்கிறது. அந்த வகையில், மற்ற இரு படுகொலைகளைக் காட்டிலும் இது கூடுதல் முக்கியத்துவம் பெறுகிறது.

ராஜிவ் காந்தி கொல்லப்பட்டபோது, இந்தியா நாடாளுமன்ற தேர்தலுக்குத் தயாராகிக்கொண்டிருந்தது ஒரு முரண்நகை. உலகின் மிகப் பெரிய ஜனநாயக தேசமான இந்தியா, தடுமாறிய தருணம் அது. இந்தியாவின் ஜனநாயகம் கேள்விக்கு உட்படுத்தப்பட்ட தருணமும்கூட.

ராஜிவ் கொலை வழக்கின் தலைமைப் புலனாய்வு அதிகாரியாக நான் நியமிக்கப்பட்டேன். இந்தியா சந்தித்த மிகப் பெரிய வழக்கு அது. உலகளவில்கூட, இந்த வழக்கு முக்கியத்துவம் வாய்ந்தது. இந்த வழக்கில் ஈடுபட்டிருந்த காலத்தில், ஏகப்பட்ட சிக்கல்களை, சவால்களை, புதிர்களை நான் சந்திக்கவேண்டியிருந்தது. அந்த அனுபவங்களை வாழ்நாள் முழுவதும் என்னால் மறக்கமுடியாது.

மிகக் கவனமாகத் திட்டமிட்டு, மிகத் துல்லியமாக நடத்தி முடிக்கப் பட்ட படுகொலை அது. ராஜிவைக் கொன்றது ஏன் என்பதற்கு வலு வான காரணங்கள் விடுதலைப் புலிகளால் முன்வைக்கப்படுகின்றன. இந்திய அமைதிப்படை (ஐ.பி.கே.எஃப்) இலங்கையில் நிகழ்த்திய ஆபரேஷன் பவானுக்குப் பழி தீர்க்கவேண்டும். தேர்தலில் வெற்றி பெற்று ராஜிவ் பிரதமர் ஆகியிருந்தால், தனி ஈழம் சாத்தியமாகாது. எனவே, அவர் நீக்கப்படவேண்டியவர். எனவே, நீக்கப்பட்டார்.

கொன்றவர்கள் விடுதலைப் புலிகள் என்பதைக் கண்டுபிடித்த பிறகும், ஆதாரங்கள் அகப்பட்டபிறகும், வாக்குமூலங்கள் பெறப்பட்ட பிற கும், பல மர்ம முடிச்சுகள் அவிழ்க்கப்படாமலே இருந்தன. இன்னமும் கூட, சில சந்தேகங்கள், சந்தேகங்களாகவே நீடிக்கின்றன. சில குழப்பங் கள் தீர்க்கப்படாமலே கிடக்கின்றன. அரசியல் முக்கியத்துவம் வாய்ந்த பலர் விசாரிக்கப்படவில்லை. சிலர் காப்பாற்றப்பட்டனர். சிலர், தங்களைக் காப்பாற்றிக்கொள்ள அனுமதிக்கப்பட்டனர்.

வழக்கு விசாரணை ஆரம்பித்த தினம் தொடங்கி, வழக்கு முடிவுக்கு வந்த தேதி வரையிலான அத்தனை முக்கிய விவரங்களையும் இந்தப் புத்தகத்தில் பதிவு செய்துள்ளேன். சில முக்கிய புகைப்பட, ஆவண ஆதாரங்களை ஆங்காங்கே இணைத்துள்ளேன். விசாரணை அதிகாரி என்னும் முறையில், இந்த வழக்கு எனக்குள் ஏற்படுத்திய தாக்கத்தை இந்நூலில் பகிர்ந்துகொள்கிறேன்.

சென்னை, **கே. ரகோத்தமன்**
நவம்பர் 20, 2009.

1

செய்தியாக வந்த குண்டு

பொதுவாக பெங்களூரிலிருந்து சென்னை வருவ தற்கு இரவு பத்தரை மணி பெங்களூர் மெயிலைத் தான் விரும்புவேன். ஏறிப் படுத்துவிட்டால் நிம்மதி யாகத் தூங்கலாம். விடியும் நேரம் சென்னை சென்ட்ரலுக்கு வந்து சேரும். பதற்றமின்றி அப்போதும் தூங்கலாம். ரயில்வே ஊழியர்கள் வந்து எழுப்பி இறக்கி அனுப்பி வைப்பார்கள். சுகமான பயணம். நிம்மதியான தூக்கம். வீட்டுக்குப் போய்க் குளித்துவிட்டு அலுவலகம் போனால் பயணக் களைப்பு சற்றும் தெரியாது.

அன்றைக்கும் அப்படித்தான். ஒரு பழைய கேஸ் விஷயமாக பெங்களூர் சென்றிருந்தேன். போன வேலை முடிந்ததும் இரவு பெங்களூர் மெயிலில் ஏறிப் படுத்தேன். இரண்டாம் வகுப்பு ஏசி பெட்டி. வண்டி கிளம்பியதுதான் தெரியும். தூங்கிவிட்டேன். காலை சென்னை சென்ட்ரலுக்கு வண்டி வந்து நின்று இறங்கியபோது சட்டென்று என்னவோ புதிதாகப் பட்டது. ரயிலில் இருந்து இறங்கிச் சென்றவர்களைத் தவிர, ரயில் ஏற வருகிற மக்கள் யாரையுமே காணோம். போர்ட்டர்கள்? பிளாட் பாரக் கடைகள்? அட, யாராவது ரயில்வே ஊழியர் கள்? என்ன ஆயிற்று சென்ட்ரல் ஸ்டேஷனுக்கு?

மெல்ல நடந்து வெளியே வந்தேன். வாசலில் எப்போதும் காத்திருக்கும் டாக்சிகள், ஆட்டோக்கள்

எதுவுமில்லை. ஸ்டிரைக்கா? எனில் யார்? யோசித்தபடி மேலும் கொஞ்சம் நடந்தேன். எப்போதும் என்னை அழைத்துச் செல்ல வரும் கார் நிற்கும் இடத்தில், காரையும் காணோம், டிரைவரையும் காணோம். அடக்கடவுளே, நான் எப்படி கேகே நகர் சிபிஐ குவார்ட்டர்ஸுக்குப் போய்ச் சேருவேன்?

என்ன சார், எதாவது பிரச்னையா? கடந்து போன ஒரு ரயில்வே ஊழியரின் தோள் தொட்டுச் சட்டென்று கேட்டேன். திரும்பியவர் முகத்தில் பதற்றம் தெரிந்தது. ஏதோ அவசர காரியத்தை முடித்துவிட்டு எங்கோ ஓடத் தவிக்கிற பதற்றம். 'ஆமா சார்! ராஜிவ் காந்திய கொன்னுட்டாங்க!'

என் கார் ஏன் வரவில்லை என்பது புரிந்துவிட்டது. இன்றைய பொழுது அசாதாரணமாக மட்டுமே கழியப்போகிறது.

ஏதாவது வண்டி கிடைக்குமா என்று பார்த்தபடியே சாலையில் நடக்கத் தொடங்கினேன். பஸ்கள் ஓடவில்லை. கார்கள் கிடையாது. ஆட்டோ இல்லை. அங்கொன்றும் இங்கொன்றுமாக டூ வீலர்கள் மட்டும் கடந்து போயின. யாரையாவது கைகாட்டி நிறுத்தி ஏறிச் செல்வது தவிர வேறு வழியில்லை என்று தோன்றியது. நிறுத்தலாமா என்று யோசித்தபடியே எழும்பூர் வரை நடந்துவிட்டேன்.

அதற்குமேல் நடக்க முடியாது என்று தோன்றிவிட்டது. ஒரு பி.சி.ஓவில் நுழைந்து டிராவல் ஏஜென்சி வைத்திருக்கும் என் நண்பர் ஒருவருக்கு போன் செய்தேன். எக்மோரில் இருக்கிறேன். நான் வீட்டுக்குப் போயாக வேண்டும். ஏதாவது உதவி செய்யுங்கள்.

நண்பர் கார் அனுப்புவது கஷ்டம் என்று சொன்னார். எங்கும் கலவரம். ஓடுகிற வண்டிகளையெல்லாம் அடித்து நொறுக்குகிறார்கள். யார்? தெரியாது. கலவரக்காரர்கள். அவ்வளவுதான்.

சரி, ஒரு டூ வீலராவது அனுப்புங்கள் என்று சொல்லிவிட்டுக் காத்திருந்தேன். சற்று நேரத்தில் நண்பர் யாரையோ பிடித்து அனுப்பி வைத்தார். கேகே நகர் சிபிஐ குவார்ட்டர்ஸுக்கு நான் வந்து சேர்வதற்குள் ஒருவாறு எனக்கு நிலவரம் புரிந்துவிட்டிருந்தது. தமிழகத்துக்குத் தேர்தல் பிரசாரம் செய்ய வந்திருந்த முன்னாள் பிரதமர் ராஜிவ் காந்தியை ஸ்ரீபெரும்புதூரில் கொன்றுவிட்டார்கள். குண்டு வெடித்திருக்கிறது. அவரோடு சேர்த்து வேறு பலரும் பலி. காயமுற்றோர் இன்னும் நிறைய.

தேசத்தை - ஏன், உலகத்தையே அதிரச் செய்த அந்த மாபெரும் படுகொலைச் சம்பவம் நடந்த இரவு, எந்த விவரமும் தெரியாமல் நான் பெங்களூர் மெயிலில் தூங்கிக்கொண்டிருந்திருக்கிறேன். நினைத்துப் பார்த்தால் கொஞ்சம் கஷ்டமாகத்தான் இருந்தது. ஆனாலும் அதிலும் ஒரு நியாயம் இருப்பதாகவே பட்டது.

அன்றொருநாள்தான் உறக்கம். அதுவும் நிம்மதியான உறக்கம். நான் சென்னையில் கால் வைத்த மே 22ம் தேதி தொடங்கி, வழக்கு விசாரணை முடிகிற வரைக்கும் தூக்கமாவது ஒன்றாவது?

மிஸ்டர் ரகோத்தமன், சென்னை வந்து சேர்ந்துவிட்டீர்களா? உடனே சிபிஐ தலைமையகத்துக்குப் புறப்பட்டு வரவும்.

நான் வீட்டுக்குள் நுழையும்போதே டி.ஐ.ஜி எஸ். ரமணி ஐ.பி.எஸ் அவர்களிடமிருந்து அழைப்பு வந்துவிட்டது. குளித்து விட்டு, அள்ளிப் போட்டுக்கொண்டு ஓடினேன். சாஸ்திரி பவன். காத்திருந்த சக டி.எஸ்.பிக்கள், மேலதிகாரிகள், மேலுக்கு மேலதி காரிகள், அனைவரிடமும் பதற்றம் இருந்தது. சம்பவம் அளித்த அதிர்ச்சி சற்றும் குறையாத பதற்றம். திட்டமிட்ட படுகொலை. அது ஒன்றுதான் சந்தேகமில்லாத ஒரே விஷயம். மற்றபடி யார் செய்தார்கள், எத்தனை பேர், எதற்குச் செய்தார்கள், எப்படிச் செய்தார்கள், மேற்கொண்டு என்ன செய்யப் போகிறோம், யார் செய்யப்போவது - எதுவும் தெரியாது. யாருக்கும் தெரியாது.

டெல்லியிலிருந்து உயரதிகாரிகள் வருகிறார்கள், காத்திருக்கவும் என்று மட்டும் தகவல் தரப்பட்டது. காத்திருந்தோம்.

நான் அதற்குமுன் கொலை வழக்குகளில் அதிக அனுபவம் பெற்றவன் அல்லன். பொருளாதாரக் குற்றப் புலனாய்வில்தான் பல்லாண்டு காலம் இருந்து வந்திருக்கிறேன். லஞ்ச ஊழல் வழக்குகள். வரி ஏய்ப்பு வழக்குகள். நிதி மோசடி வழக்குகள்.

தற்செயலாக பெங்களூரில் நடந்த ஒரு வழக்கறிஞர் கொலை வழக்கில் புலனாய்வு செய்யச் சொல்லி என் மேலதிகாரி உத்தர விட (ரஷீத் கொலை வழக்கு என்னும் அந்தப் புகழ் பெற்ற வழக்கில், கர்நாடக மாநில காவல் துறை அதிகாரிகள் முதல், முன்னாள் அமைச்சர் ஜாலப்பா வரை பலபேர் சிக்கினார்கள் என்பது தனிக்கதை), அதை வெற்றிகரமாக நடத்தி முடித்ததுதான் நான் ஈடுபட்ட ஒரே கொலை வழக்கு.

அந்த வழக்கை நான் விசாரித்து, முடிவை நோக்கி நகர்ந்த விதம்தான் ராஜிவ் கொலை வழக்கின் தலைமைப் புலனாய்வு அதிகாரியாக என்னைத் தேர்வு செய்ய வைத்திருக்கிறது என்பது பின்னால் எனக்குத் தெரிந்தது.

ஒரு பெரிய தலைவரின் படுகொலை ஏற்படுத்திய அதிர்ச்சியுடன் வழக்கினுள் நுழைந்தேன். அடுத்தடுத்து எத்தனை எத்தனை அனுபவங்கள்! ஒன்றை ஒன்று தூக்கிச் சாப்பிடும்படியான திடுக் கிடும் அனுபவங்கள். தமிழகமெங்கும் பரவி, மிக வலுவாகக் கால் ஊன்றி, ஒரு பெரிய சதித்திட்டத்தைச் சற்றும் பிசகாமல் செய்து முடிக்குமளவுக்கு வலுவான விடுதலைப் புலிகள் என்னும் இயக்கத்தைப் பற்றித் தெரிந்துகொண்டதைக் காட்டிலும், நமது காவல் - புலனாய்வு - அரசு - அதிகார - நீதித் துறைகளின் சகல பரிமாணங்களையும் ஆழ அகலங்களையும், அவரவரது பிரத்யேக நியாய அநியாயங்களையும் புரிந்துகொள்ளக் கிடைத்த வாய்ப்பு என்னைப் பொருத்தவரை மிகப்பெரிய விஷயம் என்பேன்.

இந்தியாவில் மூன்று மாபெரும் படுகொலைச் சம்பவங்கள் நிகழ்ந்திருக்கின்றன. முதலாவது, மகாத்மா காந்தி படுகொலை. அடுத்தது, இந்திரா காந்தி படுகொலை. மூன்றாவது இது. ராஜிவ் காந்தி படுகொலை. முதலிரண்டு வழக்குகளில் அதிக முடிச்சுகள் கிடையாது. நேரடிக் காரணங்கள். நூல் பிடித்த மாதிரி செய்தவர் களையும் செயலுக்கான நோக்கத்தையும் நெருங்கிவிட முடிந்தது.

ராஜிவ் படுகொலையைப் பொருத்தவரை, புதிதாகப் பிறந்த குழந்தை ஒன்று முதல் முதலில் உலகைக் காணும் பாவனையுடன் தான் சிபிஐ வழக்கை அணுகத் தொடங்கியது. எந்த ஆதாரமும் தயாராக இல்லை. எந்த சாட்சியும் கைவசமில்லை.

அந்த வெற்றுப் பலகையில் விவரம் எழுதவேண்டிய பணி எனக்குத் தரப்பட்டது. அளித்தவர், அன்றைய சிபிஐ இயக்குநர் ராஜா விஜய் கரன். என்னிடம்தான் அந்தப் பொறுப்பை அளிக்க வேண்டும் என்று அவரிடம் வலியுறுத்திச் சொன்னவர்கள் அன்றைய சிபிஐயின் கூடுதல் இயக்குநர் எஸ்.கே. தத்தா மற்றும் டி.ஐ.ஜி எஸ். ரமணி ஆகியோர். அப்படித்தான் நான் சிறப்புப் புலனாய்வுப் பிரிவின் தலைமை அதிகாரியாகப் பதவியமர்த்தப் பட்ட டி.ஆர். கார்த்திகேயன் ஐ.பி.எஸ் அவர்களிடம் ராஜிவ் கொலை வழக்கின் தலைமைப் புலனாய்வு அதிகாரியாகப் பணியாற்ற வாய்ப்புப் பெற்று சென்று இணைந்தேன்.

2

சந்தேகங்களும் சங்கடங்களும்

தி.மு.க. மீது நாம் ஏன் சந்தேகப்படக்கூடாது? முதல் சந்தேகம் அவர்கள் மீதுதான். தமிழ்நாட்டில் இன்றைக்கு ராஜிவ் காந்தியை எதிர்க்கக்கூடியவர் கள், வெறுக்கக்கூடியவர்கள் வேறு யார் இருக்க முடியும்? அரசியல் விரோதம். எளிய காரணம். போதாது?

வட நாட்டு அதிகாரிகள் உரத்த குரலில் பேசிக் கொண்டிருந்தார்கள். அப்போதைக்குக் கிடைத்த எளிய ஆதாரங்கள் எடுத்து வீசப்பட்டன. அதே மே 21ம் தேதி, அதே ஸ்ரீபெரும்புதூரில் நடக்கவிருந்த கலைஞர் கருணாநிதியின் பொதுக்கூட்டம். சற்றும் முன்னறிவிப்பின்றி, அது அன்றைய தினம் காலை சடாரென்று ஒத்திவைக்கப்பட்டது. கலைஞரின் ஸ்ரீபெரும்புதூர் வருகை தவிர்க்கப்பட்டது. அன்றைய தி.மு.கவின் முக்கிய நபராக இருந்த வைகோவின் விடுதலைப் புலிகள் நெருக்கம், அவர் கள்ளத் தோணி ஏறி இலங்கைக்குச் சென்று வந்தது, தமிழகத்தில் இலங்கைப் போராளிகளுக்கு அளிக்கப் பட்டுக்கொண்டிருந்த முக்கியத்துவம், அரசாங்க உதவிகள் இன்ன பிற.

'அபத்தம். விடுதலைப் புலிகள் இதைச் செய் திருக்கவே மாட்டார்கள்!' பல அதிகாரிகள் அடித்துச் சொன்னார்கள்.

'அவர்களுக்கு நோக்கம் இருக்காது. ஆனால் தி.மு.க.வுக்காகச் செய்திருக்கலாம் அல்லவா?'

'வாய்ப்பே இல்லை. இது சி.ஐ.ஏவின் திட்டமிட்ட சதி.'

'இருக்காது. இத்தனை தைரியம் மொஸாடுக்குத்தான் உண்டு.'

'அதெல்லாம் இல்லை. இது உல்ஃபா அல்லது காஷ்மீர் இயக்கங்கள் ஏதாவது திட்டமிட்டிருக்கும். தெற்கே யாருக்கும் இத்தனை துணிச்சல் கிடையாது.'

'இங்கே ராஜிவுக்கு விரோதிகள் யாரும் கிடையாது. கொலை செய்யுமளவு விரோதம் பாராட்டத்தக்க சம்பவங்கள் ஏதும் நடக்கவில்லை.'

'இலங்கை இயக்கங்களைச் சந்தேக லிஸ்டிலிருந்து முதலில் தூக்குங்கள். அவர்கள் ஒருபோதும் இந்தியாவைப் பகைத்துக் கொள்ள விரும்பமாட்டார்கள். அதுவும் தமிழ்நாட்டில் இப்படி யொரு காரியம் செய்வது தற்கொலைக்குச் சமம் என்பது அவர் களுக்குத் தெரியும்.'

'தவிரவும் தமிழ்நாட்டில் ஈ.பி.ஆர்.எல்.எஃப் போன்ற இலங்கை இயக்கங்கள் இந்தியாவை வலுவாக ஆதரிப்பவை. மத்திய அரசுக்கும் நெருக்கமாக இருந்தவை. இப்படியொரு அபாயம் புலிகளால் உண்டு என்றால் நிச்சயம் அவர்கள் மூலம் தெரிய வந்திருக்கும்.'

'புலிகள் பேச்சே வேண்டாம். வெறும் நேர விரயம். மற்ற கோணங்களை நாம் அலசுவோம்.'

'நோ. இதற்குமுன் தமிழ்நாட்டில் நடந்த பத்மநாபா கொலை வழக்கைக் கிடப்பில் போட்டிருக்கிறார்கள். அதை நாம் முதலில் பார்க்க வேண்டும். எதையும் விடக்கூடாது.'

'கொலை, அபாயகரமான ஆயுதங்கள், சதித்திட்டம் இன்னும் என்னென்னவோ பிரிவுகளில் வழக்கு பதிவு செய்யப்பட்டிருக் கிறது. தடா ஏன் சேர்க்கப்படவில்லை? முதலில் அதைச் செய்ய வேண்டும்.'

இடம், நுங்கம்பாக்கம் தென்னக ரயில்வே விருந்தினர் விடுதி. சி.பி.ஐ. இயக்குநர் ராஜா விஜய் கரன் அமர்ந்திருந்தார். எஸ்.கே. தத்தா அருகில் இருந்தார். சிறப்புப் புலனாய்வுப் பிரிவுக்கான

ராஜிவ் காந்தியின் உடல்

இயக்குநராக நியமிக்கப்பட்டிருந்த டி.ஆர். கார்த்திகேயன் இருந்தார். இன்னும் பல சி.பி.ஐ. அதிகாரிகள், மாநில காவல் துறை அதிகாரிகள், சிபிசிஐடி பிரிவின் அதிகாரிகள், க்யூ ப்ராஞ்ச் அதிகாரிகள் - மிகப்பெரிய கூட்டம். மே 22ம் தேதி சிபிசிஐடி பிரிவினர் முதல் கட்ட விசாரணை நடத்தியபிறகு, 24ம் தேதி வழக்கு முறைப்படி சிபிஐ வசம் ஒப்படைக்கப்பட்டு, நாங்கள்

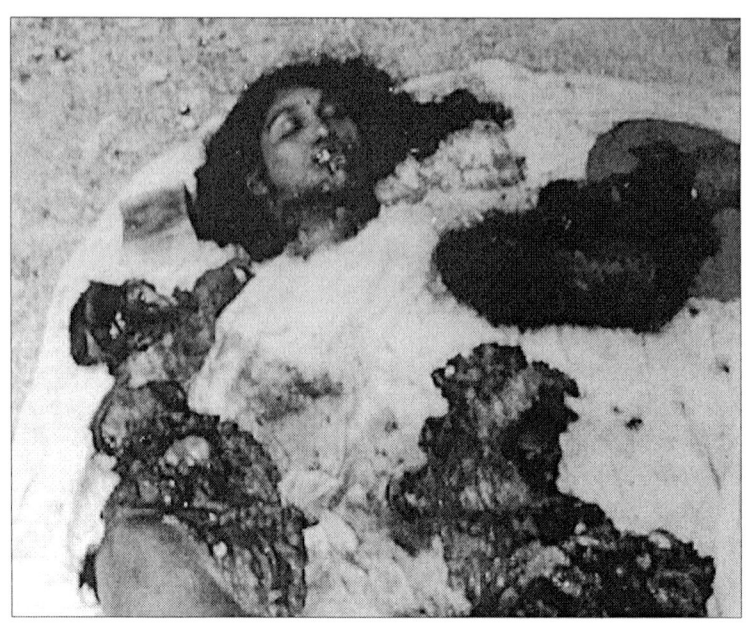

மனித வெடிகுண்டு தணு

ஸ்ரீபெரும்புதூருக்குச் சென்று சம்பவ இடத்தில் பார்வையிட்டு, முதற்கட்ட விசாரணையை ஆரம்பித்துத் திரும்பியிருந்தோம்.

யார் செய்திருப்பார்கள்? அனைவர் மனத்திலும் ஒரே கேள்வி. அவரவர் யூகங்கள் வெளிப்பட்டுக்கொண்டிருந்தன. நான் அமைதியாக உட்கார்ந்து கவனித்துக்கொண்டிருந்தேன்.

புலனாய்வில் யூகங்களுக்கு அவ்வளவாக முக்கியத்துவம் கொடுக்காமல், தடயங்களின் அடிப்படையில் செயல்படுவதே முடிவைக் கண்டடைய சிறந்த வழி என்பது பணிக்காலத்தில் எப்போதும் நான் கடைப்பிடித்த வழி. யூகிப்பது முழுத்தவறல்ல. ஆனால் யூகமே அபிப்பிராயமாக மாறிவிடும் அபாயம் இருக்கிறது. நமது சுய அபிப்பிராயம் சேர்ந்துவிட்டால் வழக்கின் நிறம் நாம் விரும்பும்படியாக உருமாறத் தொடங்கிவிடும். இது உண்மையைக் கண்டுபிடிக்கும் பாதையில் பெரிய தடைகளை உருவாக்கக்கூடியது.

எனவே எத்தகைய யூகங்களுக்கும் நான் இடம் கொடுக்கவில்லை என்று எனக்குள் சொல்லிக்கொண்டேன். வழக்கின் தலைமைப்

புலனாய்வு அதிகாரி என்னும் முறையில், புலனாய்வைத் தொடங்குவதுதான் நான் செய்ய வேண்டிய முதல் பணி. தடாவைச் சேர்ப்பதா இல்லையா என்பதெல்லாம் பிறகுதான் என்று முடிவு செய்துகொண்டேன்.

முன்னதாக, சி.பி.ஐ. குழுவினர் 23ம் தேதி ஸ்ரீபெரும்புதூர் சென்றிருந்தபோது, பொதுக்கூட்ட மைதானம் போர்க்களம் மாதிரி இருந்தது. ஆங்காங்கே எரிந்த மிச்சங்கள். சிதறிய பொருள்கள். குப்பைகள். பதறி ஓடிய மக்களின் காலடித் தடங்கள். எல்லாம் முடிந்துவிட்டதற்கு சாட்சியாகக் காவலுக்கு இருந்த போலீசார்.

பதினெட்டுப் பேர் (விவரம் பின்னிணைப்பில்) இறந்திருந்தார்கள். காயமடைந்தவர்கள் எத்தனை பேர் என்று சரியாகத் தெரியவில்லை. ஸ்ரீபெரும்புதூர் காவல் நிலையத்தில் இன்ஸ்பெக்டர் மதுரம் வழக்குப்பதிவு செய்து முதல் தகவல் அறிக்கை அளித்திருந்தார். படுகொலை நடவடிக்கை - ராஜிவ் உள்ளிட்ட பதினெட்டுப் பேரின் மரணம், காயமடைந்தவர்கள் எண்ணிக்கை ஆகியவை மட்டுமே அதில் இருந்தன. மேல் விவரங்கள் ஏதும் கிடையாது.

முன்னதாக, தடய அறிவியல் துறை வல்லுநர் டாக்டர் சந்திரசேகர் சம்பவ இடத்துக்குச் சென்று நிறைய ஆதாரங்களைச் சேகரித்திருந்தார். பயன்படுத்தப்பட்ட வெடிபொருள் ஆர்.டி. எக்ஸ் என்பது தெரியவந்திருந்தது. தவிரவும் இறந்தவர்கள் உடலிலிருந்து எடுக்கப்பட்ட சிறிய இரும்புக் குண்டுகள் (Pellets), ஒரு ஒன்பது வோல்ட் பேட்டரி, ஒயர் துண்டுகள் என்று கிடைத்தவற்றை வைத்துத் தொகுத்தால், திட்டமிட்ட மனித வெடிகுண்டுத் தாக்குதல் மாதிரி தெரிந்தது. வலுவான தாக்குதல்.

அங்கிருந்து புறப்பட்டு காஞ்சிபுரம் சென்றோம். அங்கே அரசுப் பொது மருத்துவமனையில் இறந்தவர்களின் உடல்களை வைத்திருந்தார்கள். அங்கே ஒரு பெண்ணின் சடலம் இருந்தது. முற்றிலும் சிதைந்து போயிருந்த சடலம். பார்க்க முடியாமல் பார்த்துக்கொண்டிருந்தோம். நான்கு உறுப்புகளைத்தான் சற்றே ஒழுங்காக அடையாளம் காண முடிந்தது. தலை. இடது கை. மற்றும் இரு தொடைகள்.

நெற்றியில் பொட்டு வைத்திருந்தாள். கருகருவென்று நீண்ட தலைமுடி. நல்ல கருப்பான அந்தப் பெண், தீயில் மேலும் கருகியிருந்தாள்.

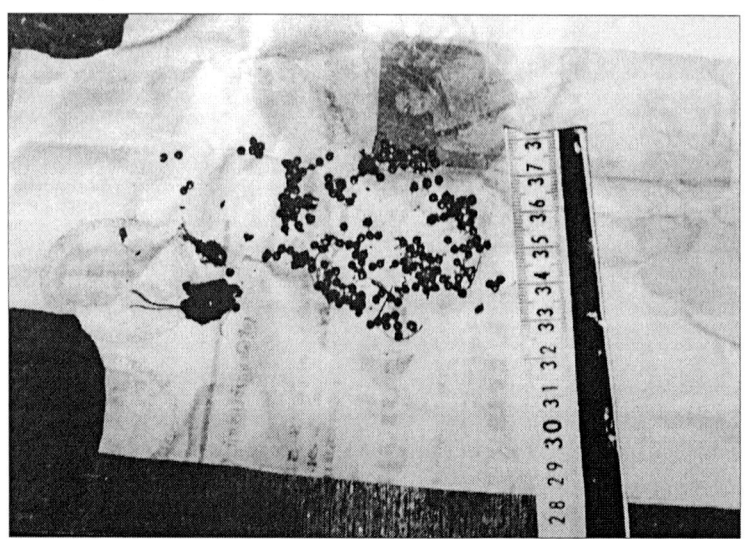

ஆர்.டி.எக்ஸ் தயாரிப்பில் பயன்படுத்தப்பட்ட உலோகத் துகள்கள்

பார்த்துக்கொண்டே இருந்த இயக்குநர் விஜய் கரன், சட்டென்று, 'அந்தத் தொடைகளைப் பாருங்கள். இந்த அமைப்பும் இறுக்கமும் கண்டிப்பாக இவள் ஒரு தீவிரவாத இயக்கத்தில் பயிற்சி பெற்றவள் என்பதைச் சொல்கின்றன' என்றார்.

எவ்வளவு உண்மை! அவளது கருத்த தேகமும் அந்தக் கட்டுறுதியும் அவள் ஒரு தீவிரவாதி - அதே சமயம் நிச்சயமாக காஷ்மீர் அல்லது வடகிழக்கு மாகாணப் பெண் அல்ல என்பதை அப்போதே எங்களுக்குச் சொல்லிவிட்டது.

ராஜிவின் உடலைப் பிரேதப் பரிசோதனை செய்த டாக்டர்கள் சொன்ன விவரங்கள், தடய அறிவியல் துறையினர் தெரிவித்திருந்த விவரங்களுடன் ஒத்துப்போயின. உடலெங்கும் அந்த உலோகத் துண்டுகள் துளைத்திருந்தன. மூளை சிதறியிருந்தது. கபால எலும்புகள் நொறுங்கியிருந்தன. உடல் பாகங்கள் பெருமளவு சிதைந்துபோயிருந்தன.

சரி, வேறென்ன ஆதாரங்கள்?

ஒரு சினான் கேமரா, சம்பவ இடத்தில் கிடைத்ததாகச் சொன்னார்கள். ஆனால் உருப்படியாக உள்ளே ஒன்றுமில்லை என்று முதலில் சொல்லிவிட்டார்கள். ஸ்ரீபெரும்புதூரில் ப்ரிண்ட் போட

வசதியில்லாதபடியால் சுங்குவார் சத்திரத்துக்கு எடுத்துச் சென்று, அங்கும் முடியவில்லை, சென்னைக்குத்தான் கொண்டு போயாகவேண்டும் என்று சொல்லப்பட்டிருந்தது.

அந்த கேமராவில் இருந்து எடுக்கப்பட்ட கலர் நெகடிவ் சுருளை டாக்டர் சந்திரசேகர் வசம் ஒப்படைத்துவிட்டதாக ஸ்ரீபெரும்புதூரில் சொல்லப்பட்டது. தடய அறிவியல் ஆய்வகத்தில் ப்ரிண்ட் போட எடுத்துச் சென்றிருப்பதாக அவர் சொன்னார்.

ஏதாவது துப்புக் கிடைத்தால்தான் மேற்கொண்டு விசாரணையைத் தொடர இயலும். எங்கே கிடைக்கப் போகிறது? என்ன கிடைக்கப்போகிறது?

புரியவில்லை.

மறுநாள் (24 மே) ஹிந்து நாளிதழில் ஒரு புகைப்படம் வெளியாகியிருந்தது. 21ம் தேதி ஸ்ரீபெரும்புதூருக்கு ராஜிவ் வருகை தந்த போது அவருக்கு மாலையிட நெருங்கியிருந்த ஒரு பெண்ணின் புகைப்படம் அது. ஆரஞ்சு நிற சல்வார் கம்மீஸ் அணிந்திருந்த பெண். அருகே வேறு இரண்டு பெண்களும் இருந்தார்கள்.

அவர்கள் அனைவரும் சம்பவ இடத்திலேயே இறந்தவர்கள்.

அந்தக் கணம் வரை சிபிசிஐடிக்கே வந்திராத படம், அதற்குள் எப்படி ஹிந்து பத்திரிகைக்குச் சென்றது?

குழப்பமும் அதிர்ச்சியுமாக இருந்தது.

3

குர்த்தா, பைஜாமா

நாங்கள் யாரையும் குறிவைக்கத் தொடங்கியிருக்க வில்லை. ஒரு ஈ, எறும்பு மீதுகூட அப்போது சந்தேகம் வந்திருக்கவில்லை. கொன்றது யார், கொலைக்கான நோக்கம் என்ன, எப்படிச் செய்தார்கள், எத்தனை பேர் சம்பந்தப்பட்டிருக் கிறார்கள், தனி நபரா, இயக்கமா எதுவும் தெரியாது. ஆயிரக்கணக்கான பொதுமக்கள் கலந்துகொண்ட பொதுக்கூட்ட மைதானத்தில் ஒரு கேமரா கண்டு எடுக்கப்பட்டிருந்தது. அது ஓர் ஆதாரமாகுமா?

அதுவும் தெரியாது அப்போது. எங்கள் கைக்குக் கிடைத்த கேமராவில் எக்ஸ்போஸ் ஆகாத பிலிம் சுருள் மட்டுமே இருந்தது. அதன் எக்ஸ்போஸ் ஆகியிருந்த பகுதிகள் தனியே கத்திரிக்கப்பட்டு ப்ரிண்ட் போட அனுப்பப்பட்டிருப்பதாகச் சொல்லப் பட்டிருந்தது.

எனவே அந்த கேமராவை மட்டும் வைத்துக்கொண்டு புலன் விசாரணையைத் தொடங்கவேண்டியிருந்தது.

சம்பவ இடத்தில் கண்டெடுக்கப்பட்ட அந்த கேமரா வுக்குரிய பையினுள் ஒரு விசிட்டிங் கார்ட் இருந்தது. போட்டோகிராபரின் அடையாள அட்டை கிடைத்தது. அதனை வைத்து, அவர் யார் என்று

அடையாளம் காணலாம். அவ்வளவே. ஏற்கெனவே காஞ்சிபுரம் மருத்துவமனையில் அடையாளம் காணப்படாத ஓர் ஆண் உடல் இருந்ததாகவும், பின்னர் அது அடையாளம் காணப்பட்டு எடுத்துச் செல்லப்பட்டுவிட்டதாகவும் தெரியவந்தது. அது அந்த கேமராமேனாக இருக்கலாம். படம் எடுக்கும்போது குண்டு வெடித்து இறந்திருக்கலாம்.

அடையாள அட்டையில் அந்த போட்டோகிராபரின் பெயர் ஹரி பாபு என்று தெரிந்தது. அவர், சென்னையில் அன்றைக்கு மிகப் பிரபலமான போட்டோகிராபராக இருந்த சுபா சுந்தரத்தின் ஸ்டுடியோவில் பணியாற்றுகிறார் என்கிற விவரமும் இருந்தது. அவரது கேமரா பேகில் இருந்த விசிட்டிங் கார்ட் 'வைட் ஆங்கிள்' என்னும் புகைப்பட நிறுவனத்தை நடத்தி வந்த ரவிசங்கரன் என்பவருடையது.

இந்த இரண்டு பெயர்கள்தான் தொடக்கம். சரி, போன் செய்து விசாரிக்கலாமே?

சுபா சுந்தரமும் சரி, ரவி சங்கரனும் சரி. பத்திரிகை உலகில் அனைவருக்கும் தெரிந்த பெயர்கள். எத்தனையோ பத்திரிகை போட்டோகிராபர்கள் நிகழ்ச்சிக்கு வந்திருப்பார்கள். அவர்களில் யாரோ ஒருவர் - இந்த இருவருக்குத் தெரிந்த நபராக அவர் இருக்கலாம். அல்லது இருவரில் ஒருவரேவா?

சந்தேகம் தெளிய போன் செய்ததில், ரவி சங்கரன் சென்னையில் இருப்பது தெரிந்துவிட்டது. சரி, அவர் இல்லை. அவரது விசிட்டிங் கார்ட் எப்படியோ இவரது பையில் வந்திருக்கிறது.

மறுபுறம் சுபா சுந்தரத்தைத் தொடர்புகொண்டபோதுதான் முதல் நெருடல் உண்டானது. 'ஹரி பாபுவா? என் நிறுவனத்திலா? அப்படி யாரும் இல்லையே' என்று சொல்லியிருந்தார்.

ரவி சங்கரனை மேற்கொண்டு விசாரித்ததில் சில விஷயங்கள் கிடைத்திருந்தன. ஹரி பாபு அவருடைய நண்பர்தான். இருவருமே சுபா சுந்தரத்திடம் பணியாற்றியவர்கள்தாம். தமிழ்நாட்டில் எந்த ஒரு பத்திரிகையாளரை அல்லது பத்திரிகை புகைப்பட நிபுணரைக் கேட்டாலும் ஹரி பாபு, சுபா ஸ்டூடியோவில் பணியாற்றிய விவரம் கிடைத்துவிடும். இந்த எளிய யதார்த்தத்தை யோசிக்காமல் சட்டென்று சுபா சுந்தரம், ஹரி பாபுவுக்கும் தனக்கும் சம்பந்தமில்லை என்று சொன்னதுதான் ஆரம்பம்.

அந்த கேமரா, ரவி சங்கரனுடையது. சொந்தமாக கேமரா வைத்துக்கொள்ளும் அளவுக்குக் கூட வசதியில்லாத ஹரி பாபு, ராஜிவ் பொதுக்கூட்டத்துக்காக அதனைத் தனது நண்பர் ரவி சங்கரனிடம் இரவல் வாங்கிச் சென்றிருக்கிறார்.

மே 21ம் தேதி இரவு சம்பவம் நடந்த வினாடி முதல், மைதானத்தில் சிதறிக்கிடந்த ஆதாரங்களைச் சேகரிப்பதும், இறந்த உடல்களை அடையாளம் காண்பதும், காயமுற்றவர்கள், சிகிச்சை பெற்றுக்கொண்டிருந்தவர்கள் - குறிப்பாக சம்பவ இடத்தில் வெகு அருகில் இருந்தவர்களிடம் ஆரம்ப விசாரணை செய்வதுமாக இருந்தார்கள், சி.பி.சி.ஐ.டி. போலீசார். மே 24ம் தேதி இந்த வழக்கு சி.பி.ஐ. வசம் முறைப்படி வந்து சேர்ந்து, அன்று பிற்பகல் நாங்கள் அதனை ஒரு புதிய வழக்காகப் பதிவு செய்தோம். ஆனால் 23ம் தேதி இரவே அந்த பிலிம் ரோல் ஹிந்து நாளிதழுக்குச் சென்று சேர்ந்து ப்ரிண்ட் போடப்பட்டு 24ம் தேதி காலை வெளியான இதழில் படங்கள் பிரசுரமாகியிருந்தன.

ராஜிவ் பொதுக்கூட்டம் நடைபெற்ற மைதானத்தில் எடுக்கப்பட்ட படங்கள். நெருங்கிவரும் ராஜிவுக்கு வாழ்த்துச் சொல்லக் காத்திருந்த மூன்று பெண்கள் அதில் ஒரு படத்தில் இடம் பெற்றிருந்தார்கள். புடைவை கட்டிய பெண் ஒருவர். பச்சையும் ஆரஞ்சும் கலந்த வண்ணத்தில் சல்வார் கம்மீஸ் அணிந்த பெண் ஒருவர். ஒரு சிறுமி. சல்வார் கம்மீஸ் அணிந்த பெண்ணின் கரங்களில் ஒரு சந்தன மாலை.

அவ்வளவுதான். பின்னாளில் உலகப் புகழ்பெற்ற இந்தப் புகைப்படத்தில் வெள்ளை நிற குர்தா, பைஜாமா அணிந்த நபர் ஒருவரும் இருந்த காட்சி உங்கள் மனக்கண்ணில் வருமானால், அது உண்மையே. ஆனால் ஹிந்து நாளிதழில் வெளியான படத்தில் அந்த குர்தா பைஜாமா நபர் இல்லை. படத்தின் இடது ஓரத்தில் அந்த மூன்று பெண்களை அடுத்து சற்றுத் தள்ளி நின்றிருந்த அந்த நபரின் உருவத்தை ஹிந்து நீக்கிவிட்டு, பெண்களை மட்டும் பிரசுரித்திருந்தது.

மிக எளிய காரணம்தான் அதற்கு. சம்பவ இடத்தில் எடுக்கப்பட்ட புகைப்படம், சந்தேகத்துக்குரிய நபர்கள் என்னும் அளவில் பிரசுரிக்கப்பட்டிருந்த அந்தப் படத்தில், ஒரு பத்திரிகையாளர் தோற்றத்தில் யாரோ ஒரு நபரும் இருக்கிறார். பொதுவாக எந்தப் பத்திரிகையும் காரணமில்லாமல் இன்னொரு பத்திரிகையாளரின்

ஹரி பாபு

புகைப்படத்தைத் தனது இதழில் வெளியிட விரும்பாது. எதற்கு அந்த குர்தா பைஜாமா நபருக்கு வீண் விளம்பரம் என்று நினைத்து அவரை மட்டும் நீக்கிவிட்டிருந்தார்கள்!

ஹரி பாபு எடுத்த அந்த சரித்திர முக்கியத்துவம் வாய்ந்த பத்து புகைப்படங்களும் ஹிந்துவுக்குப் போய்விட்டு, பின்னால் தடய அறிவியல் துறையில் சி.பி.சி.ஐ.டி. பிரிவினர் மூலம் ப்ரிண்ட் போடப்பட்டு முறைப்படி எங்களுக்கும் வந்து சேர்ந்தபோது தான், அதே படத்தின் இடது ஓரம் குர்தா பைஜாமா நபர் ஒருவரும் இருக்கும் விஷயத்தைக் கண்டோம்.

யார் அவர்? யோசித்துக்கொண்டிருந்த வேளையில், ஸ்ரீபெரும்புதூர் நிகழ்ச்சிக்குச் சென்றிருந்த பகவான் சிங் என்ற பத்திரிகையாளர் சம்பந்தப்பட்ட புகைப்படத்தைப் பார்த்துவிட்டு, ஒரு தகவலை எங்களுக்குச் சொன்னார். பொதுக்கூட்ட மைதானத்தில் அவர் ஹரி பாபுவுடன் அந்த குர்தா பைஜாமா அணிந்த நபரைப் பார்த்திருக்கிறார். யார் அவர் என்று விசாரித்தபோது, 'இவர் வைட் ஆங்கிள் ரவிசங்கரனின் பார்ட்னர்' என்று ஹரி பாபு சொல்லியிருக்கிறார்.

பொதுக்கூட்டத்தில் காவலுக்கு இருந்த சப் இன்ஸ்பெக்டர் அனுசுயா, குண்டு வெடிப்பில் அடிபட்டு மருத்துவமனையில் இருந்தார். அவரிடம் அந்தப் புகைப்படங்களைக் காட்டிய போது, அவர்களைப் பொதுக்கூட்ட மைதானத்தில் பார்த்ததை நினைவுகூர்ந்தார்.

சரி. இதுதான். இவ்வளவுதான். ஹரி பாபு படமெடுத்திருக்கிறார். பத்துப் படங்கள் இருக்கின்றன. இதிலிருந்து எதாவது துப்புக் கிடைத்தால்தான் உண்டு. அது பிறகு. ஹரி பாபுவின் உறவினர்களுக்குத் தகவல் சொல்லியாகிவிட்டதா? அவர்கள் உடலைப் பெற்றுச் சென்றுவிட்டார்களா?

காஞ்சிபுரம் அரசுப் பொது மருத்துவமனையில் உடலை அடையாளம் சொல்லி, பெற்றுக்கொண்டு அங்கேயே இறுதிச் சடங்குகளை முடித்துவிட்டு அவர்கள் சென்னைக்குப் போய்விட்டார்கள் என்று சொல்லப்பட்டது. குழப்பமாக இருந்தது. அப்படியா? என்ன அவசரம்? வீட்டுக்குக் கூட எடுத்துச் செல்ல விரும்ப மாட்டார்களா?

சரி. ஒருவேளை சிதைந்திருந்த உடலை எடுத்துச் செல்ல வேண்டாம் என்று கருதியிருக்கலாம்.

நான் சில விசாரணை அதிகாரிகளுடன் சைதாப்பேட்டையில் இருந்த ஹரிபாபுவின் வீட்டுக்குப் புறப்பட்டேன். பார்த்ததுமே ஏழைமை தெரியும் எளிய குடிசை அது. மிகச் சிறிய குடிசை. ஒரு சில தட்டுமுட்டுச் சாமான்கள். அழுக்குத் துணிகள். சுவரில் கண்ணாடி. அலுமினியப் பாத்திரங்கள். தாழ்வான வாசல்.

ஒரே பையன். நிகழ்ச்சியைப் படமெடுக்கப் போனான். இப்படி அவனே படமாகிவிட்டானே. அழுகைகள், வருத்தங்கள், சோகம்.

அப்போதும் எங்களுக்குத் தெரியாது. அவனிடமிருந்துதான் இந்த வழக்கே ஆரம்பமாகப்போகிறது என்பது.

ஹரி பாபு எடுத்த பத்து புகைப்படங்கள்

கோகிலவாணி, மனித வெடிகுண்டு தணு, லதா கண்ணன், சிவராசன், பெண் போலீஸ் சந்திரா

கூட்டத்தில் சுபா நளினி

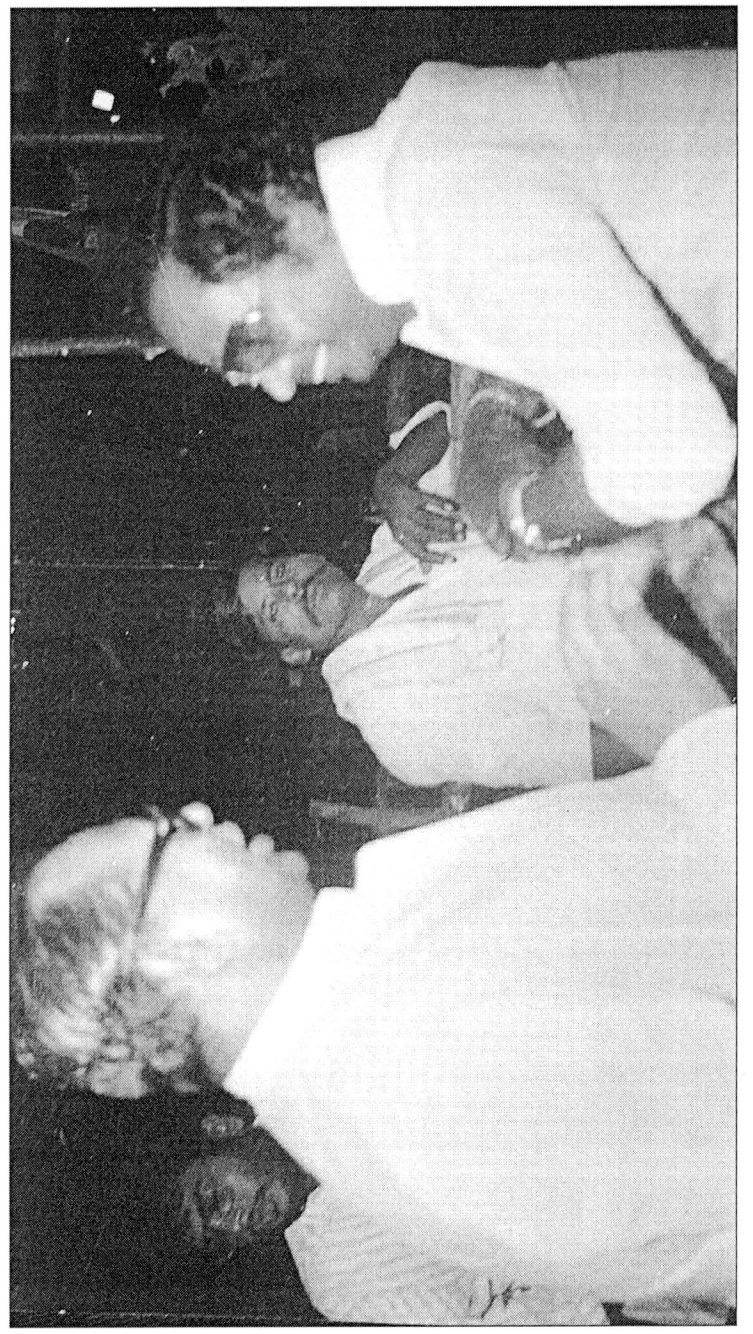

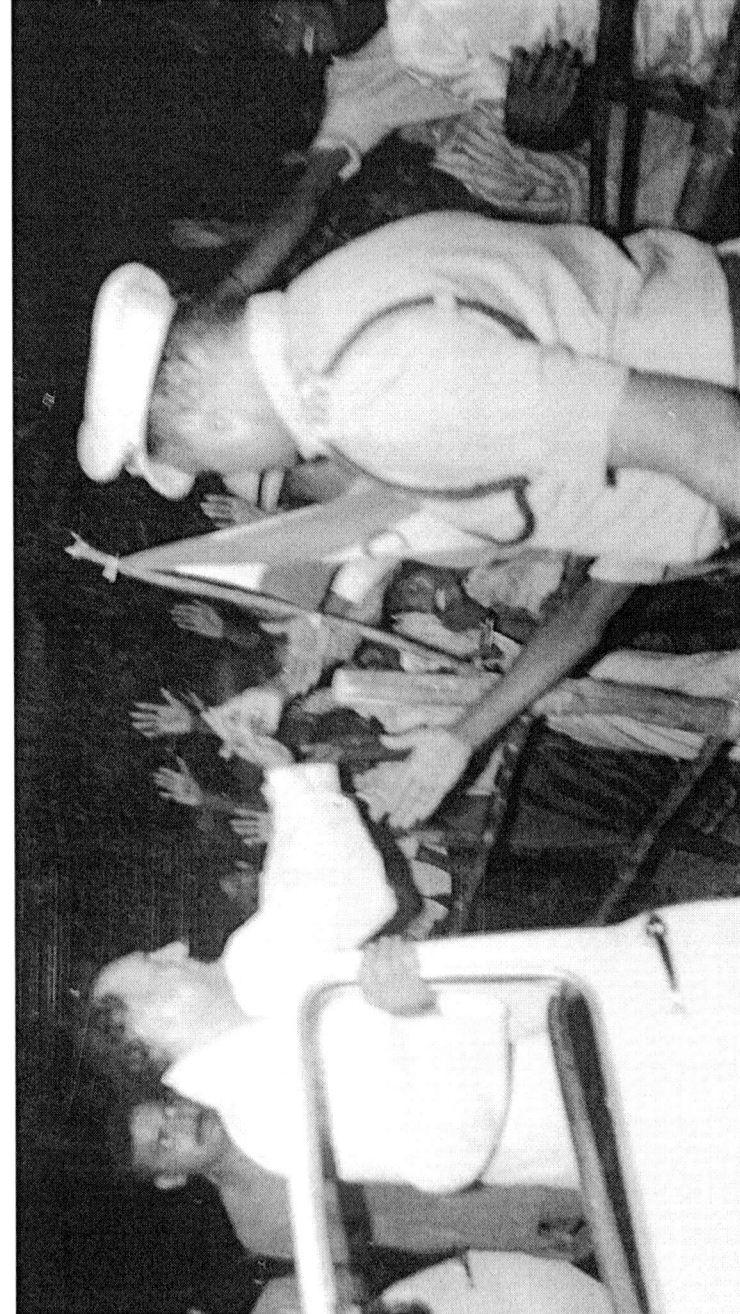

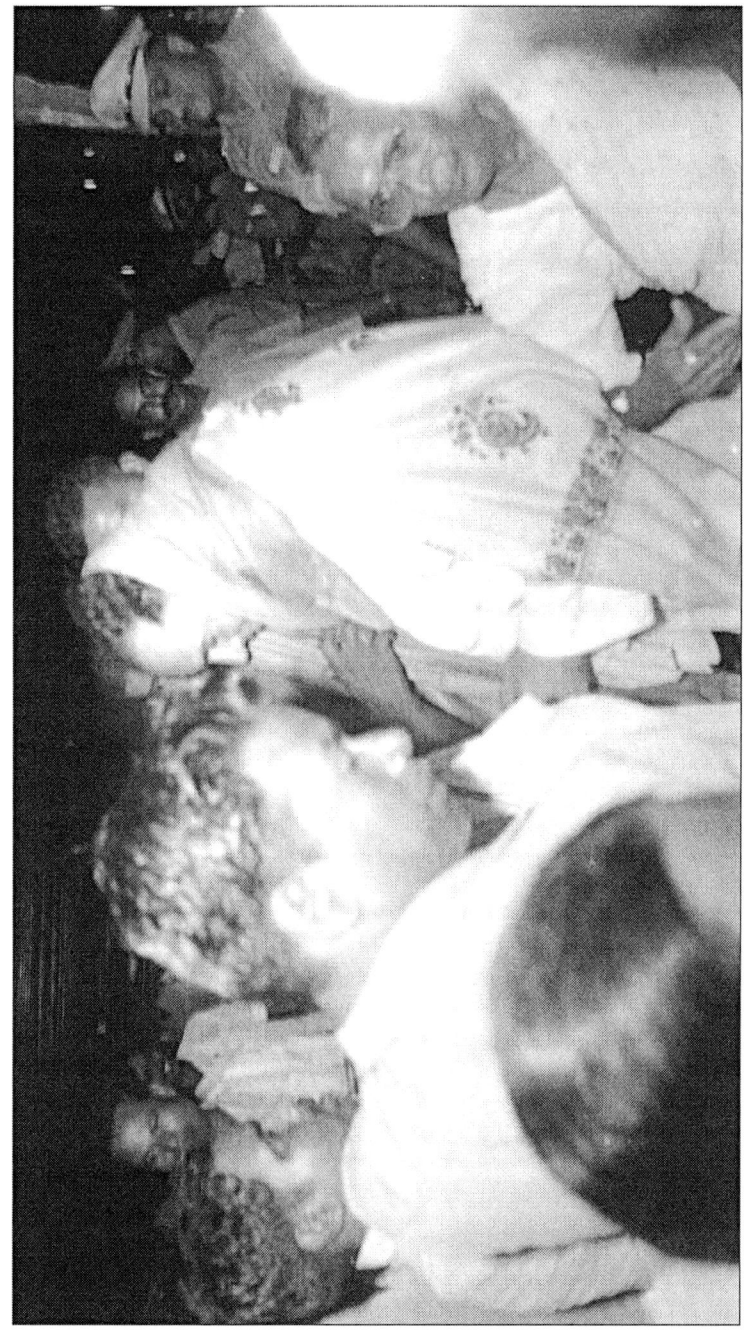

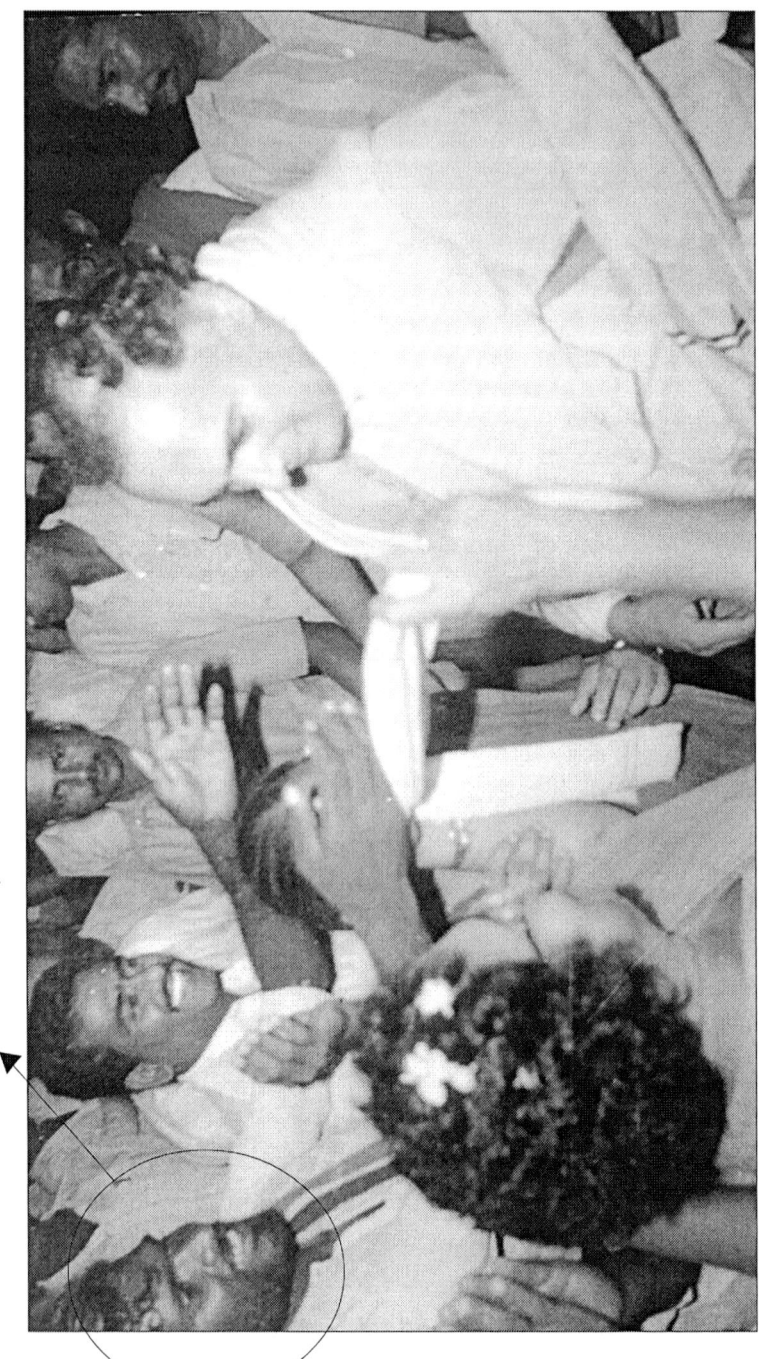

விசாரணை முடிந்தபின்பே இவர்தான் சின்ன சாந்தன் என்பது தெரியவந்தது.

ராஜிவ் அருகில் தணு

வெடிகுண்டு வெடித்த கடைசி படம்

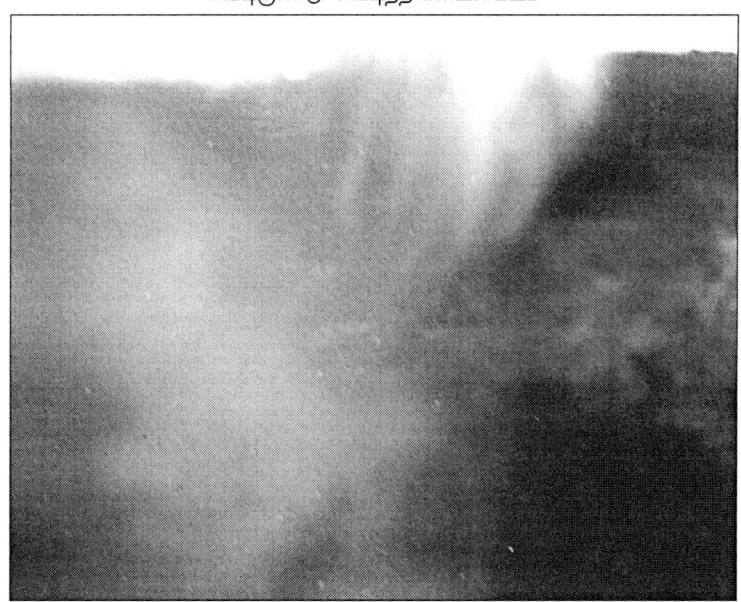

4

சுபா சுந்தரம்

போட்டோகிராபர் சுபா சுந்தரம், தமிழ் மீடியா உலகில் பிரபலமானவர். எண்பதுகளில் அவரைத் தெரியாதவர்கள் பத்திரிகை உலகில் இருக்க மாட்டார்கள். பிரபலமான போட்டோகிராபர் என்பதுடன் பல அரசியல் கட்சித் தலைவர்கள், அதிகாரிகள், சினிமா உலகத்தினர், வேறு பல்வேறு துறைகள் சார்ந்த வி.ஐ.பிக்களுடன் நெருக்கமான தொடர்பு கொண்டவர்.

அவர் நெருக்கமான தொடர்பில் இருந்தவர்களுள் ஒருசாரார், விடுதலைப் புலிகள்.

எண்பதுகளில் தமிழகத்தில் பல முக்கியஸ்தர்களுக்கு விடுதலைப் புலிகளுடன் தொடர்பு உண்டு. தமிழகத்தை அவர்கள் தமது இரண்டாம் தாயகமாகவே கருதி வந்தார்கள். விடுதலைப் புலிகள் மட்டுமல்லாமல், இலங்கையில் செயல்படும் பல்வேறு போராளி இயக்கங்களுக்கும் தமிழகம் அடைக்கலம் அளித்திருந்தது. அரசியல் தலைவர்களின் ஆதரவும் உதவிகளும் அவர்களுக்குக் கிடைத்து வந்தன. பொதுமக்கள் அனுதாபமும் இருந்தது.

ஆனால் சுபா சுந்தரத்துக்கு விடுதலைப் புலிகளுடன் இருந்த தொடர்பு என்பது வெறும் அனுதாபம்

அல்ல. உள்ளார்ந்த தொடர்பு. புலிகள் இயக்கத்தின் பல முக்கியப் பிரமுகர்களுடன் அவருக்கு நெருக்கமான உறவு இருந்தது. தமிழ் நாட்டில் புலிகள் அமைப்பின் சார்பில் அரசியல் பணியாற்றிக் கொண்டிருந்த பேபி சுப்பிரமணியத்துக்கு அவர் மிக நெருங்கிய நண்பர். இலங்கையிலிருந்து தமிழகம் வரும் விடுதலைப் புலிகளுக்கு சுபா ஸ்டூடியோ ஒரு முக்கியமான ஜாயிண்ட்.

இந்த விவரமெல்லாம் உளவுத்துறைக்குத் தெரியும். காவல் துறையில் அனைத்துப் பிரிவினருக்கும் தெரியும். இருப்பினும் ராஜிவ் கொலை வழக்கில் சுபா சுந்தரமும் ஒரு தொடக்கப் புள்ளியாக இருக்கக்கூடும் என்று யாரும் நினைத்திருக்க மாட்டார்கள். ஏனெனில் பல அரசியல் கட்சிகளுடன் அவருக்கு இருந்த தொடர்பினைப் போலவே காங்கிரசிலும் அவருக்குத் தொடர்புகள் இருந்தன. வாழப்பாடி ராமமூர்த்தியின் வலக்கரம் போல் இருந்த கிள்ளி வளவனுக்கு அவர் மிகவும் நெருக்க மானவர். அன்றைய தமிழ்நாடு காங்கிரசில் அநேகமாக அனைத்து முக்கியஸ்தர்களுடனும் அவருக்குப் பழக்கம் உண்டு.

ஒரு வினோதம், சி.பி.ஐ.க்கேகூட சுபா சுந்தரம் மீது முதலில் சந்தேகம் வரவில்லை. அவரே தனது சொந்தப் பதற்றத்தால் மூன்று விதங்களில் தன்னை வெளிக்காட்டிக்கொண்டு பிடி பட்டதுதான் இதில் முக்கியமான அம்சம். இதனை முதலில் விளக்கிவிடுகிறேன்.

சைதாப்பேட்டையில் இருந்த ஹரி பாபுவின் வீட்டுக்கு விசாரிக்கச் சென்றபோது, அவரது தந்தை வி.பி. சுந்தரமணி சொன்ன முதல் விஷயம், தன் மகன் சுபா ஸ்டூடியோவில் வேலை பார்த்துக் கொண்டிருந்தான் என்பது. முதல் முதலில் சிபிசிஐடி போலீசார் ஹரி பாபுவின் உடலருகே கண்டெடுக்கப்பட்ட அடையாள அட்டையைப் பார்த்து சுந்தரத்துக்கு போன் செய்தபோது அவர் ஏன் தனக்கு அவனைத் தெரியாது என்று சொல்லவேண்டும்?

முதல் சந்தேகம் அங்கே விழுந்தது. தொடர்ந்த விசாரணைகளில் மேலும் பல தகவல்களை ஹரி பாபுவின் தந்தை சொன்னார்.

மே 21ம் தேதி இரவு ஸ்ரீபெரும்புதூரில் 'ஒரு போட்டோகிராபர்' இறந்துவிட்ட விவரத்தை, சென்னையைச் சேர்ந்த தினசரிப் பத்திரிகை நிருபர் ஒருவர் மூலம் கேள்விப்பட்டு, ஹரி பாபுவின் தந்தை முதலில் சுபா சுந்தரத்தைப் பார்க்கத்தான் ஓடியிருக்கிறார். உடனே ஸ்ரீபெரும்புதூருக்குப் போகவேண்டும். உங்கள் காரைக்

கொடுங்கள். இந்த நேரத்தில் நான் வேறு யாரைப் போய்க் கேட்க முடியும்?

'யோவ், தேவையில்லாத பிரச்னை வரும்யா. நீ வேற வண்டி புடிச்சிப் போயிடு' என்று சொல்லி சுபா சுந்தரம் வண்டி தர மறுத்திருக்கிறார். மகன் இறந்த பதற்றத்தில் மேற்கொண்டு பேசிக் கொண்டிராமல் அவர் வேறு ஏற்பாடு செய்துகொண்டு ஸ்ரீபெரும் புதூருக்கு விரைந்திருக்கிறார். காஞ்சிபுரம் சென்று பொது மருத்துவமனையில் அடையாளம் தெரியாதிருந்த ஓர் ஆண் உடலைப் பார்த்து, அது தன் மகன் என்று காவல் துறையினரிடம் கூறி, உடலைப் பெற்றுக்கொண்டு, அங்கேயே இடுகாட்டில் எரித்துவிட்டுச் சென்னைக்குத் திரும்பியிருக்கிறார்.

'ஹரி பாபுவா? எனக்கு அப்படி யாரையும் தெரியாதே' என்று சொன்ன சுபா சுந்தரம். தன்னிடம் வேலை பார்த்த ஒருவன் இறந்திருக்கிறான், அவனது பெற்றோர் வந்து உதவி கேட்கும் போது வண்டி கொடுக்கவும் மறுத்த சுபா சுந்தரம்.

அதே சுபா சுந்தரம்தான் தன் காரை எடுத்துக்கொண்டு நேரே சுந்தரமணியிடம் சென்று, 'இதோ பாருங்கள். விசாரணை எங்கெங்கோ போகிறது. உங்கள் மகனுக்கு விடுதலைப் புலிகளுடன் தொடர்பு இருப்பதாகவெல்லாம் பேசுகிறார்கள். அதெல்லாம் இல்லை என்று நீங்கள் ஒரு மறுப்பு அறிக்கை கொடுத்துவிடுங்கள். இல்லாவிட்டால் பெரிய பிரச்னையாகிவிடும்' என்று சொல்லி மறுப்பு அறிக்கை எழுத வைத்ததும் பின்னால் நடந்தது.

ஹரி பாபுவின் தந்தை சொன்ன இந்தத் தகவல்கள் சுந்தரத்தின்மீது சந்தேகத்தை உண்டாக்கினாலும் அவரை நாங்கள் முதலில் கைது செய்யவில்லை. கைது செய்யுமளவுக்கு அவை வலுவான காரணங்களாகத் தோன்றவில்லை. ஆனால் அத்தகைய வலுவான காரணம் வேறொரு இடத்திலிருந்து எங்களுக்குக் கிடைத்தது.

மே 21ம் தேதி குண்டு வெடிப்பு நடந்து மக்கள் கன்னாபின்னாவென்று சிதறி ஓடத் தொடங்கி, பிராந்தியமே அதகளமானதல்லவா? அன்றிரவு சென்னையிலிருந்து பொதுக்கூட்டத்துக்குச் சென்றவர்கள் யாரும் அத்தனை சுலபத்தில் சென்னை திரும்ப முடியாத சூழ்நிலை. வண்டி கிடையாது. எங்கும் கலவரம், களேபரம்.

பொதுக்கூட்டத்துக்கு வந்திருந்த பத்திரிகையாளர்களில் பலர் பூந்தமல்லிவரை சென்று, அங்கிருந்த போலீஸ் ஸ்டேஷனில்

அன்றிரவு தங்கவேண்டிய சூழ்நிலை. சென்னைக்கு போன் செய்யவும் தத்தமது பத்திரிகைகளைத் தொடர்புகொள்ளவும் அதுவே சிறந்த வழி. செல்போன்கள் புழக்கத்துக்கு வராத காலம் என்பதால் எங்காவது ஓரிடத்தில் நின்றுதான் போன் செய்தாக வேண்டும்.

அப்படி பூந்தமல்லிக்குச் சென்ற பத்திரிகையாளர்கள் - புகைப் படக்காரர்களுள் ஒருவர் தேள்கடி ராமமூர்த்தி என்பவர். அவருக்கு ஹரி பாபு இறந்துவிட்ட விஷயம் தெரிந்திருந்தது. ஹரி பாபுவையும் அவரது முதலாளியான சுபா சுந்தரத்தையும் நன்கு அறிந்தவர் ராமமூர்த்தி. சுபா சுந்தரம் பூந்தமல்லி காவல் நிலைய தொலைபேசி மூலம் இந்த ராமமூர்த்தியை தொடர்பு கொண்டு பேசியிருக்கிறார்.

ஹரி பாபு இறந்துவிட்டான் என்று அவர் சொன்னதுமே சுபா சுந்தரத்திடமிருந்து வந்த முதல் ரியாக்‌ஷன், 'அவன் போகட்டும். முதலில் அந்த கேமராவை எடுக்க வேண்டும்.'

தேள்கடி ராமமூர்த்திக்கு இது முதல் அதிர்ச்சி. தொடர்ந்து பேசிய சுபா சுந்தரம், 'இதோ பார். அந்த கேமராவை உன்னால் எடுத்து வர முடியுமா? அது விலைமதிப்பில்லாத சொத்து. மில்லியன் கணக்கில் லாபம் தரக்கூடியது. என்ன சொல்கிறாய்?'

சம்பவ இடத்தில் இருந்த பத்திரிகையாளர்களை, புகைப்பட நிபுணர்களை சி.பி.ஐ. விசாரித்துக்கொண்டிருந்த சமயம் தேள்கடி ராமமூர்த்தியை சிறப்புப் புலனாய்வுக் குழுவின் தலைவர் கார்த்திகேயனே விசாரித்தார். அவர் கூறிய தகவல் மிகவும் பயங்கரமானதாகவும், அதிர்ச்சி தரத்தக்கதாகவும் இருந்தது. சுபா சுந்தரம் கூறியதற்குத் தான் மறுத்துவிட்டதாகச் சொன்ன ராம மூர்த்தி, அதோடு அவருடன் போன் தொடர்பையும் துண்டித்து விட்டதாகச் சொன்னார். ராமமூர்த்தி அளித்த தகவல்களுக்குப் பிறகு சுபா சுந்தரத்தை முழுமையான விசாரணைக்கு உட்படுத்து மாறு கார்த்திகேயன் சொன்னார்.

ராஜிவ் படுகொலை நடந்து சரியாக நாற்பது நாள்கள் முடிந் திருந்த சமயம். ஜூலை 1ம் தேதி ஒரு சம்பவம் நடந்தது. அது வரை சந்தேகத்தில் மட்டுமே இருந்து, கைது செய்யப்பட்டிராத சுபா சுந்தரம் அன்றைக்கு தேள்கடி ராமமூர்த்திக்கு டெலிபோன் செய்தார்.

அது ஒரு மிரட்டல் தொலைபேசி. என்னை யாரென்று நினைத்தாய்? என் செல்வாக்கு தெரியுமா? என் தொடர்புகள் தெரியுமா? என்னைப் பற்றி சி.பி.ஐயில் என்னென்னவோ சொல்லியிருக்கிறாயாமே? நான் நினைத்தால் உன்னை என்ன வேண்டுமானாலும் செய்ய முடியும்.

ராமமூர்த்தி பயந்துபோய் உடனே அன்றிரவு 'மல்லிகை' (சென்னை கிரீன்வேஸ் சாலையில் இயங்கிய சிறப்புப் புலனாய்வுக் குழுவின் அலுவலகம்) அலுவலகத்துக்கு ஓடி வந்தார். கார்த்திகேயனைச் சந்தித்து சுபா சுந்தரம் மிரட்டிய விவரத்தைச் சொல்லி, பாதுகாப்புக் கேட்டார்.

கார்த்திகேயன் என்னை அழைத்தார். சுபா சுந்தரத்தை என்ன செய்யலாம்?

எனக்குச் சந்தேகமே இருக்கவில்லை. கைது செய்யலாம். கைது செய்யத்தான் வேண்டும்.

ஆனால் காரணங்கள்?

1. ஹரி பாபுவைத் தெரியாது என்று பொய் சொன்னது.
2. சம்பவ இடத்திலிருந்து முக்கியமான கேமரா ஆதாரத்தை அகற்ற ரகசிய சதித்திட்டம் தீட்டியது.
3. அது விலைமதிப்பற்றது, நிறையப் பணம் கிடைக்கும் என்று இன்னொருவரைக் குற்றம் செய்யத் தூண்டியது.
4. சி.பி.ஐக்குத் தகவல் அளித்த ஒருவரை மிரட்டியது.
5. அனைத்துக்கும் மேலாக, தனக்கும் ஹரி பாபுவுக்கும் உள்ள தொடர்பை இணைத்து, விடுதலைப் புலிகளுடன் தனக்குள்ள நெருக்கம் குறித்த செய்திகள் வரத்தொடங்கியபோது, ஹரி பாபுவின் தந்தையை விட்டே மறுப்புச் செய்தி வெளியிட முயற்சி செய்தது.

இதற்குமேல் என்ன வேண்டும்? சுபா சுந்தரத்தின் விடுதலைப் புலி தொடர்புகள், ஹரி பாபுவின் நண்பர்கள் பற்றி விசாரித்தபோது ரவிசங்கரனால் சுட்டிக்காட்டப்பட்ட பாக்யநாதன் என்கிற, சுபா சுந்தரத்தின் இன்னொரு முன்னாள் ஊழியரின் விடுதலைப் புலி தொடர்புகள் எனப் பல காரணங்கள் இருந்தன.

உடனே கைது செய்யுங்கள் என்றார் கார்த்திகேயன். அதற்கு முன்னால் ஏழு பேர் ஏற்கெனவே கைதாகியிருந்தார்கள்.

5

தேடு, விடாதே!

ராஜிவ் கொலை வழக்கு விசாரணையில் சுபா சுந்தரத்தின் கைது என்பது அத்தனை பெரிய முக்கியத்துவம் வாய்ந்த விஷயமல்ல. இந்த வழக்கை ஒரு முடிவுக்குக் கொண்டுவர எங்களுக்குப் பேருதவி புரிந்தது, நளினி, முருகனின் கைதுதான். தலையும் புரியாமல், காலும் புரியாமல் தடுமாறிக் கொண்டிருந்த புலனாய்வு அதிகாரிகளுக்கு நளினி, முருகனின் கைதும் அவர்கள் அளித்த தகவல்களும் மட்டுமே இறுதிவரை கைவிளக்காக இருந்தது என்பதை மறுக்க முடியாது.

ஆனால் நடைபெற்ற சம்பவம் - ஒரு மாபெரும் படுகொலைச் சம்பவத்துக்குப் பின்னால் ஒரு பயங்கரமான சதித்திட்டம் இருக்கிறது என்பதை முதல் முதலில் உணர்த்தியது சுபா சுந்தரத்தின் நடவடிக்கைகள்தாம். அவர் மீது ஏற்பட்ட சந்தேகம் தான் எங்களைக் குறி பிசகாமல் செயல்பட வைத்தது.

தொடக்கத்தில் இது சி.ஐ.ஏ.வின் சதி என்றும் காஷ்மீர் தீவிரவாதிகளின் சதி என்றும் வட கிழக்கு மாகாணத்தில் செயல்படும் உல்ஃபா போன்ற இயக்கங்களின் வேலையாக இருக்கலாம் என்றும்

விதவிதமாக யூகங்கள் எங்களை அலைக்கழித்துக்கொண்டிருந்த சமயத்தில் - இந்த யூகங்களே திட்டவட்டமான முடிவுகளாகச் சில உயரதிகாரிகளாலேயே முன்வைக்கப்பட்ட சமயத்தில், இது விடுதலைப் புலிகளால் மட்டுமே செய்யப்பட்டிருக்கிறது என்று ஆணித்தரமாக முடிவு செய்து விசாரணையையும் தேடுதல் வேட்டையையும் நகர்த்தத் தொடங்க சுபா சுந்தரமே ஒரு தொடக்கப்புள்ளியாக இருந்தார்.

அவரைக் கைது செய்தது சற்றுத் தாமதமாகத்தான் என்றாலும் அவர் அளித்த சந்தேகமே ஆதாரம் என்பதால்தான் அவரது கைதை முதலில் விவரித்தேன்.

அவருக்கு முன்னால் ஏழு பேர் கைதாகியிருந்தார்கள். ஜூன் 11ம் தேதி பாக்யநாதன், அவரது தாயார் பத்மா. ஜூன் 14ம் தேதி நளினி மற்றும் முருகன். பிறகு ராபர்ட் பயஸ், அறிவு என்கிற பேரறி வாளன். அப்புறம், ஜெயக்குமார்.

எல்லாம் நூல் பிடித்தது போல ஹரி பாபுவின் வீட்டில் நிகழ்த்திய விசாரணைகளிலிருந்து தொடங்கியதுதான்.

ஹரி பாபு வீட்டில் முதல் முதலில் விசாரிக்கப்போனபோது உருப்படியாக எந்தத் தகவலும் கிடைக்கவில்லை என்பது உண்மையே. சொல்லப்போனால் எங்களுக்குப் பெரிதாக எந்த சந்தேகமும் அங்கு எழவில்லை. குடிசை வீடு. எளிய மனிதர்கள். மகனை இழந்த துக்கம். ஹரி பாபு ஒருவேளை சதித்திட்டத்தில் பங்குள்ளவனாகவே இருந்திருந்தாலும் இவர்களுக்கு அது தெரிந்திருக்குமா என்பதே சந்தேகம்தான் என்று நினைக்கும்படி யான தோற்றமும் வாழ்க்கையும். யாரோ அப்பாவி போட்டோ கிராபர், படமெடுக்கச் சென்று உயிரை விட்டிருக்கிறான் என்று தான் யாருக்குமே முதலில் தோன்றும். எங்களுக்கும் அப்படித் தான் தோன்றியது.

ஆனால் நான் நேரடியாக விசாரணைக்கு முதல் முறை அவர்கள் வீட்டுக்குச் சென்றபோது ஒரு சம்பவம் நடந்தது. ஹரி பாபுவின் அம்மா, என்னிடம் டீ சாப்பிடறிங்களா என்று கேட்டார். கேட்டு விட்டு அவர் டீ போட உள்ளே போயிருந்தால் பிரச்னையில்லை.

ஒரு பையனை அழைத்து, ‘சாருக்கு டீ வாங்கிட்டு வா’ என்று சொன்னார். எனக்கு தர்ம சங்கடம்தான். அவர்கள் இருந்த ஏழைமை நிலையைப் பார்க்க, ஒரு டீ வாங்கிக் கொடுப்பது கூட

அவர்களுக்குச் சுமைதான். எனவே நானே காசு கொடுக்கலாம் என்று பாக்கெட்டில் கைவிட்ட சமயம், சட்டென்று அந்தப் பெண்மணி தன் ரவிக்கைக்குள் கைவிட்டுக் காசை எடுத்து விட்டார்.

ஒரு கணம் அதிர்ந்து போனேன். அது ஐந்து ரூபாயோ, பத்து ரூபாயோ அல்ல. கத்தையாக நூறு ரூபாய் நோட்டுகள்! அந்த வீடு, அந்த ஏழைமை, அந்தச் சூழலுக்கு அத்தனை பணம் சம்பந்தமே இல்லாதது. அவரை நம்பி யாரும் அத்தனைப் பணத்தைக் கடனாகக் கூடக் கொடுக்க மாட்டார்கள். வெகு அலட்சியமாகக் கையில் எடுத்த கட்டிலிருந்து ஒரு நோட்டை உருவி ஒரு பையனிடம் கொடுத்து டீ வாங்கி வா என்று சொல்லி அனுப்பிய அந்தப் பெண்மணி என்னை மிகவும் பாதித்தார்.

புத்தியில் அதன்பிறகு வேறு எதுவுமே தோன்றவில்லை. திரும்பத் திரும்ப அதே காட்சி. அவர்கள் வீட்டிலிருந்து புறப்பட்டு அலுவலகம் வந்த பிறகும் மனத்தை விட்டு அகல மறுத்த காட்சி. எங்கிருந்து வந்திருக்கும்? என்ன சம்பாத்தியம் அவர்களுக்கு? யார் கொடுத்திருப்பார்கள்? சொந்தமாக ஒரு கேமரா வாங்கக்கூட வசதியில்லாத பிள்ளை. வீட்டின் ஒரே சம்பாத்தியக்காரன் அவன் தான். அவனும் போய்விட்டான். துக்கம் சுமந்த மனமும் துட்டு சுமந்த ரவிக்கையும் பொருந்தவில்லை.

ஏதோ இடிக்கிறது. என்னவோ ஒன்று ஒளிந்திருந்து ஆட்டம் காட்டுகிறது.

ஹரி பாபு வீட்டில் தேடுதல் வேட்டை நடத்திய சக அலுவலர் களையும் அழைத்துப் பேசினேன். அத்தனை பேரும் அடித்துச் சொன்னார்கள். 'கண்டிப்பாக அந்த வீட்டில் ஒன்றுமில்லை சார். நாங்கள் துப்புரவாகத் தேடிவிட்டோம். இருக்கிற பொருள்களை யெல்லாம் எடுத்து மொத்தமாக விற்றால்கூட ஆயிரம் ரூபாய் தேறாது.'

நானும் அந்த வீட்டுக்குப் போனவன்தான். என் கண்ணிலும் வித்தியாசமாக எதுவும் தட்டுப்படவில்லை. வெகு நுணுக்கமாக மூலை முடுக்கெல்லாம் ஆராய்ந்து பார்த்தும் ஒரு குற்றத்தின் பின்னணியைச் சுட்டிக்காட்டக்கூடிய தடயம் என்று ஏதும் அங்கே இல்லை. இருக்க வாய்ப்பில்லை என்றே உறுதியாகத் தோன்றியது.

ஆனாலும் எப்படி இது? இந்தப் பணம்? எங்கிருந்து வந்திருக்கும்? யார் கொடுத்திருப்பார்கள்? எதற்காக?

ஹரி பாபுவின் தந்தை நின்ற விதம், நடந்த விதம், பேசிய விதம் அனைத்தையும் மனத்துக்குள் ஓட்டிப் பார்த்தேன். அவர் ஏதோ சொல்ல விரும்புபவர் போலவும், மனைவியை ஒவ்வொரு முறை பார்க்கும்போதும் சட்டென்று அடங்கிவிடுபவர் மாதிரியும் தோன்றியது. எதற்கும் இருக்கட்டும் என்று அவர்கள் வீட்டிலிருந்து புறப்படும்போது அவரைத் தனியே வெளியே அழைத்து, 'இதோ பாருங்கள். உங்கள் மகன் இறந்துவிட்டான். விசாரணைக்கு உதவியாக, அவன் சம்பந்தப்பட்ட நபர்கள் பற்றி நீங்கள் போலீசுக்குத் தகவல் கொடுத்தால் உங்களுக்குப் பெரும் தொகை கிடைக்க வாய்ப்பு இருக்கிறது' என்று சொல்லிவிட்டு வந்திருந்தேன்.

இதையெல்லாம் நான் எண்ணிப் பார்த்தபடி அமர்ந்திருந்த போது, ஹரி பாபுவின் தந்தை என்னைத் தேடி அலுவலகத்துக்கு ஒருநாள் வந்தார். தன்னுடன் ஒரு கேமரா ஸ்டாண்டை எடுத்து வந்திருந்தார். என்ன அது என்று நான் விசாரித்தபோது ஹரி பாபுவின் கேமரா ஸ்டாண்ட் என்றும் நாங்கள் வீட்டுக்குச் சென்றபோது அதனைக் காண்பிக்க மறந்துவிட்டதாகவும் சொன்னார். வழக்கில் எங்களுக்குத் தன்னால் முடிந்தளவு உதவி செய்வதாக அவர் முன்னதாகத் தெரிவித்திருந்தார். அச்சம் காரணம். தம்மீது எந்தத் தவறும் இல்லை என்று திரும்பத் திரும்ப நிரூபிக்க சந்தர்ப்பங்களை உருவாக்க விரும்பியதும் காரணம்.

எனக்கு அந்த கேமரா ஸ்டாண்ட் மிகவும் இடித்தது. அத்தனை பெரிய ஸ்டாண்ட் அந்த வீட்டில் இருந்திருந்தால் யார் கண்ணிலும் படாமல் போகாது. திரும்பத் திரும்ப அது வீட்டில்தான் இருந்ததா என்று கேட்டு உறுதி செய்துகொண்டு அவரை அனுப்பினேன்.

மிகவும் குழப்பமாக இருந்தது. மிகவும் தெளிவாகிவிட்டது போலவும் இருந்தது. ஒரு முடிவு செய்தேன். திரும்பவும் ஹரி பாபு வீட்டுக்குச் சென்று தேடுங்கள். அங்கு என்னவோ இருக்கிறது. நிச்சயமாக இருக்கிறது. ஓர் அங்குலம் விடாமல் அகழ்ந்து எடுத்துவிடுங்கள்.

உத்தரவிட்டுவிட்டுக் காத்திருந்தேன்.

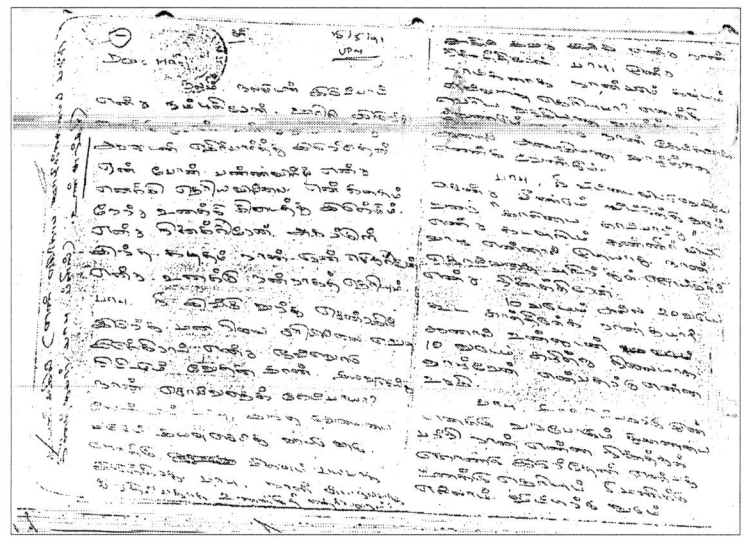

ஹரிபாவுக்கு காதலி சுந்தரி எழுதிய கடிதம் (பார்க்க பக்கம் 226)

ஹரி பாபு வீட்டுக்குச் சென்ற சி.பி.ஐ அதிகாரிகள் நான் சொன்ன படி இம்முறை வெகு நுணுக்கமாகத் தேடத் தொடங்கினார்கள். அது ஒரு சிறு குடிசைதான். எதையும் ஒளித்து வைக்க முடியாத இடம்தான். ஆனால் ஒளித்து வைக்க முடியாத இடத்திலா ஒளித்து வைக்க நினைப்பார்கள்?

எனவே இம்முறை தேடுதல் வேட்டை தன் எல்லைகளைச் சற்றே விஸ்தரித்தது. வீட்டுக்குப் பின் பக்கம், அக்கம் பக்கம், ஓலைக்கூரை என்று எண்ணிப்பார்க்க முடியாத எல்லைகள் வரை தேடினார்கள்.

நான் நினைத்தது சரி.

தேடச் சென்ற அதிகாரிகளுள் ஒருவர் பரபரப்புடன் என்னைத் தொலைபேசியில் அழைத்தார். 'சார்! நீங்க உடனே இங்க வரணும். இங்க என்னென்னவோ இருக்கு சார்!'

பங்களாக்களுக்கு மட்டும்தானா அவுட்-ஹவுஸ் இருக்கும்? குடிசைகளுக்கும் இருக்கலாம். தப்பில்லை.

ஹரி பாபுவின் வீட்டை ஒட்டி, சற்றுத் தள்ளி இருந்த அந்த இன்னொரு மறைவிடத்தை என்னுடைய சகாக்கள் திறந்தது,

உண்மையில் இந்த வழக்கின் சொர்க்க வாசலைத் திறந்தது மாதிரி.

உள்ளே பண்டில் பண்டிலாக பேப்பர்கள். அத்தனையும் அச்சுத் தாள். ஹரி பாபுவின் பிற பொருள்கள். பல ரசீதுகள். கடிதங்கள். பாக்கியநாதன் ஹரி பாபுவுக்கு எழுதிய கடிதங்கள். ஹரி பாபுவின் காதலி சுந்தரி அவருக்கு எழுதிய கடிதங்கள். சம்பந்தமே இல்லாமல் மே மாதம் 21ம் தேதி பூம்புகார் எம்போரியத்தில் ஒரு சந்தன மாலை வாங்கியதற்கான பில். அதில் 65 ரூபாய் என்று குறிப்பிடப்பட்டிருந்தது.

முதல் முதலாக ஹரி பாபு என்கிற பெயருக்கு அப்பால் எங்களுக்கு வேறு சில பெயர்கள் இந்த வழக்கோடு சம்பந்தப்பட்டு, தெரியத் தொடங்கியது அந்தக் கணத்திலிருந்துதான்.

யார் பாக்கியநாதன்? யார் முத்துராஜா? முருகன் என்பது யார்? இந்தக் கடிதங்கள் சுட்டும் இந்தப் பெயர்கள், இந்த வழக்குடன் தொடர்புடையவைதானா? எனில், எந்தளவு? சுந்தரி என்ற பெண் விழுப்புரத்திலிருந்து ஹரி பாபுவுக்குக் கடிதம் எழுதியிருக் கிறாள். காதல் கடிதம். அந்தக் கடிதம்தான் எத்தனை அதிர்ச்சி சுமந்திருக்கிறது?

வேண்டாம். நாம் இலங்கைக்கெல்லாம் போக வேண்டாம். இங்கேயே திருமணம் செய்துகொண்டு வாழலாம். நீ போகிற பாதை ஆபத்தாகத் தெரிகிறது. நமக்கு எதற்கு அதெல்லாம் என்று இந்தப் பெண் எதைச் சொல்கிறாள்?

முன்னதாக, ஹரி பாபுவுக்குக் கடிதம் எழுதியிருந்த பாக்கியநாதன் பிபிஎல் ஆல்ரவுண்டர்ஸ் என்றொரு அச்சகம் நடத்தி வருகிறார் என்பது தெரிந்திருந்தது. பாக்கியநாதனின் அச்சகம், ஹரி பாபு வீட்டில் பேப்பர் பண்டில்கள் - ஓரளவு ஒத்துப் போவதாகவே இருந்தது. ஆனால், அவரும் சுபா சுந்தரத்திடம் வேலை பார்த்தவர்தான் என்கிற விவரம் ரவி சங்கரன் மூலமாகத் தெரியவந்தபோதுதான் ஹரி பாபு - பாக்கியநாதன் - சுபா சுந்தரம் - விடுதலைப் புலிகள் என்று ஒரு நேர்க்கோடு போட்டு யோசிக்கத் தோன்றியது.

இடையே நளினியும் முருகனும் வந்தபோது எங்கள் வேலை மிகவுமே எளிதாகிப் போனது.

6

பார்த்த முகம்

ஹரிந்து நாளிதழுக்கு முதலில் போன அந்த பத்து புகைப்படங்களும் எங்களுக்குக் கிடைத்தபிறகு அவற்றை ப்ரிண்ட் போட்டு விசாரணை அதிகாரிகள் அனைவரிடமும் அளித்திருந்தோம். எதையும் விடாதீர்கள். யாரையும் விடாதீர்கள்; சந்தேகப் படும்படி யாராக இருந்தாலும் விசாரியுங்கள்; யார், என்ன தகவல் அளித்தாலும் அலட்சியம் செய்யாதீர் கள் என்று சொல்லியிருந்தோம்.

ஸ்ரீபெரும்புதூர் பொதுக்கூட்டத்துக்குச் சென்றிருந்த ஒரு பெண்மணி (இவர் மகளிர் காங்கிரஸ் பிரிவின் உறுப்பினர்) குர்தா பைஜாமா நபருடன் ஹரி பாபுவை அங்கே தாம் பார்த்ததாகச் சொன்னார். அவர் களுடன் மேலும் இரு பெண்கள் பேசிக்கொண் டிருந்ததாகச் சொன்ன அவரிடம் நாங்கள் ஹரி பாபு எடுத்த படங்களைக் காட்டியபோது, சரியாக அடையாளம் காட்டினார்.

நளினி. இது யார் புதிய முகம்? நாங்கள் யோசித்துக் கொண்டிருந்தபோது புலனாய்வில் ஈடுபட்டிருந்த அதிகாரி ஒருவர், ஹரி பாபுவின் வீட்டில் கிடைத்த தடயங்களின் அடிப்படையில் பாக்கியநாதனை விசாரிப்பதற்காகச் சென்றார். பிபிஎல் ஆல்ரவுண்டர் அச்சக உரிமையாளர் பாக்கியநாதன்.

பாக்கியநாதன், இளைஞர். இருபத்தி ஐந்து வயதுக்கு மேல் சொல்ல முடியாத தோற்றம். பி.காம் பட்டதாரி. அவரது தாயார் பெயர் பத்மா. அவர் மயிலாப்பூரில் உள்ள கல்யாணி நர்சிங் ஹோமில் நர்ஸாகப் பணியாற்றிக்கொண்டிருந்தார். அவருக்கு மகள் ஒருத்தி இருந்தாள். அவள் பெயர் கல்யாணி. அவளும் நர்ஸ்தான். சிறிய குடும்பம். தகப்பன் உடனில்லாத குடும்பம். பத்மா, தன் கணவருக்கு இரண்டாம் தாரம் என்பதால் சில குடும்பச் சிக்கல்கள் அவர்களுக்கு இருந்தன. பொருளாதாரச் சிக்கல் அதில் பிரதானமானது.

இந்த விஷயங்களெல்லாம் பாக்கியநாதனிடமிருந்து கிடைத்தாலும் உருப்படியாக ஒரு தடயம் அகப்படவில்லை. ஹரி பாபுவை அவருக்குத் தெரியும் என்ற ஒரு விஷயம் மட்டுமே எப்படி உதவும்?

அவரை விசாரித்துக்கொண்டிருந்த புலனாய்வு அதிகாரிக்கு மிகத் தற்செயலாகத்தான் ஒருநாள் அலுவலகத்தில் பொறி தட்டியது. நாங்கள் அப்போது ஹரி பாபு எடுத்த புகைப்படங்களை வைத்துக் கொண்டு விவாதித்துக்கொண்டிருந்தோம். இரு பெண்களின் அடையாளம் கண்டு, சுட்டிக்காட்டிய மகளிர் காங்கிரஸ் பெண்மணி பற்றிப் பேச்சுவர, அந்தப் புலனாய்வு அதிகாரி தற் செயலாக படத்தில் இருந்த நளினியைப் பார்த்து அதிர்ச்சி யடைந்தார்.

'ஓ, இவரை நான் பாக்கியநாதன் வீட்டில் சில சமயம் பார்த்திருக் கிறேனே?'

தூக்கிவாரிப் போட்டது எங்களுக்கு. என்றால், வட்டம் சுருங்கத் தொடங்கிவிட்டதா? நளினிக்கும் பாக்கியநாதனுக்கும் என்ன சம்பந்தம்? அவர் அப்படி ஒரு பெயரைச் சொல்லவே யில்லையே? பாக்கியநாதன் வீட்டு உறுப்பினர்கள் என்று அவரது அம்மாவும் தங்கையும் மட்டும்தானே அறிமுகமானார்கள்?

இதற்கிடையில் இன்னொரு விஷயம் நடந்தது. சம்பவம் நடந்த இரு நாள்கள் கழித்து தஞ்சாவூர் அருகே, தமிழக காவல் துறை அதிகாரிகள் ஒரு செக் போஸ்டில் பரிசோதனைப் பணியில் ஈடுபட்டிருந்தபோது சங்கர் என்கிற கோணேஸ்வரன் என்கிற விடுதலைப் புலி உறுப்பினர் ஒருவர் பிடிபட்டிருந்தார். அவரிட மிருந்த துண்டுச் சீட்டில் இரண்டு டெலிபோன் நம்பர்கள்

இருந்தன. 'நளினி தாஸ் - 2419493' என்று ஓர் எண். இன்னொன்று, 'சிவராசா - 2343402.'

அதன் அடிப்படையில் அந்த இரு எண்களுக்கும் போன் செய்து விசாரித்ததில் முதல் எண், அடையாறில் இருந்த அனபான் சிலிக்கான்ஸ் என்னும் நிறுவனத்தின் டெலிபோன் நம்பர் என்று தெரிந்தது. நளினி அங்கே பணியாற்றிக்கொண்டிருந்தார்.

இன்னொரு எண், போரூரில் உள்ள எபினேசர் ஸ்டோர்ஸ் என்னும் மளிகைக் கடையினுடையது.

வேறொரு புலனாய்வுப் பிரிவு அனபான் சிலிக்கான்ஸுக்குச் சென்று நளினியை முன்னதாக விசாரித்திருந்தது. குறிப்பிடத்தக்க தகவல் ஏதும் கிடைக்கவில்லை. 'எனக்கு தாஸைத் தெரியும், தாஸுக்குத் தெரிந்தவர்கள் யார் வேண்டுமானாலும் இருக்கலாம், எனக்கும் அவர்களுக்கும் என்ன சம்பந்தம்' என்று அவர் சொல்லியிருந்தார்.

நியாயம்தானே? அதிகாரிகள் தாஸ் யார் என்று விசாரிக்க போரூருக்குப் போயிருந்தபோதுதான் பாக்கியநாதன் வீட்டில் நளினியைப் பார்த்திருப்பதாக அந்த விசாரணை அதிகாரி சொன்னார்.

அதற்குமேல் காத்திருக்க அவசியம் இல்லை. மீண்டும் பாக்கிய நாதன். மீண்டும் விசாரணை. இம்முறை அவர் ஒப்புக்கொள் வதைத் தவிர வேறு வழியில்லை. ஆமாம். நளினி என் மூத்த சகோதரி. எனக்கு இரண்டு சகோதரிகள் உண்டு.

பாக்கியநாதனைக் கைது செய்வது என்று முடிவு செய்தோம். அவரது அச்சகத்துக்குச் சென்று அவரை அழைத்துக்கொண்டு அவரது வீட்டுக்குப் புறப்பட்டோம். அது ஒரு வழக்கம். ஒருவரைக் கைது செய்து அழைத்துச் செல்வதற்கு முன்னால் அவரது வீட்டுக்கு அழைத்துச் சென்று சாப்பிடச் சொல்லி கொஞ்சம் சகஜமாகப் பேச்சுக் கொடுப்போம். சூழ்நிலை சாதகமாகும்போது விஷயத்தைச் சொல்லி அதிக கலாட்டா இல்லாமல் கைது செய்வது ஒரு நடைமுறை.

அந்த மாதிரி பாக்கியநாதனை வீட்டுக்கு அழைத்துச் சென்று சாப்பிடவைத்தோம். ஒருவாறு அவர் விஷயத்தை ஊகித்திருக்க வேண்டும். இதற்குமேல் தப்பிக்க முடியாது. எப்படியும் கைது செய்துவிடுவார்கள்.

எனவே அவர் தப்பிக்கலாம் என்று முடிவு செய்தார். மிகவும் தாமதமான முடிவு. வீட்டிலிருந்து அவர் தப்பியோட முயற்சி செய்து, தோற்று, அழுதபடி கைதானார். கையோடு பாக்கிய நாதனின் அம்மா பத்மாவையும் கைது செய்தோம்.

நளினி இல்லை. தப்பித்திருந்தார்! அவரது அடையாறு அலுவலகத்துக்கு மீண்டும் சென்றபோது, அவர் ராஜினாமா கடிதம் எழுதி வைத்துவிட்டுப் போய்விட்டதாகச் சொன்னார்கள். வெறும் சந்தேகத்தின் அடிப்படையில் ஒரு பெண்ணைக் கைது செய்தால் அவரது வாழ்வுக்கு அது பிரச்னை என்று கருதியே நளினி விஷயத்தில் சற்று விட்டுப் பிடிக்கப் பார்த்தோம். அதுவே தவறாகிப் போனது.

நளினியை மட்டும் முதலிலேயே கைது செய்திருந்தால் வழக்கு இன்னமும் சீக்கிரம் முடிந்திருக்கும். இன்னமும் பல தாமதங் களைத் தவிர்த்திருக்க முடியும். ராஜிவ் காந்தி கொலை வழக்கைப் பொருத்தவரை நளினி என்கிற பெண் மிக முக்கியமான ஒரு நபர். நளினியைவிட அவரது காதல் மிக மிக முக்கியமானது.

அதைப் பிறகு விரிவாகப் பார்க்கலாம். இப்போது மீண்டும் பாக்கியநாதன்.

பாக்கியநாதனுக்கு அவர் படித்து முடித்தபிறகு சரியான வேலை ஏதும் கிடைத்திருக்கவில்லை. அவரது தாயார் பத்மா வேலை பார்த்த கல்யாணி நர்சிங் ஹோமில் சுபா சுந்தரத்தின் மனைவி பிரசவத்துக்காக வந்திருந்தபோது ஏற்பட்ட பரிச்சயத்தில், பாக்கியநாதனுக்கு சுபா ஸ்டூடியோவில் ஒரு வேலை வாங்கித் தர முடிந்திருந்தது. 1987 நவம்பரில் பாக்கியநாதன் சுபா ஸ்டூடியோவில் வேலைக்குச் சேர்ந்தார்.

ஸ்டுடியோவுக்கு விடுதலைப் புலிகள் இயக்கத்தைச் சேர்ந்த பலபேர் அவ்வப்போவது வந்து போவது வழக்கம் என்பதால் பாக்கியநாதனுக்கு அவர்களுடன் மெல்ல மெல்லத் தொடர்புகள் ஏற்பட்டிருக்கின்றன. முக்கியமாக முத்துராஜா.

இந்த முத்துராஜா என்பவர், இலங்கைத் தமிழர் அல்லர். தமிழ் நாட்டுக்காரர்தான். ஆனால் தமிழகத்தில் விடுதலைப் புலி களுக்காக அவரளவுக்கு உழைத்தவர்களை விரல் விட்டு எண்ணி விடலாம். அத்தனை பெரிய விசுவாசி.

முத்துராஜா மூலமாகவே பாக்கியநாதனுக்கு பேபி சுப்பிர மணியம் அறிமுகமாகியிருக்கிறார். தமிழ்நாட்டில் செயல்பட்டு வந்த விடுதலைப் புலிகள் அமைப்பின் அரசியல் பிரிவில் அவர் மிகவும் முக்கியமான ஒரு புள்ளி. எளிமையானவர். தன்மை யாகப் பேசுபவர். அறிவாளி. அவரோடு பழகத் தொடங்கி விரைவில் பாக்கியநாதனுக்கு பேபி சுப்பிரமணியத்தை மிகவும் பிடித்துப் போனது. அவர் எழுதிக்கொடுக்கும் அறிக்கைகள், சிறு வெளியீடுகளை டைப் செய்து கொடுத்து அவ்வப்போது உதவிகள் செய்வது பாக்கியநாதன் வழக்கம்.

பேபி சுப்பிரமணியத்தின் மூலம் அறிவு என்கிற பேரறிவாளன் (இவர் தமிழ்நாட்டுக்காரர். இவரது தந்தையார் ஒரு தீவிர திராவிடர் கழக ஆதரவாளர். விடுதலைப் புலிகளுக்கும் இவர்கள் தீவிர ஆதரவாளர்கள்), இரும்பொறை என்கிற இன்னொரு திராவிடர் கழக நபர், தாஸ் என்கிற இலங்கைத் தமிழர் என்று வரிசையாக அவருக்குத் தொடர்புகள் ஏற்பட்டிருந்தன.

பாக்கியநாதனின் குடும்பச் சூழல் அத்தனை சுமுகமாக இல்லை. பிரச்னைக்குரிய தகப்பன். வீட்டில் எப்போதும் சண்டை. ஒவ்வொருவருக்கும் அடுத்தவர் மீது குற்றச்சாட்டுகள் இருந்தன. பாக்கியநாதன் தனது தாயாருடன் அடிக்கடி சண்டை போடுவது வழக்கம். அந்த நாள்களில் எல்லாம் முத்துராஜாவின் அறையில் தான் தங்குவார்.

அந்தச் சமயங்களில் முத்துராஜா அவருக்கு இலங்கையில் நடக்கிற யுத்தம் குறித்தும் இந்திய அமைதிப்படை குறித்தும் பிரபாகரன் குறித்தும் இயக்கத்தின் பிற வீரர்கள் குறித்தும் ஏராளமான கதைகள் சொல்லுவார்.

முத்துராஜாவுடனான உரையாடல்கள் மூலமாகத்தான் பாக்கிய நாதன் விடுதலைப் புலிகளின் ஆதரவாளராகிப் போனார். பேபி சுப்பிரமணியத்துடனான பழக்கம் அதை மேலும் உறுதி செய்தது.

பேபி சுப்பிரமணியம் அப்போது சென்னையில் ஓர் அச்சகம் நடத்திக்கொண்டிருந்தார். விடுதலைப் புலிகள் இயக்கத்தின் பிரசார ஏடுகள் அதில் அச்சாகிக்கொண்டிருந்தன. 1990ம் ஆண்டு ஏப்ரலில் முத்துராஜாவும் பேபியும் இலங்கை செல்வதாக முடிவானபோது பாக்கியநாதனைக் கூப்பிட்டு, 'அச்சகத்தை நீ எடுத்து நடத்து' என்று சொல்லியிருக்கிறார்கள். ஐம்பதாயிரம் ரூபாய்க்கு அச்சகத்தை விற்பதாகப் பத்திரம் எழுதி, ஐயாயிரம்

ரூபாய் மட்டுமே பாக்கியநாதனிடம் பெற்றுக்கொண்டு அச்சகத்தைக் கொடுத்தார்கள்.

மிச்சப்பணத்தை நான் எப்படிக் கட்டுவேன்? பாக்கியநாதனுக்கு அதுதான் கவலை.

அது ஒன்றும் பிரச்னையில்லை. புலிகள் அமைப்பின் பத்திரிகை களான 'தமிழீழம்', 'உறுமல்' போன்ற இதழ்கள் அந்த அச்சகத்தில்தான் அதுவரை அச்சாகி வந்தன. அவற்றைத் தொடர்ந்து அச்சிட்டுக் கொடுத்து மிச்சப்பணத்தைக் கழித்துக் கொள்ளலாம் என்று சொல்லப்பட்டது.

பிபிஎல் ஆல்ரவுண்டர்ஸின் உரிமையாளராக பாக்கியநாதன் ஆன விதம் இதுதான்.

இந்த விவரங்கள் பாக்கியநாதனின் தாயார் பத்மாவை விசாரித்த போதும் கிடைத்து, கிடைத்த விவரங்கள் உண்மையானதுதான் என்பதை உறுதி செய்தன.

என்ன இருந்து என்ன? நளினியைத் தப்பவிட்டுவிட்டோம். அவர் பிடிபடவேண்டும். அது முக்கியம். அதுதான் முக்கியம். அவர் கிடைத்தால், அவருடன் தப்பியிருந்த அந்த தாஸ் என்கிற நபரும் சிக்குவார். நளினியும் தாஸும் காதலர்களாமே?

நாங்கள் சுறுசுறுப்பாக நளினியைத் தேடத் தொடங்கினோம்.

7

நளினி கிடைத்தார்!

மே 21ம் தேதி ராஜிவ் காந்தி படுகொலை செய்யப் பட்டதற்குச் சரியாக ஐந்து நாள் கழித்து, மே 25ம் தேதி நளினிக்குப் பிறந்த நாள். 24ம் தேதி மாலை நளினி, தாஸ் என்கிற முருகனுடன் வில்லிவாக்கத் தில் இருந்த தன்னுடைய வீட்டுக்கு அருகே உள்ள ஒரு பிள்ளையார் கோயிலுக்குப் போனார். (நளினியின் தாயார் பத்மா, பாக்கியநாதன் ஆகியோர் வசித்து வந்த வீடு ராயப்பேட்டையில் இருந்தது. குடும்பத் தகராறுகள் காரணமாக நளினி வில்லிவாக்கத்தில் தனியே ஒரு வீடு வாடகைக்கு எடுத்து வசித்து வந்தார். சண்டைகள் முடிந்து உறவு சுமுகமான பிறகும் இந்தத் தனி வாடகை வீடு அவர்கள் வசமே இருந்தது. தணு, சுபா இருவரும் சென்னைக்கு வந்தபோது அவர்கள் தங்குவதற்கு வசதியாக இருக்கும் என்று முருகன் சொல்லி, தொடர்ந்து அந்த வீட்டிலேயே நளினி இருந்தார். இந்த விவரங்கள் பின்னால் தெரியவந்தன.) இருபத்தி ஆறாம் தேதி காலை, தனது பிறந்தநாளை முன்னிட்டுப் பிள்ளையாருக்கு ஓர் அபிஷேகம் செய்யவேண்டும் என்று அங்கிருந்த குருக்களிடம் சொல்லிவிட்டு, செலவுக்கு நூறு ரூபாய் பணமும் கொடுத்தார்.

‘இருபத்தி ஆறாம் தேதி காலை நான் பூஜைக்கு வந்துவிடுவேன். ஒருவேளை நான் வராவிட்டாலும் பூஜை தடைப்பட வேண்டாம். நீங்கள் அபிஷேகத்தை முடித்து பிரசாதத்தை என் பக்கத்து வீட்டுக்காரர் எத்திராஜிடமோ அவரது மனைவியிடமோ கொடுத்துவிடுங்கள்’ என்று சொல்லிவிட்டுப் போனார்.

சொல்லி வைத்த மாதிரி 25ம் தேதி காலை சிவராசன் வில்லிவாக்கத்துக்கு வந்தார். நாம் உடனே திருப்பதி புறப்பட வேண்டும் என்று சொன்னார்.

திருப்பதிக்கா? என்ன விஷயம்?

நளினி கேட்டபோது நேர்த்திக் கடன் என்று சிவராசன் பதில் சொன்னார். நளினி அன்றே ராயப்பேட்டை வீட்டுக்குச் சென்று பாக்கியநாதனிடம் திருப்பதி செல்ல ஒரு கார் ஏற்பாடு செய்யும்படி சொன்னார்.

‘ஒரு விஷயம். நம்முடன் உன்னுடைய அம்மாவும் வந்தால் மிகவும் வசதியாக இருக்கும். ஒரு பாதுகாப்புக்கூட’ என்றார் சிவராசன்.

எனவே அவர்கள் மொத்தமாகப் புறப்பட்டார்கள்.

வில்லிவாக்கம் பிள்ளையாருக்கு அபிஷேகம் ஆரம்பித்தபோது நளினி, சுபா, சிவராசன், முருகன், பாக்கியநாதன், பத்மா அனைவரும் திருப்பதியில் தரிசனம் செய்துகொண்டிருந்தார்கள். முன்னதாக நளினி அங்கே அங்கப்பிரதட்சிணம் செய்தார்.

இரண்டு காட்டேஜ் எடுத்துத் தங்கி, தரிசனம் முடித்து, வாடகைக் காரில் அவர்கள் சென்னை திரும்பி அவரவர், அவரவர் இருப்பிடங்களுக்குப் போனார்கள். நளினி, அதற்குமேல் வில்லிவாக்கம் வீட்டை வைத்துக்கொண்டிருக்க வேண்டாம் என்று முடிவு செய்து, அன்றே அந்த வீட்டை காலி செய்தார். ஓர் ஆட்டோவில் பொருள்களை ஏற்றிக்கொண்டு ராயப்பேட்டை வீட்டுக்குக் கொண்டு வந்து போட்டார்.

முருகனும் நளினியும் தங்குவதற்கு மடிப்பாக்கத்தில் முருகன் ஒரு வீடு பார்த்திருப்பதாகச் சொல்லியிருந்தார். ‘நீ பாட்டுக்கு ஆபீஸ் போய்க்கொண்டிரு, ஜூன் 7ம் தேதி பெசண்ட் நகர் அஷ்ட லட்சுமி கோயிலுக்கு வா. அங்கே சிவராசன் உன்னைச் சந்திப்பார்.

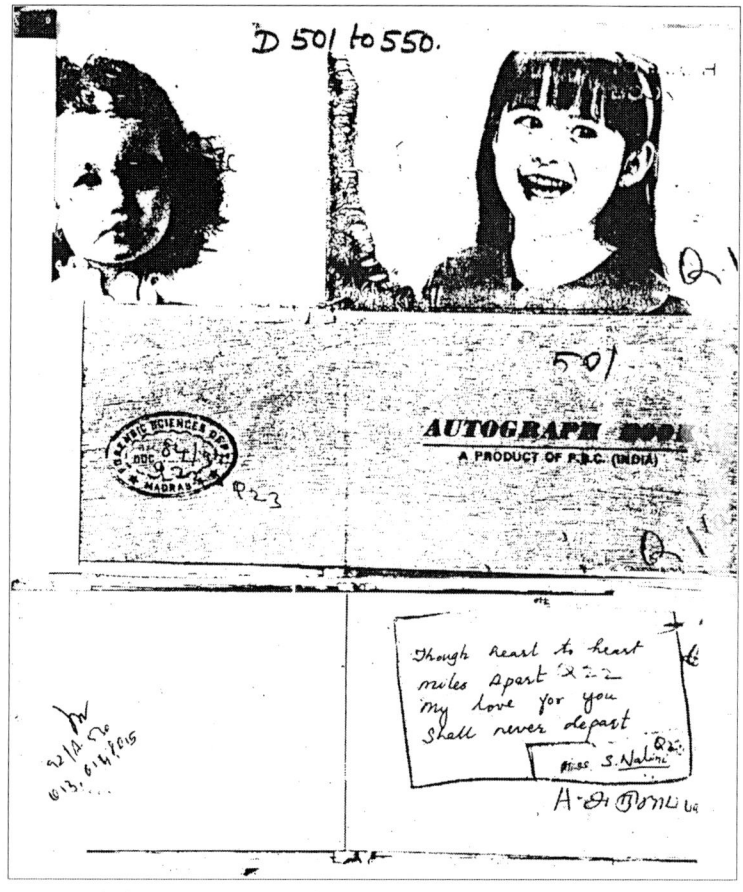

நளினி, சுபாவுக்கு ஆட்டோகிராப் புத்தகத்தில் எழுதிக்கொடுத்த வரிகள்

அதன்பிறகு மற்ற விஷயங்களைப் பார்த்துக்கொள்ளலாம்' என்று சொல்லிவிட்டு முருகன் பாக்கியநாதனின் அச்சகத்துக்குக் கிளம்பிப் போனார். இடைப்பட்ட நாள்களில் அவர் அங்கேதான் தங்கிக்கொண்டிருந்தார்.

ஜூன் 4ம் தேதி முருகனும் நளினியும் மேற்கு மாம்பலத்தில் இருந்த ஒரு பெண் மருத்துவரிடம் சென்றார்கள். நளினியைப் பரிசோதித்த அந்த டாக்டர், அவர் கர்ப்பமாகியிருப்பதை உறுதி செய்தார். அன்றிரவு அவர்கள் மடிப்பாக்கம் வீட்டுக்குச் சென்று தங்கினார்கள்.

ஜூன் 6ம் தேதி நளினி, தன் தங்கை கல்யாணியிடம் வில்லி வாக்கம் வீட்டு ஓனரைச் சந்தித்து, வீடு காலி செய்த விவரத்தைச் சொல்லி செட்டில் பண்ணிவிடக் கேட்டுக்கொண்டார். மறுநாள் திட்டமிட்டபடி அஷ்டலட்சுமி கோயிலில் சிவராசன், நளினியைச் சந்தித்தார்.

'நிலைமை சரியில்லை. சி.பி.ஐ. மிகவும் ஆழமாக விசாரிக்கத் தொடங்கிவிட்டது. நாம் சென்னையில் தொடர்ந்து தங்குவது நல்லதல்ல. நீ எங்களுடன் இலங்கைக்கு வந்துவிடு' என்று சிவராசன் சொன்னார்.

அவரோடு சுபாவும் வந்திருந்தார். சுபாவுக்குச் சற்று உடல்நிலை சரியில்லாமல் இருந்தது. நளினி, அவரை பெசண்ட் நகரில் ஒரு பெண் மருத்துவரிடம் காட்டி சிகிச்சைக்கு ஏற்பாடு செய்தார். அந்த மருத்துவரின் கிளினிக் ரிஜிஸ்டிரேஷன் கார்டில் 'சுபா' என்று பெயர் எழுதி தனது தாயின் ராயப்பேட்டை முகவரியை அளித்திருந்தார். (பின்னால் இது நளினி சொன்னதன்பேரில் கைப்பற்றப்பட்டது.)

என்ன தோன்றியதோ, புறப்படும்போது ஒரு ஆட்டோகிராப் நோட்புக் வாங்கி சுபாவுக்காக அதில் சில வரிகள் எழுதிக் கையெழுத்திட்டுக் கொடுத்துவிட்டுப் போனார்.

நளினிக்கு பயமாக இருந்தது. கவலையாக இருந்தது. அன்றிரவு அவர் உறங்கவில்லை. மறுநாள் காலை விடிந்ததும் தன் தாயை அழைத்து, நாம் தற்கொலை செய்துகொள்ளலாம் என்று சொன்னார். முந்தைய நாள் இரவே ஒரு விஷ மருந்தும் வாங்கிச் சென்றிருந்தார்.

என்ன தோன்றியதோ, பிறகு தற்கொலை எண்ணத்தைக் கை விட்டுவிட்டுத் தப்பிக்க முயற்சி செய்யலாம் என்று தீர்மானித்தார்.

ஜூன் ஒன்பதாம் தேதி காலை நளினி அண்ணா சாலையில் உள்ள சாந்தி தியேட்டர் வாசலுக்குச் சென்று காத்திருந்தார். முருகனை அங்கே சந்திப்பதாக ஏற்பாடு. இருவரும் முதலில் திருப்பதிக்குப் போனார்கள். ஏற்கெனவே சென்று நேர்த்திக் கடன் செலுத்திவிட்டு வந்த அதே இடம். முருகன் அங்கே மொட்டையடித்துக்கொண்டார். அங்கே ஒருநாள் தேவஸ்தானத் துக்குச் சொந்தமான சத்திரத்தில் தங்கிவிட்டு, அங்கிருந்து மதுரைக்கு வந்தார்கள்.

மதுரையில் ரவி என்கிற நபர் நளினிக்கு ஏற்கெனவே அறிமுக மானவர். அவருடன் ஒரு சமயம் வேலை பார்த்தவர். அவருடைய வீட்டில் ஒரு நாள் தங்கிவிட்டு, அங்கிருந்து புறப் பட்டு விழுப்புரம் சென்றார்கள். விழுப்புரத்தில் ஹரி பாபுவின் காதலியான சுந்தரி வசித்துக்கொண்டிருந்தாள். விஷயத்தைச் சொல்லி அங்கே தங்க அனுமதி கேட்டபோது சுந்தரியின் அம்மா மறுத்துவிட்டார். வேண்டாம், ஆபத்து. உங்களுக்கு மட்டுமல்ல. எங்களுக்கும். எங்காவது போய்விடுங்கள்.

வேறு வழியில்லாமல் அங்கிருந்து புறப்பட்டு பெங்களூர். அங்கிருந்து தாவணகரே. அங்கே சசிகலா என்கிற நளினியின் தோழி ஒருவர் பள்ளி ஆசிரியையாக இருந்தார். அவரைச் சந்தித்து முழு விவரம் சொல்லித் தங்களுக்கு உதவக் கேட்டுக்கொண்டார் நளினி.

சசிகலாவின் கணவருக்கு அது சரிப்படவில்லை. வேண்டாம், ஆபத்து. நீங்கள் போய்விடுங்கள்.

எனவே திரும்பவும் விழுப்புரத்துக்கு வந்து சேர்ந்தார்கள். மீண்டும் சுந்தரியின் வீடு. ஆனால் இம்முறை வீடு பூட்டி யிருந்தது. விசாரித்தபோது அவர்கள் சென்னைக்குச் சென்றிருப்ப தாகப் பக்கத்தில் தகவல் கிடைத்தது.

இருக்க இடமில்லாமல் நளினியும் முருகனும் அதன்பிறகு திரும்பவும் புறப்பட்ட இடத்துக்கே திரும்பத் தீர்மானித்தார்கள்.

மேற்கண்ட விவரங்கள் அனைத்தும் நளினி அளித்த வாக்கு மூலத்தின் ஒரு பகுதி. நாங்கள் நளினியைத் தேடுவது என்று முடிவு செய்ததும் உறவினர் வீடுகளுக்குப் போய் நேரத்தை வீணாக்காதீர்கள், அவரது நண்பர்களைப் பிடியுங்கள் என்றுதான் புலனாய்வு அலுவலர்களிடம் சொன்னேன்.

ஏனென்றால் நளினி தனியே செல்லவில்லை. தன்னுடன் தன்னுடைய காதலனை அழைத்துச் சென்றிருக்கிறார். எனவே உறவுக்காரர்களைவிட நண்பர்களைத்தான் அவர் அதிகம் நம்பக் கூடும் என்று எனக்குத் தோன்றியது. தவிரவும் தமிழகம் முழுதும் அதற்குள் நளினி, சுபா, சிவராசன் புகைப்படங்கள் பிரபலமாகி யிருந்தன. அவருக்கு அடைக்கலம் கொடுக்க விரும்புகிறவர்கள் இங்கே குறைவாகவே இருப்பார்கள் என்றும் தோன்றியது.

நளினி வேலை பார்த்த இடங்கள், அவர் வசித்த வில்லிவாக்கம் வீட்டுப் பகுதி, ராயப்பேட்டை வீட்டுக்கு அருகே இருந்தவர்கள் அனைவரிடமும் விசாரித்து நளினியின் தொடர்புகள் பற்றி ஓரளவு தகவல் சேகரித்திருந்தோம். அதனைக் கொண்டு, அவர் செல்லக்கூடிய இடங்கள் என்று சிலவற்றைத் தேர்ந்தெடுத்து அங்கெல்லாம் புலனாய்வு அதிகாரிகளை முன்னதாக அனுப்பி வைத்திருந்தோம்.

அப்படி விழுப்புரத்துக்குச் சென்ற புலனாய்வு அதிகாரி கிருஷ்ண மூர்த்திக்கு ஒரு தகவல் கிடைத்தது. ஏற்கெனவே எங்கள் பட்டியலில் இருந்த சுந்தரியின் வீட்டுக்கு அவர் சென்றதும், வீடு பூட்டியிருந்ததும், பக்கத்து வீட்டுப் பெண்மணி நளினியிடம் ஒப்புவித்த தகவலை அவரிடமும் சொல்லியிருக்கிறார்.

'என்னாங்க இது? இப்பத்தான் ஒரு பொண்ணு வந்து கேட்டுட்டுப் போச்சு. இப்ப நீங்க வந்து கேக்கறிங்க. அவங்க மெட்ராசுக்குப் போயிருக்காங்க. வந்து கேட்ட பொண்ணும் மெட்ராசுக்குப் போறதாத்தான் பேசிக்கிச்சி.'

'யாருகிட்ட பேசிச்சிம்மா?'

'கூட ஒரு பையன் வந்திருந்தானே? கருப்பா, ஒல்லியா, மொட்டை அடிச்சிக்கிட்டு?'

முருகன்!

அங்கிருந்து அவர் மல்லிகைக்கு போன் செய்து விவரம் சொன் னார். நளினியும் முருகனும் சென்னை வருகிறார்கள். கவனம்.

எனக்கு ஒரு விஷயம் உறுதியாகப் பட்டது. கண்டிப்பாக அவர்கள் ரயில் பயணத்தைத் தேர்ந்தெடுக்க மாட்டார்கள்! இயல்பாகவே விழுப்புரத்திலிருந்து சென்னைக்கு வர பஸ்கள்தான் அதிகம் என்பது ஒருபுறமிருக்க, பஸ் பயணமே பாதுகாப்பானது என்று நளினி நினைக்கக்கூடும் என்று தோன்றியது.

இருப்பினும் எவ்விதமான பிரச்னையும் இல்லாமல் அவர் களைப் பிடிக்க அனைத்து இடங்களிலும் ஆள்களை நிறுத்தி வைக்க ஏற்பாடு செய்யப்பட்டது. பாரிமுனை பஸ் நிலையம், சென்ட்ரல் ஸ்டேஷன், எழும்பூர் ஸ்டேஷன், மவுண்ட் ரோடு என்று வரிசையாக ஆள்களை நியமித்துவிட்டு சைதாப்பேட்டை

யிலும் கிண்டியிலும் ஒரு செட் அதிகாரிகளைக் காவலுக்கு நிற்கச் சொன்னேன்.

'எதற்கு சைதாப்பேட்டை, கிண்டி? அங்கே இறங்க வாய்ப்போ அவசியமோ இல்லையே' என்று சகாக்கள் சிலர் கேட்டார்கள். ஆனால் ஏனோ எனக்கு அப்படியொரு சாத்தியம் இருப்பதாகப் பட்டது. சென்னைக்கு வருகிற முருகன் நிச்சயமாகத் தன்னைத் தேடிக்கொண்டிருக்கும் சி.பி.ஐயைக் குறைத்து மதிப்பிட மாட்டான் என்று நினைத்தேன். ஒரு பாதுகாப்பு கருதி, கொஞ்சம் முன்னால் இறங்கிக்கொண்டு ஆட்டோ அல்லது வேறு ஏதாவது வழியில் தன் இடத்துக்குப் போகவே விரும்பக்கூடும் என்று தோன்றியது.

ஆகவே சைதாப்பேட்டை மற்றும் கிண்டியில் நிறுத்திய சி.பி.ஐ. ஆள்களை மிகவும் கவனமாக இருக்கச் சொல்லிவிட்டு வீட்டுக்குச் சென்றேன். முன்னதாக இரண்டு நாள்கள் இரவு பகல் பாராமல் அலைந்து களைத்து, சரியாகச் சாப்பிடக் கூட இல்லை. சாப்பிட்டுவிட்டுத் திரும்பலாம் என்று போயிருந்த வேளை போன் வந்துவிட்டது. அழைத்தவர், ஹெட் கான்ஸ்டபிள் முத்தையா.

'சார், நீங்கள் சொன்னது சரி. முருகனும் நளினியும் சைதாப் பேட்டை பஸ் ஸ்டாண்டில் இறங்கினார்கள். பிடித்துவிட்டோம். மல்லிகைக்கு அழைத்து வந்துவிட்டோம்.'

நான் அவருக்கு கவனமாகக் கையாளும்படி எச்சரிக்கை செய்து விட்டு அள்ளி அடைத்துக்கொண்டு புறப்பட்டேன்.

சைதாப்பேட்டையில் அவர்கள் பிடிபட்டபோது, இருவரும் காதலர்கள் என்று தெரியும். ஆனால் அவர்களது காதல் எப்படிப் பட்டது என்பது எங்களுக்குத் தெரியாது. அந்தக் காதல்தான் இந்த வழக்கை விரைந்து முடிக்கவே உதவப்போகிறது என்பதும் தெரியாது!

8

அவரை அடிக்காதீர்கள்!

‘உங்கள் பெயர்?’

‘நளினி.’

‘வயது?’

‘இருபத்தி ஏழு.’

‘என்ன படித்திருக்கிறீர்கள்?’

‘எம்.ஏ.’

‘என்ன வேலை பார்க்கிறீர்கள்?’

‘அனபாண்ட் சிலிக்கான் பிரைவேட் லிமிடெட் என்னும் நிறுவனத்தின் நிர்வாக இயக்குநருக்கு பி.ஏவாக இருந்தேன்.’

‘இந்த வழக்கில் எப்போது கைது செய்யப் பட்டீர்கள்?’

‘14.6.91.’

‘உங்களிடம் பேசிக்கொண்டிருக்கும் நான் ஒரு போலீஸ் சூப்பிரின்டென்டென்ட் என்பது உங்க ளுக்குத் தெரியுமா?’

'தெரியும்.'

'நீங்கள் சுயமாக வாக்குமூலம் அளிக்க விரும்புகிறீர்களா?'

'ஆம்.'

'அப்படி எந்த வாக்குமூலமும் அளிக்கவேண்டுமென்று சட்டம் ஒன்றுமில்லை. அது உங்களுக்குத் தெரியுமா?'

'தெரியும் சார். கட்டாயம் ஒன்றுமில்லைதான். ஆனால் நான் அளிக்க விரும்புகிறேன்.'

'நீங்கள் அளிக்கும் வாக்குமூலம் ஒருவேளை உங்களுக்கு எதிரான சாட்சியமாகப் பயன்படுத்தப்படலாம் என்பது தெரியுமா?'

'தெரியும் சார்.'

'இப்படி ஒரு வாக்குமூலம் அளிக்கச் சொல்லி உங்களை யாராவது மிரட்டினார்களா?'

'இல்லை. அப்படி எதுவும் இல்லை.'

'உங்களை யாராவது அடித்து, உதைத்து, துன்புறுத்தினார்களா?'

'இல்லை. யாரும் என்னைத் துன்புறுத்தவில்லை.'

எஸ்.பி. தியாகராஜன் என்பவரிடம் நளினி இவ்வாறு சொல்லி விட்டுத் தன்னுடைய வாக்குமூலத்தை அளிக்கத் தொடங்கினார். ராஜிவ் கொலை வழக்கில் எங்களுக்குப் பல கதவுகள் திறக்கத் தொடங்கியது அதன்பிறகுதான்.

நளினியை சைதாப்பேட்டையில் கைது செய்து அழைத்து வந்த போது முருகனையும் அவரையும் மல்லிகை அலுவலகத்திலேயே வேறு வேறு அறைகளில்தான் வைத்தோம். ஆரம்பப் பதற்றம், அச்சம், குழப்பங்கள் அனைத்தும் விலகி அவர்கள் சற்று நிதானத்துக்கு வந்த பிறகுதான் பொதுவாக விசாரணையைத் தொடங்குவோம்.

நளினியைப் பார்த்தபோது அவரது முகத்தில் பெரிய கலவர உணர்வோ, பதற்றமோ தெரியவில்லை. அவர் படித்தவர் என்பது தெரிந்தது. தன்னை மிகவும் கட்டுப்படுத்திக்கொள்கிறார் என்று நினைத்தேன். அநாவசியமாக எதுவும் பேசவேண்டாம்

என்று முடிவு செய்கிறவர்கள்தாம் அப்படி அமைதியாக இருக்க முயற்சி செய்வார்கள்.

ஆனால் எனக்கு நளினி பேசியாக வேண்டும். ஒப்புக்குக் கொஞ்சம் பேசுவதல்ல. அவர் நிறைய பேச வேண்டும். முழுமையாகப் பேசவேண்டும். உண்மையைப் பேசவேண்டும். எதையும் மாற்றிச் சொல்லித் திசை திருப்பினால் மிகவும் பிரச்னை. ராஜிவ் கொலை வழக்கைப் பொருத்தவரை குற்றவாளிகளுக்கு நளினி ஒரு மையப்புள்ளியாக இருந்து செயல்பட்டிருக்கிறார் என்பதை நாங்கள் உணர்ந்திருந்தோம். ஹரி பாபு, பாக்கியநாதன், சுபாசுந்தரம், முருகன், சிவராசன் என்று தொடர்புடைய அனைத்து நபர்களும் நளினியை மையமாக வைத்தே திட்டத்தை வகுத்து, செயல்படுத்தி, முடித்திருக்கிறார்கள் என்று தெளிவாகத் தெரிந்தது. இந்தத் திட்டமே நளினியின் உதவியில்லாமல் முடிந்திருக்காது என்பதில் எந்த சந்தேகமும் இல்லை.

படித்த பெண். கீழ் மத்தியதர வர்க்கத்தினருக்கே உரிய கஷ்டங் களை அனுபவிக்கும் பெண். குடும்பம் என்று ஒன்று உண்டென் றாலும் உறவுகள் அத்தனை சரியாக அமையாத பெண். நிறைய நண்பர்கள், தொடர்புகள் உள்ள பெண். தவிரவும் விடுதலைப் புலிகளின் நோக்கத்தைச் சரியாகப் புரிந்துகொண்டவர். உதவ வேண்டும் என்கிற எண்ணத்தை ஏற்படுத்தி விட்டபிறகு, பின்வாங்குவாளோ என்று அச்சப்படவே வேண்டாத அளவுக்கு மன உறுதியும் துணிச்சலும் வாய்ந்த பெண்.

பாக்கியநாதன் மூலம் நளினியைப் பிடித்ததுதான் முருகனின் சாமர்த்தியம். முருகன் இருந்ததுதான் சிவராசனின் பலம். சிவராசன்தான் திட்டத்தின் சூத்திரதாரி.

எனவே எங்களுக்கு நளினி முழுமையாக உண்மை பேசியாக வேண்டிய அவசியம் இருந்தது.

மல்லிகையில் நளினியைக் கொண்டு வந்து ஓர் அறையில் வைத்துப் பூட்டியபிறகு கார்த்திகேயன், அவரை யாரும் அடித்துத் துன்புறுத்த வேண்டாம் என்று முதலிலேயே சொன்னார். போலீஸ் விசாரணையில் அதுவும் ஒரு பகுதி. அவசியமானால் மட்டும் பயன்படுத்தப்படும் உத்தி.

ஆனால் நளினி விஷயத்தில் அதனைக் கடைப்பிடிக்க வேண்டாம் என்று அனைவருமே நினைத்தோம். பெண் என்பது மட்டும்

காரணமல்ல. அவரைப் புதையலாகவே நினைத்தோம். எவ்வித ஆபத்தும் இல்லாமல், சிக்கல் வராமல், அவரிடமிருந்து உண்மைகளை வாங்க முடியுமானால் ஒற்றைக்கண் சிவராசனைப் பிடிக்க முடியலாம். வேறு பலரும் அகப்படக்கூடும். அதுநாள் வரை தன்னிஷ்டத்துக்குச் சென்றுகொண்டிருந்த புலனாய்வு ஒரு நேர்ப்பாதைக்கு வந்துவிடும். விரைவில் முடியும் சாத்தியம் அதிகரிக்கும்.

எனவே ஆரம்ப விசாரணைகள், தகவல் பதிவு சடங்குகள் முடிந்த பிறகு நளினி கைதான அன்று இரவு நான் அவரைத் தனியே அறைக்குச் சென்று சந்தித்தேன். அமைதியாக என்னை அறிமுகப் படுத்திக்கொண்டு மெல்லப் பேச்சுக் கொடுக்க ஆரம்பித்தேன்.

'சாப்பிட்டியாம்மா?'

அவருக்கு உணவுக்கு ஏற்பாடு செய்தேன். நிறைய நம்பிக்கை சொன்னேன். எதற்கும் அச்சப்படாமல் தெரிந்ததை உள்ளபடி பேசினால், பிரச்னை ஏதும் வராது என்று எடுத்துச் சொன்னேன். நாங்கள் குறி வைத்திருப்பது சிவராசனைத்தான், அவன் கிடைத்து விட்டால் மற்றவர்களுக்குத் தொந்தரவு இருக்காது என்பதை வலியுறுத்தினேன். போலீஸ் விசாரணைகளின் பல்வேறு வடிவங்கள் குறித்து சாங்கோபாங்கமாக விவரித்து, ஆனால் நளினிக்கு அடி, உதைகள் ஏதும் இருக்காது என்று உத்தரவாதம் அளித்தேன்.

அந்த இடத்தில் நளினி வாய் திறந்தார்.

'அவரை அடிச்சிங்களா? அடிக்காதிங்க. அவரை ஒண்ணும் பண்ணிடாதிங்க!'

அவர்?

'தாஸ்... என் காதலர்.'

தாஸ் தான் முருகன் என்கிற விவரம், முருகன் மூலமாகவே சிவராசன் நளினிக்கு அறிமுகமான விவரம் அப்போது தெரிய வந்தன.

'யாரையும் அடிச்சித்தான் விவரம் வாங்கணும்னு எங்களுக்குச் சட்டம் ஏதும் இல்லைம்மா. எதுக்கு அடிக்கணும்? உண்மையை நீங்க சரியா சொல்லிட்டா எந்தப் பிரச்னையும் இல்லை.'

'இல்லை... அவரை அடிக்காதிங்க. நான் எல்லாத்தையும் சொல்லிடறேன். எனக்காக அவரை ஒண்ணும் பண்ணாதிங்க. அவர் நல்லா இருக்கணும்.'

நளினி அப்போது கர்ப்பம் சுமந்திருந்த பெண். சந்தோஷத்தை அனுபவிக்க முடியாத நெருக்கடியில் இருந்தார். இனி என்ன ஆகப்போகிறதோ என்கிற பதைப்பு ஒவ்வொரு வினாடியும் அவருக்கு இருந்தது. தனது காதலனுக்கு எதுவும் நேர்ந்துவிடக் கூடாது என்கிற தவிப்பு அனைத்துக்கும் மேலாக இருந்தது.

நான் அவருக்கு உத்தரவாதம் அளித்தேன். அச்சப்படாதே. நான் பார்த்துக்கொள்கிறேன். முருகனை அடிக்க மாட்டார்கள். நீ உண்மை பேசு. உனக்கு என்ன வேண்டுமென்று சொல்.

நளினியை ஒரு பெண் மருத்துவரிடம் அழைத்துச் சென்று பரிசோதித்தேன். அவருக்குத் தேவையான மருந்து மாத்திரைகள் வாங்கிக் கொடுத்தேன். நிறையப் பேசி அவரை அமைதிப் படுத்தினேன். அதன் பிறகு அவர் பேசத் தொடங்கினார்.

சதி எப்படிப்பட்டது என்கிற முழு விவரமே அப்போதுதான் எங்களுக்கு முதல் முறையாகத் தெரியவந்தது.

9

டெல்லியில் முடியுமா?

1987-ம் ஆண்டு ஜூலை 30ம் தேதி பலாலி ராணுவ விமானப்படைத் தளத்தில் முதல் முதலாக இந்திய அமைதிப்படை (IPKF) சென்று இறங்கியது. ராஜீவ் காந்தி - ஜெயவர்த்தனேவுக்கு இடையிலான அமைதி ஒப்பந்தத்தை அடுத்து, இலங்கையில் நடைபெற்றுக்கொண்டிருந்த உள்நாட்டுப் போரை நிறுத்தி, அமைதியை நிலைநாட்ட அந்நாட்டு அரசு ஒப்புக்கொண்டிருந்தது. போர் நிறுத்தத்தைக் கண் காணிக்க இந்தியா அனுப்பிய அந்தப் படைதான் பிரச்னையின் தொடக்கம்.

இந்திய அமைதிப்படைக்கும் விடுதலைப் புலி களுக்கும் இடையே ஏற்பட்ட கடும் யுத்தம், இலங்கைத் தமிழர் மத்தியில் - குறிப்பாக, விடு தலைப் புலிகள் மத்தியில் மிகப்பெரிய மனக் கசப்பை ஏற்படுத்தியிருந்தது. அமைதிப்படை என்ற பெயரில் புலிகளை ஒழிப்பதற்காகவே இந்திய ராணுவம் வந்திருக்கிறது என்று விடுதலைப் புலிகள் குற்றம் சாட்டினார்கள். இரு தரப்புக்கும் இடையே நடைபெற்ற யுத்தமும் அதன் உச்சத்துக்குச் சென்றுகொண்டிருந்ததே தவிர அமைதிக்கான வழி புலப்படுவதாயில்லை.

அந்த யுத்த சமயத்தில் புலிகள் தரப்பில் ஏற்பட்ட இழப்புகள், பிரபாகரனுக்கு மிக நெருக்கமான சில மூத்த போராளிகள் உயிரிழக்க நேர்ந்த சம்பவங்கள், யாழ்ப்பாணத்தில் பொது மக்களுக்கு நேர்ந்த சங்கடங்கள், பலாத்கார நிகழ்வுகள், உயிரிழப்பு மற்றும் உடைமை இழப்புகள், மக்கள் கூட்டம் கூட்டமாக அகதிகளாக வெளியேற வேண்டி ஏற்பட்ட நெருக்கடிகள் அனைத்தும் சேர்ந்து அன்றைய இந்தியப் பிரதமர் ராஜிவ் காந்தியின்மீது விடுதலைப் புலிகள் அமைப்புக்கு மிகப் பெரிய விரோதத்தை உண்டாக்கியது. பிரபாகரன், தன்னுடைய கோபத்தைச் சில பேட்டிகளில் அப்போதே வெளிப்படுத்தி யிருந்தார். 'ராஜிவ் காந்தி தங்களுக்கு துரோகம் செய்துவிட்டார்' என்றே அவர் பேசிய தருணங்களும் உண்டு.

விடுதலைப் புலிகளின் அகராதியில் துரோகம் என்பதற்கு ஒரே தண்டனைதான். இது உலகுக்கே தெரியும். அந்த வகையில் ராஜிவ் காந்தி உயிருக்குப் புலிகளால் ஆபத்து உண்டு என்பது இந்திய உளவு அமைப்புகளுக்கு மட்டும் தெரியாத விஷயம் என்பது பிறகு தெரியவந்தது!

அது மட்டுமல்லாமல், விடுதலைப் புலிகள் சார்பில் அப்போது இந்திய அமைதிப் படைகள் இலங்கையில் நிகழ்த்திய கொடூரங் களைச் சித்திரிக்கும் விதமாக 'சாத்தானின் படைகள்' என்றொரு பிரம்மாண்டமான புத்தகமும் அச்சிடப்பட்டிருந்தது. அமைதிப் படை இலங்கை மண்ணில் இறங்கிய நாள் முதல் அங்கு நடந்த சம்பவங்கள், மக்கள் பட்ட துன்பங்கள், புலிகள் அமைதிப் படைக்கு எதிராக நடத்திய யுத்தம், அனைத்தையும் குறித்து சர்வதேச மீடியா வெளியிட்ட அனைத்துக் கட்டுரைகள், புகைப் படங்களையும் தொகுத்து, புலிகள் அமைப்பின் நிலையையும் வெளிப்படுத்தும் விதமாகத் தயாரிக்கப்பட்ட அந்தப் புத்தகம், லண்டனில் அச்சிடப்பட்டதாகச் சொல்லப்பட்டது. உண்மை யில் அது சென்னை அண்ணாசாலையில் உள்ள ஓர் அச்சகத்தில் தான் அச்சானது. அச்சிட்டவர், இங்குள்ள பதிப்பாளர் வசந்த குமார் என்பவர். தமிழகத்தைச் சேர்ந்த சில புலி அனுதாபிகள் அந்தப் புத்தகத் தயாரிப்பில் வசந்த குமாருக்கு உதவி செய்திருக் கிறார்கள். இந்த விவரம் முழுதும் சி.பி.ஐ. விசாரணையில்தான் தெரியவந்தது.

ராஜிவுக்குப் பிறகு வி.பி.சிங் பிரதமராகப் பதவியேற்று, அமைதிப்படையை வாபஸ் பெற்றது, அதன்பின் இந்திய

யாழ்பாணத்தில் விடுதலைப்புலி ஒருவரின் இறுதிச்சடங்கில் சிவராசன்

அரசியலில் ஏற்பட்ட மாறுதல்கள் என்று அடுத்தடுத்துப் பல சம்பவங்கள் நடந்தாலும் புலிகளைப் பொருத்த அளவில் அமைதிப்படை என்பது மறக்க முடியாத ஒரு கெட்ட சம்பவம். அதனால்தான், 1991ம் ஆண்டு பொதுத்தேர்தலில் ராஜிவ் தலைமையிலான காங்கிரஸ் வெற்றி பெற்று மீண்டும் ஆட்சிக்கு வருமானால் தங்களுக்கு மீண்டும் பிரச்னை வரும் என்று அவர்கள் நினைத்தார்கள். ராஜிவ் - ஜெயவர்த்தனே ஒப்பந்தம் மீண்டும் நடைமுறைப்படுத்தப்படுமானால் அது புலிகளின் தனி ஈழம் என்னும் கனவை வேரோடு அழித்துவிடும் என்பதில் பிரபாகரனுக்கு எள்ளளவும் சந்தேகம் இல்லை. இந்திய அரசு - குறிப்பாக காங்கிரஸ் தலைமையிலான இந்திய அரசு பிரிவினை கோரிக்கைகளுக்கு ஒருபோதும் சாதகமான நிலை எடுக்காது என்பது பிரபாகரனுக்குத் தெரியும். எனவே, ராஜிவ் மீண்டும் இந்தியாவின் பிரதமராகிவிடக் கூடாது என்று அவர்கள் முதலில் முடிவு செய்தார்கள். அதற்கு ஒரே வழி அவரைக் கொலை செய்வதுதான்!

திட்டத்தை நடத்தி முடிக்கும் பணி, விடுதலைப்புலிகள் இயக்கத்தின் உளவுப் பிரிவுத் தலைவர் பொட்டு அம்மான் வசம் ஒப்படைக்கப்பட்டது. பொட்டு அம்மான், இந்தப் பணியை இந்தியாவில் மேற்கொண்டு செய்து முடிக்கும் பொறுப்பைத்

தனது நம்பிக்கைக்குரிய தளபதிகளுள் ஒருவரான சிவராஜா மாஸ்டரிடம் அளித்தார். ஒற்றைக்கண் சிவராசன் என்று பின்னாளில் அறியப்பட்ட சிவராஜா மாஸ்டருக்கு ரகுவரன் என்று இன்னொரு பெயரும் உண்டு. கண்ணாடி அண்ணா என்றும் அவரை அழைப்பார்கள். (அவருக்கு ஒற்றைக் கண் தான். ஆனால் சென்னையில் உள்ள ஒரு டாக்டர் அவருக்கு இரு கண்களிலும் பார்வை நன்றாக உள்ளதாகச் சான்றிதழ் அளித்ததன் பேரில்தான் அவருக்கு மீனம்பாக்கம் ஆர்.டி.ஓ. அலுவலகத்தில் ஓட்டுநர் உரிமம் வழங்கப்பட்டிருக்கிறது! பிறகு நாங்கள் அந்த டாக்டரைப் பிடித்து விசாரிக்கப் போக, அவர் ராஜிவ் காந்தியின் பரம ரசிகர் என்பதும் ராஜிவுக்குக் கடிதங்கள் எல்லாம் எழுதியிருக்கிறார் என்பதும் தெரியவந்தது வினோதமான சோகம்.)

முன்னதாகத் தமிழ்நாட்டில், சென்னை கோடம்பாக்கத்தில் ஈ.பி.ஆர்.எல்.எஃப் அலுவலகத்தில் வைத்து நிகழ்த்தப்பட்ட பத்மநாபா கொலையை முன்னின்று நடத்தியவர்கள் டேவிட், ரகு என்கிற இருவர் என்று சொல்லப்பட்டது. அந்த வழக்கு ஆரம்பிக்கப்பட்டதோடு சரி. யாரையும் கைது செய்யவில்லை. பத்மநாபா இறந்தார், கொன்றது விடுதலைப் புலிகள் என்னும் தகவலுடன் அப்படியே நின்றது.

ராஜிவ் காந்தி கொலை வழக்கை சி.பி.ஐ. விசாரணைக்கு எடுத்த முதல் நாளே, தமிழகத்தில் அதற்கு முன் நிகழ்த்தப்பட்ட பத்மநாபா கொலை வழக்கை மீண்டும் எடுத்துத் தூசு தட்ட வேண்டும் என்று எங்கள் அதிகாரிகள் பலர் கருத்துத் தெரிவித் திருந்தார்கள்.

நாங்கள் அதை விசாரிக்கத் தொடங்கியபோதும் 'ரகு' என்கிற பெயர்தான் இருந்ததே தவிர ஒரு புகைப்படமோ, மேல் விவரங்கள் எதுவுமோ கிடையாது. பத்மநாபாவைக் கொல்வ தற்கு உபயோகித்த துப்பாக்கியிலிருந்து பாய்ந்த உலோகக் குண்டுகள் சிலவற்றை எடுத்து வைத்திருந்தார்கள். அந்த அலுவலகத்தில் வெடிக்காமல் இருந்த ஒரு ஆர்.டி.எக்ஸையும் கைப்பற்றி இருந்தார்கள்.

ராஜிவைக் கொல்லப் பயன்படுத்தப்பட்ட ஆர்.டி.எக்ஸ்., அவரது உடலைத் துளைத்திருந்த உலோகக் குண்டுகளும் இதுவும் பொருந்திப் போயின என்பதுதான் இரண்டுக்கும்

இடையில் இருந்த ஒற்றுமை. அந்த வழக்கில் உளவுத்துறை சொன்ன ரகு என்கிற பெயருக்குரிய நபர்தான் இந்த வழக்கில் சம்பந்தப்படும் ரகுவரன் என்கிற சிவராஜா மாஸ்டரா? தெரியாது. விசாரிக்க வேண்டும்.

சிவராசன்தான் திட்டத்தின் சூத்திரதாரி என்பது நாங்கள் கைது செய்து விசாரித்துக்கொண்டிருந்த நளினி, பாக்கியநாதன், பத்மா பேரறிவாளன், சுபா சுந்தரம் போன்றவர்களின் வாக்குமூலங்கள் மூலம் தெரிந்திருந்தது. ஆனால் அவர்தான் பத்மநாபா கொலைக்கும் காரணம் என்பது பின்னால் கைதான சின்ன சாந்தன் மூலம்தான் தெரியவந்தது.

அதைப் பிறகு பார்க்கலாம். இப்போது சிவராசன். அவரது திட்டம்.

பத்மநாபா கொலைச் சம்பவத்துக்குச் சற்று முன்னதாக சிவராசன் தமிழகம் வந்தார். திட்டம் தீட்டி, நடத்தி முடித்திருக்கிறார். பிறகு திரும்பவும் இலங்கைக்குச் சென்று மீண்டும் தமிழகம் திரும்பி யிருக்கிறார். தமிழகத்தில் இருந்த விடுதலைப் புலிகளிலேயே சிவராசன் மிகவும் சீனியர் என்று கருதப்பட்டவர். அமைதிப் படை இலங்கையில் புலிகளுடன் சண்டையிட்டுக்கொண்டிருந்த போது துணிச்சலாக யாழ்ப்பாணம் நகருக்குள்ளேயே இருந்து தன் வேலைகளை நிறுத்தாமல் பார்த்தவர் சிவராசன் என்று முருகன் தன் வாக்குமூலத்தில் சொல்லியிருக்கிறார்.

அது ஒருபுறமிருக்க, சிவராசன் தமிழகத்தில் தன்னைத் தயார்ப் படுத்திக்கொண்டிருந்த சமயம் - அது மார்ச் 1991 - இந்திய பொதுத் தேர்தல்களுக்கான அறிவிப்பைத் தேர்தல் கமிஷன் வெளி யிட்டது. ராஜிவ் எப்படியும் பிரசாரத்துக்காகத் தமிழகம் வருவார், வேலையை முடித்துவிடலாம் என்று சிவராசன் தீவிரமாக அதற்கான ஆயத்தங்களை அப்போது செய்யத் தொடங்கி யிருந்தார்.

அப்போது பொட்டு அம்மானிடமிருந்து அவருக்கு ஒரு ரகசியச் செய்தி வந்தது. (அவர்கள் வயர்லெஸ் தொடர்பு வைத்திருந் தார்கள்.) நாம் இதை டெல்லியில் செய்ய முடியுமா?

ஒரு வரி வினா. அதற்கு சிவராசன் அனுப்பிய பதில் ஒருவரி - 'எனக்கு நம்பிக்கை இருக்கிறது. இங்கேயே முடியும்.'

சிவராசனின் டிரைவிங் லைசென்ஸ்

D. 424

படிவம்-4

இயக்கூர்தி ஒன்றை ஓட்டுவதற்கு உரிமம் பெறுவதற்கான விண்ணப்ப படிவம்

– 9 MAY 1991

SAIDAPET

TN-07

A-5203

TS F 5670

LIGHT MOTOR VEHICLE

MOTOR CYCLE with gear also

THIRU. R. SIVARAJ

THIRU. S. RAMALINGAM.

PLOT NO: 26, SABARI NAGAR EXT. PORUR, MADRAS 600 116

15.03.1961

(1) A Black mole on ... cheek

(2) ...

LLR

NIL

NIL

இருவரும் ஒரே முகவரி அளித்து உள்ளார்கள்

ராபர்ட் பயஸின் டிரைவிங் லைசென்ஸ்

D. 426

படிவம்-2

(விதி 10 ஐப் பார்க்கவும்.)

பழகுநர் உரிமம் வழங்குவதற்கான அல்லது புதிப்பிப்பதற்கான விண்ணப்ப படிவம்

LIGHT MOTOR VEHICLE AND MOTOR CYCLE with gear only

ROBERT PAYAS. B.

S/o BALA SUNDRAM.

Plot No: 26, SABARI NAGAR, PORUR, MADRAS – 116.

—do—

11.02.1966.

(1) A Black mole on (R) hand

(2) A scar on the (L) fore head.

LLR

NIL

NIL

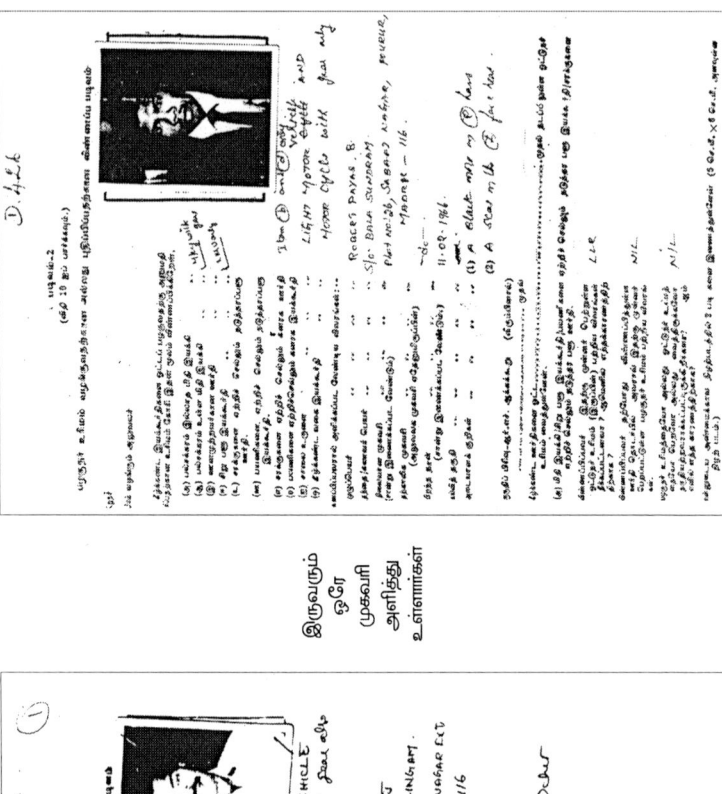

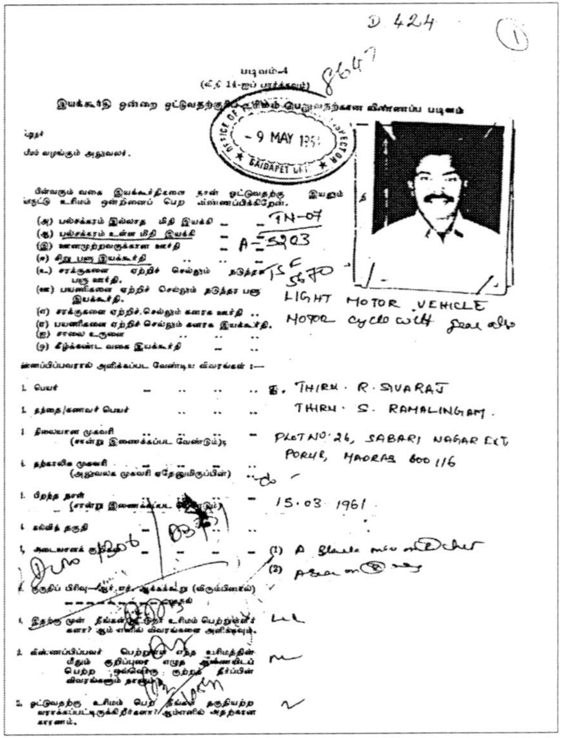

ஆனால் மேற்கொண்டு அது பற்றி ஏதும் விவாதிக்காமல், பொட்டு அம்மான் ஏப்ரல் இறுதியில் ஆதிரை என்னும் பெண்ணை, கனகசபாபதி என்னும் ஒரு வயதான மனிதருடன் இலங்கையிலிருந்து தமிழகத்தின் கோடியக்கரைக்கு அனுப்பி வைத்தார்.

ராஜிவைக் கொல்வதற்காக இந்திய மண்ணுக்கு வந்த முதல் தற்கொலைப் போராளி ஆதிரை என்கிற சோனியா (இயக்கப் பெயர்) தான். சுபாவும் தணுவும் பின்னால் வருகிறவர்களே.

ஆதிரையும் கனகசபாபதியும் கோடியக்கரையில் கால் வைத்ததும் சென்னையில் இருந்த சிவராசனுக்குப் பொட்டு அம்மான் அவர்கள் வந்திருக்கும் விவரத்தைச் சொல்லி, டெல்லியில் அவர்கள் தங்குவதற்கு ஏற்பாடு செய்யச் சொல்லி உத்தரவிட்டார்.

இந்தியாவில் ராஜிவ் காந்தியைக் கொல்வதற்கான பொறுப்பு சிவராசனுடையது. தமிழகத்தில் முடிக்கலாம் என்பது அவரது விருப்பம். ஆனால் பொட்டு அம்மானின் உத்தரவின்படிதான் அவர் நடந்துகொண்டாக வேண்டும்.

எனவே மேற்கொண்டு இது பற்றி விவாதிக்காமல் சிவராசன், ஆதிரையையும் கனகசபாபதியையும் சென்னைக்கு அழைத்து வந்து தாம்பரத்தில் இருந்த டாக்டர் கருணாகரன் என்பவர் வீட்டில் தங்குவதற்கு ஏற்பாடு செய்தார். கையோடு விருகம் பாக்கத்தில் வசித்து வந்த சரவணன் என்கிற வாணன் என்ற ஒரு கடத்தல்காரர் மூலம் (இவர் ஒரு விடுதலைப் புலி அனுதாபி. சிவராசனுக்கு நன்கு பழக்கமானவர்) கனகசபாபதியை டெல்லிக்கு அனுப்பவும் ஏற்பாடு செய்தார்.

டெல்லியில் அவர்கள் முதலில் ஒரு வீடு எடுத்துத் தங்க வேண்டும். ஆதிரை ஹிந்தி படிக்க வந்த பெண் என்பதுபோல் காட்டிக்கொள்ள வேண்டும். அதற்காக எங்காவது வகுப்பில் சேரவேண்டும். இதற்கான உதவிகளை அங்கே வைகோவின் நண்பரான தியாகராஜன் என்பவர் செய்வார் என்று சொல்லி, தியாகராஜனின் முகவரியைக் கனகசபாபதியிடம் அளித்தார் சிவராசன்.

இந்தத் தியாகராஜன் என்பவர் வைகோவுக்கு மிகவும் வேண்டியவர். டெல்லியில் உள்ள தமிழ்நாடு ஹவுஸில் மிகுந்த செல்வாக்கு உள்ளவர். ஹ்யூமன் ரிஸோர்ஸ் மேனேஜ்மெண்ட்

என்றொரு நிறுவனத்தை அங்கே நடத்தி வந்தவர். அதன்மூலம் நேபாளத்துக்கு நிறையப் பேரை வேலை வாங்கிக் கொடுத்து அனுப்புவது அவரது தொழில். (ராஜிவ் கொலையில் ஈடுபட்ட வர்களில் மிக முக்கியமான சிலரைத் தவிர மற்ற அனைவரையும் நேபாளம் வழியே எங்காவது தப்பித்துப் போகச் சொல்லித்தான் புலித்தலைமை உத்தரவிட்டிருந்தது! சிவராசன், முருகன், நளினி, சுபா நால்வரை மட்டுமே எப்படியாவது இலங்கைக்கு வரவழைக்கப் பார்த்தார்கள்.)

முகவரியை வாங்கிக்கொண்டு கனகசபாபதி வாணனுடன் விமானம் மூலம் டெல்லிக்குப் புறப்பட்டார்.

அங்கே தியாகராஜன் அவர்களை வரவேற்று, ரயில்வே ஸ்டேஷனுக்கு அருகே உள்ள கிருஷ்ணா லாட்ஜில் தங்க வைத்தார். அங்கிருந்தபடி மோதி பாக்கில் ஒரு மருந்துக் கடையில் விசாரித்து, சாணக்கிய புரி அருகே ஒரு வீட்டை வாடகைக்குப் பிடித்தார்கள். மூவாயிரம் ரூபாய் அட்வான்ஸும் கொடுக்கப் பட்டது.

தமிழ்நாட்டில் திட்டத்தைச் செயல்படுத்த சிவராசன் வேலை செய்துகொண்டிருந்த அதே சமயம், தேர்தல் பிரசாரத்துக்காக ராஜிவ் காந்தி தமிழகம் வருவது உறுதி செய்யப்பட்டது. மே 17 அந்த அறிவிப்பு வந்தது.

எனவே, சிவராசனின் திட்டப்படிதான் காரியம் நடந்தாக வேண்டும். ஆதிரை அல்ல, ஏற்கெனவே தமிழகம் வந்து விட்டிருந்த சுபாவும் தணுவும்தான்!

10

காணாமல் போய்விடுங்கள்!

மே 21ம் தேதி ராஜிவ் காந்தியை ஸ்ரீபெரும்புதூரில் வைத்துக் கொல்வது என்று முடிவு செய்ததுமே சிவராசன் ஒரு காரியம் செய்தார். திட்டத்தில் நேரடியாகவும் மறைமுகமாகவும் சம்பந்தமுள்ள, சம்பந்தம் ஏதுமில்லாவிட்டாலும் தமிழகத்தில் விடுதலைப் புலிகளுக்கு நெருக்கமாக உள்ள நபர்கள் அனைவரையும் சம்பவ தினத்தன்று சென்னையில் இருக்க வேண்டாம் என்று உத்தர விட்டார். நினைத்தபடி காரியம் முடிந்துவிட்ட பிறகு சிவராசன், சுபா, நளினி, முருகன், ஹரி பாபு தவிர மற்ற அத்தனை நேரடித் தொடர்பாளர்களும் நேபாளம் வழியே எங்காவது தப்பித்துச் சென்று விடவேண்டுமென்று திட்டம். அதற்கு டெல்லி தியாகராஜன் உதவி செய்வார். பாஸ்போர்ட் போன்ற சடங்குகளுக்கு, தம்பியண்ணா என்பவர் உதவி செய்வார் என்று சொல்லப்பட்டது. அவரிடம் தங்க பிஸ்கட்டைக் கொடுத்தால் அதைப் பண மாக்கி, பயண ஆவணங்கள் வாங்க ஏற்பாடு செய்து தருவார்.

எல்லா ஏற்பாடுகளும் தயாரான சமயத்தில் - தமிழகத்தில்தான் சம்பவம் நடக்கவிருக்கிறது, டெல்லியில் அல்ல என்று தெரிந்ததும் கனகசபாபதி

சென்னைக்கு வந்து சேர்ந்தார். அப்போது அவரைச் சென்னை யில் வரவேற்று தங்குவதற்கு ஏற்பாடு செய்தவன் டிக்சன். வழக்கில் இந்த இடத்தில் அறிமுகமாகிற இந்த டிக்சன், கிருபன் என்னும் இன்னொரு விடுதலைப் புலி உளவுப்பிரிவு நபருடன் சென்னையில் இணைந்து பணியாற்றிக்கொண்டிருந்தவன்.

டிக்சன், கனகசபாபதியுடன் முதல் முதலில் தமிழகம் வந்த ஆதிரையை முன்னதாக, சென்னை ராயப்பேட்டை கௌடியா மடம் சாலையில், சுபா சுந்தரம் ஸ்டுடியோவுக்கு அருகே வசித்து வந்த விமலா ஆன்ட்டி என்பவர் வீட்டுக்கு அழைத்துச் சென்றிருந்தான். அவர்கள் அங்கே தங்க வேண்டும் என்பது ஏற்பாடு. அந்த விமலா ஆன்ட்டி, தம்பியண்ணாவுக்கு நன்கு தெரிந்தவர் என்பதால் விஷயம் சுலபமாயிற்று.

ஆதிரை சென்னை வந்ததுமே ராயப்பேட்டை இந்தியன் வங்கியில் தனக்கொரு கணக்கு தொடங்கி, தன்னை ஈழ அகதி என்பதாகப் பதிவு செய்துகொண்டாள். அகதி அட்டை வாங்கவும் ஏற்பாடுகள் செய்யப்பட்டன.

ஆதிரை சென்னைக்கு வந்து தங்கத் தொடங்கிய சமயத்தில்தான் சிவராசன், மே 21 அன்று சென்னையில் சம்பந்தப்பட்ட யாரும் இருக்கவேண்டாம் என்று சொன்னது. சாத்தானின் படைகள் நூலை அச்சிட்டுக் கொடுத்த வசந்தகுமார் உள்பட அத்தனை பேருக்கும் பணம் கொடுத்து எங்காவது போய்ச் சுற்றிவிட்டு வாருங்கள் என்று அனுப்பிவிட்டுத்தான் அவர்கள் ஸ்ரீபெரும்புதூருக்குப் புறப்பட்டுச் சென்றார்கள். ஆதிரை அப்போது சிதம்பரம், மாயவரம் என்று தென் தமிழ்நாட்டு நகரங்களுக்கு சுற்றுப் பயணம் போனார்.

திட்டமிட்டபடி ராஜிவ் காந்தி படுகொலை நடந்து முடிந்ததும், ஏற்கெனவே தீர்மானித்திருந்தபடி அனைவரையும் நேபாளம் வழியே எங்காவது வெளிநாட்டுக்குச் செல்லச் சொல்லி சிவராசன் உத்தரவிட்டார். விமலா ஆன்ட்டி வீட்டுக்கு வந்து, ஆதிரையைச் சந்தித்த டிக்சன், அந்தத் தகவலைச் சொல்லி, உடனே புறப்பட்டு டெல்லிக்குச் சென்று அங்கிருந்து நேபாளம் போய்விடும்படி சொன்னான்.

மீண்டும் டெல்லி. சரியென்று கனக சபாபதியுடன் ஆதிரை புறப்பட்டபோது அவளுடன் சின்ன சாந்தனும் வருவான் என்று

டிக்சன் சொன்னான். சின்ன சாந்தன், தமிழகத்தில் சிவராசனுக்கு வலக்கரம் போல் இருந்த ஓர் உளவுத்துறை நபர். அவன் அப்போது பழவந்தாங்கலில் தங்கியிருந்தான்.

டிக்சன், ஆதிரையை சின்ன சாந்தன் வீட்டுக்கு அழைத்துச் சென்று விட, ஆதிரையும் கனகசபாபதியும் டெல்லி செல்வதற்கு ஜி.டி. எக்ஸ்பிரஸில் டிக்கெட் வாங்கிக் கொடுத்து, அனுப்பி வைத்தது சின்ன சாந்தன்.

ஜூலை முதல் தேதி அவர்கள் ரயிலேறி விட்டார்கள். ஆனால் டிக்சன் சொன்னதுபோல் சின்ன சாந்தன் அவர்களுடன் டெல்லி செல்லவில்லை. கடைசி நேரத்தில் சாந்தன் தன்னுடன் இருப்பதே நல்லது என்று சிவராசன் எண்ணியதுதான் காரணம். ராஜிவ் காந்தி கொலை நடவடிக்கையின்போது மட்டுமல்ல. அதற்குப் பலகாலம் முன்னர் இருந்தே சிவராசனுக்கு சாந்தன் வெகு முக்கியமான உதவியாளர்.

இந்த நிலையில், ஆதிரை டெல்லிக்கு ரயில் ஏறிய அதே தினம் நாங்கள், எங்களுக்குக் கிடைத்த தகவல்களின் படி, விமலா ஆன்ட்டியை அவரது வீட்டில் பிடித்தோம். விசாரித்ததில், ‘அவர்கள் டெல்லிக்குப் போவதாகப் பேசிக்கொண்டார்கள்’ என்று அவர் சொன்னார். அந்த ஒருவரித் தகவலை வைத்துக் கொண்டு பரபரவென்று சாத்தியமுள்ள அனைத்துத் தரப்பிலும் விசாரணையை முடுக்கி விட்டோம். திருச்சிற்றம்பலம் என்கிற சின்ன சாந்தனுக்குத் தெரிந்த ஒரு ஆள் அகப்பட்டான். அவன் மூலம் ஆதிரையும் கனகசபாபதியும் டெல்லிக்கு ரயில் ஏறி விட்டார்கள் என்பது தெரிந்தது.

அதாவது நாங்கள் விவரம் அறிவதற்கு முதல் நாள்! எனவே ரயில் எப்படியும் போபால் வரைதான் சென்றிருக்கும் என்று முடிவு செய்து, போபாலில் உள்ள சி.பி.ஐ. அதிகாரிகளைத் தொடர்பு கொண்டோம். நாக்பூரிலும் தகவல் சொல்லி, டெல்லி செல்லும் ஜி.டி. எக்ஸ்பிரஸில், இன்ன கோச்சில் இன்ன பெயர் கொண்ட பயணி இருக்கிறாரா, அவர் யார், எப்படி இருக்கிறார் என்று கவனியுங்கள், நடவடிக்கைகளைக் கண்காணியுங்கள் என்று கேட்டுக்கொண்டோம். ரயில்வே சார்ட்டில் ஆதிரை, கனக சபாபதி என்கிற பெயர்களிலேயே டிக்கெட் பதிவு செய்யப் பட்டிருந்தபடியால், அடையாளம் காண்பது எங்களுக்கு எளிதாக இருந்தது.

விரைவில் நாக்பூர் அதிகாரிகள் எங்களைத் தொடர்புகொண்டு விட்டார்கள். தகவலில் பிழையில்லை. ஆதிரை என்கிற பெண்ணும் கனகசபாபதி என்கிற முதியவர் ஒருவரும் டெல்லிக்குச் சென்றுகொண்டிருக்கிறார்கள். அவர்களை என்ன செய்யலாம்?

ரயிலில் ஒன்றும் செய்ய வேண்டாம். கவனமாகப் பின் தொடருங்கள். டெல்லிவரை சென்றபின் மறு உத்தரவு வரும் என்று சொன்னோம்.

அவர்கள் டெல்லியில் இறங்கியதும் பழைய கிருஷ்ணா லாட்ஜிலேயே அறை எடுத்துத் தங்கிய விவரம் கிடைத்தது. உடனே அங்கு சென்று கைது செய்யச் சொன்னோம்.

ஆதிரையைக் கைது செய்து சென்னைக்குக் கொண்டு வந்ததும் சதித்திட்டத்தின் வேறு சில பக்கங்களும் பரிமாணங்களும் எங்களுக்குக் கிடைக்கத் தொடங்கின.

அவளை இந்தியாவுக்கு அனுப்பியது பொட்டு அம்மான். டெல்லிக்குச் சென்று தங்க வைத்தது சிவராசன். ஆனால் ராஜிவ் படுகொலை தமிழகத்தில் நிகழ்த்தத் தீர்மானிக்கப்பட்டதால், அவள் வந்த வேலைக்கு அவசியம் ஏற்படவில்லை. தப்பித்து நேபாளம் வழியே வெளியேற முடிவு செய்து போனபோது பிடிபட்டாள்.

ஒரு வகையில் தணுவின் இடத்தில் இருந்து, இல்லாமல் போயிருக்க வேண்டியவள் அவள்! மனித வெடிகுண்டாகத்தான் இந்தியாவுக்குள் காலடி எடுத்து வைத்தாள். அவளது நேரம், அச்செயலில் இருந்து அவள் தற்செயலாக விடுவிக்கப்பட்டு, சி.பி.ஐ வசம் சிக்க வைத்திருந்தது.

ஆதிரை என்கிற சோனியாவின் மூலம் எங்களுக்குக் கிடைத்த தகவல்களுள் மிக முக்கியமானது, சின்ன சாந்தனின் இருப்பிடம் பற்றியது. சிவராசனின் வலக்கரமான சின்ன சாந்தன். அவனைத் தான் தேடு தேடென்று தேடிக்கொண்டிருந்தோம்.

அவன் பழவந்தாங்கலில் இருப்பதாக ஆதிரை சொன்னாள். ஆனால் அவளுக்கு முகவரி சரியாகத் தெரியவில்லை. பிரவுன் கலர் யூனிஃபாரம் போடும் குழந்தைகள் படிக்கும் பள்ளிக் கூடத்துக்குப் பக்கத்து வீடு என்று ஒரு மாதிரி அடையாளம் சொன்னாள்.

அதனடிப்படையில் நாங்கள் உடனடியாக ஒரு நாள் இரவு சின்ன சாந்தன் தங்கியிருந்த வீட்டை இரவுப் பொழுதில் முற்றுகை யிட்டோம். மாட்டிக்கொண்ட விவரம் அறிந்ததும் சாந்தன், சயனைட் அருந்தி உயிர்விட முயற்சி செய்தான். ஆனால் அவனைக் காப்பாற்றி, கைது செய்து மல்லிகைக்கு அழைத்துச் சென்றுவிட்டோம்.

சின்ன சாந்தனின் கைது, ராஜிவ் கொலை வழக்குக்கு உதவி செய்ததைக் காட்டிலும், அதற்குமுன் விடுதலைப் புலிகள் தமிழ்நாட்டில் நிகழ்த்திய மிக பயங்கரமான நடவடிக்கையான பத்மநாபா கொலையில் பல சந்தேக முடிச்சுகளை அவிழ்க்கப் பேருதவி செய்தது.

இதில் வியப்புக்குரிய விஷயம் என்னவென்றால், விடுதலைப் புலி உறுப்பினரான சின்ன சாந்தன், பத்மநாபாவைத் தீர்த்துக் கட்டுவதற்காக மனப்பூர்வமாகத் தன்னை ஒரு ஈ.பி.ஆர்.எல். எஃப் ஆதரவாளனாக இனம் காட்டிக்கொண்டு சூளைமேடு ஈ.பி.ஆர்.எல்.எஃப் அலுவலகத்தில் இருந்தவர்களுடன் பேசியும் பழகியும் வந்தது.

பின்னால் இதே உத்தியைத்தான், மரகதம் சந்திரசேகரைச் சந்தித்து, அவரது மகளை நட்பாக்கிக்கொண்டு, ராஜிவ் காந்திக்கு மாலையிட அனுமதி பெற்றபோது சிவராசனும் பின்பற்றினார் என்பது அடுத்த வியப்பு.

தாங்கள் திட்டமிட்ட பணி தடையில்லாமல் நடைபெற, தங்களுடைய ஜென்ம விரோதிகளின் அடையாளத்தைக் கூடத் தாற்காலிகமாக ஏந்தலாம் என்பது அவர்களுடைய கருத்தாக இருந்திருக்கிறது!

11

தப்பிக்க விடு!

சுதேந்திர ராஜா (சுதந்திர ராஜா அல்ல) என்கிற மகேந்திரன் என்கிற சாந்தன் என்கிற ராஜு என்கிற சின்ன சாந்தனுக்குச் சிறு வயது முதல் சிவராசனைத் தெரியும். சிவராசன் என்கிற ரகுவரனின் நிஜப்பெயர் பாக்கியச் சந்திரன் என்பதைத் தொடக்கம் முதலே அறிந்த மிகச் சிலருள் அவரும் ஒருவர். சின்ன சாந்தன், சிவராசனின் தம்பியுடன் ஒன்றாகப் படித்தவர். அந்த வகையில் அறிமுகம்.

விடுதலைப் புலிகள் இயக்கத்தைப் பற்றியும் அதில் சிவராசனின் செயல்பாடுகள் பற்றியும் சின்ன சாந்தனுக்கு நன்கு தெரியும். ஆனால் அவர் அப்போது இயக்கத்தில் இல்லை. 1988 பிப்ரவரியில் சிவராசன் திடீரென்று ஒருநாள் சின்ன சாந்தனைக் கூப்பிட்டு, 'உனக்கு சென்னைக்குச் சென்று படிக்க விருப்பமா? இயக்கம் அதற்கு ஏற்பாடு செய்யும். நான் பார்த்துக்கொள்வேன்' என்று சொல்லியிருக்கிறார்.

இது நடந்து சரியாக இரண்டு வருடங்கள் கழித்து, 1990ம் ஆண்டு பிப்ரவரியில் சிவராசன், சின்ன சாந்தனை அழைத்துக்கொண்டு சென்னை வந்தார். வடபழனி கங்கையம்மன் கோயில் தெருவில்

வசித்து வந்த நாகராஜன் என்கிற இலங்கைத் தமிழர் ஒருவர் வீட்டுக்கு அவர்கள் சென்றார்கள். நாகராஜன், தொழில்முறையில் ஒரு கடத்தல்காரர். சிவராசனுக்குப் பல காலமாகப் பழக்கமானவர். அவரிடம் சின்ன சாந்தன் சென்னைக்குப் படிக்க வந்திருக்கும் விஷயத்தைச் சொல்ல, அன்றைய தினமே நாகராஜனும் சிவராசனும் சாந்தனை எம்.ஐ.ஈ.டி.க்கு (Madras Institute of Engineering Technology) அழைத்துச் சென்று சேர்த்து விட்டார்கள்.

கையோடு அவரை அழைத்துக்கொண்டு பாண்டிபஜாருக்குச் சென்று வேண்டிய துணிமணிகள், இதர பொருள்களையும் சிவராசன் வாங்கிக் கொடுத்து, எம்.ஐ.ஈ.டி.யிலேயே ஹாஸ்டலில் தங்கிக்கொண்டு, கல்லூரிக்குச் சென்று படிக்கும்படியும் தாம் அவ்வப்போது வந்து பார்த்துக்கொள்வதாகவும் சொல்லி விட்டுச் சென்றார்.

படிக்கவும் வைத்து, வேண்டிய உதவிகள் அனைத்தையும் செய்து யார் இப்படித் தன்னை கவனிப்பார்கள் என்று சின்ன சாந்தனுக்கு சிவராசன் மீது மிகுந்த மதிப்பும் விசுவாசமும் உண்டாயிற்று.

பதினைந்து நாள்கள் ஒழுங்காகக் கல்லூரிக்குச் சென்று வந்து கொண்டிருந்தார். அதன்பின் ஒருநாள் வள்ளுவர் கோட்டத்தில் சிவராசனைச் சந்தித்துப் பேசிக்கொண்டிருந்தபோது, சிவராசன் ஈ.பி.ஆர்.எல்.எஃப் இயக்கத்தைப் பற்றியும் பத்மநாபாவைப் பற்றியும் சின்ன சாந்தனிடம் சிறிது நேரம் பேசினார்.

'அது ஒரு சமூக விரோத இயக்கம். இந்திய அமைதிப்படையிடம் விடுதலைப் புலிகளைக் காட்டிக்கொடுப்பதே அவர்கள்தான். நீ அவர்களைக் கொஞ்சம் கவனிக்க வேண்டும்'

சின்ன சாந்தன் வியப்புடன் கவனித்துக்கொண்டிருந்தபோதே சிவராசன், 'பத்மநாபா கொல்லப்படவேண்டியவர். அந்தப் பணியை நாம் செய்ய முடிந்தால் அது நம் மக்களுக்குச் செய்த பெரிய சேவை' என்றும் சொன்னார்.

சின்ன சாந்தனுக்கு அப்போது இருபது, இருபத்தொரு வயது தான். அந்த வயதுக்கே உரிய ஆர்வமும் பரபரப்பும் சாகசச் செயலில் ஈடுபடும் குதூகலமும் இருந்தன. சிவராசனுக்காக ஈ.பி.ஆர்.எல்.எஃப். அலுவலகத்துக்குச் சென்று பழக்கம் ஏற்படுத்திக்கொண்டு ஒற்றறிந்து சொல்வதாக உறுதியளித்தார்.

ஈ.பி.ஆர்.எல்.எஃப். அலுவலகம் சென்னை கோடம்பாக்கத்தில் இயங்கிக்கொண்டிருந்தது. சின்ன சாந்தன் அங்கே செல்லத் தொடங்கினார். இலங்கையிலிருந்து புதிதாக வந்து இறங்கி யிருக்கும் அகதி என்பது போன்ற அறிமுகத்துடன் அங்கே சென்று ஈ.பி.ஆர்.எல்.எஃப். இயக்கத்தின்மீது தனக்கு அக்கறை யும் ஈடுபாடும் இருப்பதாகக் காட்டிக்கொண்டு, அங்கிருந்த நபர்களுடன் பரிச்சயம் ஏற்படுத்திக்கொண்டார். பேச்சுக் கிடையே அடிக்கடி விடுதலைப் புலிகள் பற்றிப் போலியாகக் கோபப்பட்டு, விமரிசனம் செய்து, தன்னை அவர்களில் ஒருவனாக அடையாளப்படுத்திக்கொள்ளவும் தவறவில்லை.

இப்படி ஈ.பி.ஆர்.எல்.எஃப்.காரர்களுடன் பழகி, அவர்கள் யார், யார், எத்தனை பேர் இருக்கிறார்கள், வந்து போகிறவர்கள் யார், அலுவலகத்தில் என்ன பேசுகிறார்கள், பத்மநாபா எங்கே இருக்கிறார், எப்போது வருவார் என்று கிடைக்கிற ஒவ்வொரு தகவலையும் சிவராசனுக்கு அனுப்பிக்கொண்டிருந்தார்.

1990 மார்ச்சில் பத்மநாபா ஒரிஸாவில் இருந்தார். மே மாதம் அவர் சென்னை திரும்புவதாக சின்ன சாந்தனுக்குத் தெரிந்தது. உடனே அத்தகவலை சிவராசனுக்குத் தெரியப்படுத்தினார். சிவராசன் ஆயத்தமாகத் தொடங்கினார்.

ஜூன் மாதம் 19ம் தேதி நாள் குறித்தார்கள். அன்றைக்கு ஈ.பி.ஆர்.எல்.எஃப். அலுவலகத்தில் மத்திய கமிட்டியின் முக்கிய மீட்டிங் ஒன்றும் நடைபெறவிருந்தது. பத்மநாபா, யோகசங்கரி, கிருபாகரன், கோமளராஜா, புவி, லிங்கம் என்று அமைப்பின் அனைத்து முக்கியஸ்தர்களும் கூடுவார்கள்.

இந்தத் தகவலும் கிடைத்ததில் சிவராசன் சுறுசுறுப்பானார். அன்று மாலை ஆறு மணி அளவில் கோடம்பாக்கம் மேம்பாலத்தில் சின்ன சாந்தனைக் காத்திருக்கச் சொன்னார். ஒரு அம்பாசிடர் காரில் விடுதலைப் புலிகளின் கடற்புலிகள் பிரிவைச் சேர்ந்த டேவிட் மற்றும் சிலரும் சிவராசனுடன் அப்போது வந்தார்கள். சின்ன சாந்தனை கோடம்பாக்கம் மேம்பாலத்தில் ஏற்றிக்கொண்டு நேரே ஈ.பி.ஆர்.எல்.எஃப். அலுவலகத்துக்குச் சென்றார்கள்.

சற்றுத் தள்ளி காரை நிறுத்திவிட்டு சின்ன சாந்தனை மட்டும் இறக்கி, அலுவலகத்தில் பத்மநாபா இருக்கிறாரா என்று

பார்த்துவரச் சொன்னார்கள். சென்று பார்த்துவிட்டுத் திரும்பிய சின்ன சாந்தன், 'பத்மநாபா அலுவலகத்தில் இல்லை. அருகிலேயே ஒரு அபார்ட்மெண்டும் ஈ.பி.ஆர்.எல்.எஃப்புக்குச் சொந்தமானது இருக்கிறது. அங்கே தங்கியிருக்கிறார்' என்று தகவல் சொல்ல, சிவராசன், டேவிட் மற்றும் உடன் வந்த சிலரும் நேரே அந்த அபார்ட்மெண்டுக்குச் சென்றார்கள். அனைவரிடமும் ஏகே 47 இருந்தது. ஒரு வெடிகுண்டும் கொண்டு போனார்கள்.

வெளியே காவலுக்கு நின்ற சின்ன சாந்தனுக்குச் சிறிது நேரத்தில் உள்ளே துப்பாக்கிகள் வெடிக்கும் சத்தம் கேட்டது. மணி சரியாக இரவு ஏழு. பரபரவென்று உள்ளே போன அனைவரும் திரும்பி வந்து காரில் ஏறிக்கொண்டார்கள். சாந்தனும் ஏறியதும் கார் புறப்பட்டுவிட்டது.

ராஜிவ் காந்தி கொலை வழக்கில் நாங்கள் தேடிப் பிடித்த சின்ன சாந்தன் என்னும் சுதேந்திர ராஜா அளித்த மேற்படி வாக்கு மூலத்தின் மூலம்தான் பத்மநாபா கொலையில் ஈடுபட்ட ரகுவரன், டேவிட் என்கிற பெயர்களுக்குரிய நபர்கள் யார் என்னும் விஷயமே தெரியவந்தது. சின்ன சாந்தனின் வாக்கு மூலம் அதோடு முடியவில்லை. இன்னும் இருக்கிறது.

சென்னையில் பத்மநாபாவைக் கொன்றுவிட்டு அம்பாசிடர் காரில் தப்பித்தவர்கள் நேரே தஞ்சாவூர் சென்று அங்கிருந்து கோடியக்கரைக்குச் சென்று இலங்கைக்குத் தப்பிப்பதுதான் திட்டம். அவர்கள் செங்கல்பட்டு தாண்டும்போதே இரண்டு போலீஸ்காரர்கள் வழிமறித்திருக்கிறார்கள். அவர்களுக்கும் சந்தேகமெல்லாம் ஒன்றுமில்லை. வழக்கமான நெடுஞ்சாலைப் பரிசோதனைதான்.

காரை ஒரு ஓரமாக நிறுத்திவிட்டு எதற்கோ இறங்கியிருந்தவர்களை நெருங்கிய அந்த இரண்டு போலீசாரும் வண்டியில் என்ன இருக்கிறது என்று கேட்டிருக்கிறார்கள்.

வண்டியில் நிறையவே ஆயுதங்கள் இருந்தன. ஏகே ரகத் துப்பாக்கிகள். கையெறி குண்டுகள். இன்னும் பல.

'டிக்கியைத் திறந்து காட்டுங்கள்!'

இரண்டு காவலர்களில் ஒருவர் வயதானவர். இன்னொருவர் இளைஞர். கேட்டது இளைஞர்தான். வயதான காவலருக்கு

அவர்களைப் பார்த்ததும் 'பிரயோஜனமில்லாதவர்கள்' என்று தோன்றிவிட்டிருக்கிறது. இளைஞருக்கு ஒரு முயற்சி செய்து பார்க்கும் ஆசை. அதனால்தான் அவர் டிக்கியைத் திறந்து காட்டச் சொல்லியிருக்கிறார்.

'டிக்கிதானே? ஓ திறக்கிறேனே!' என்று சொல்லிவிட்டு சிவராசன் மற்றவர்களைக் காரில் ஏறச் சொல்லிக் கண் ஜாடை காட்டினார். அனைவரும் காரில் ஏறிக்கொள்ள, சிவராசன், டிக்கியைத் திறக்கச் செல்பவர் மாதிரி காரின் பின்புறமாகச் சென்று, ஒரு கணம் தாமதித்து, சடாரென்று காரைச் சுற்றி வந்து டிரைவர் சீட்டில் பாய்ந்து ஏறி வண்டியை ஸ்டார்ட் செய்தார்.

அந்த இளம் காவலர் விடாமல் வண்டியைத் துரத்தப் பார்க்க, அவர் கையை இழுத்துப் பிடித்தபடியே வண்டியை ஓட்டிக் கொண்டு சிறிதுதூரம் ஓடி, ஓரிடத்தில் கையை விட்டார் சிவராசன். அடி. பலத்த அடி.

அதன்பிறகு சிவராசனுக்குக் கவலை வந்துவிட்டது. ஒரே வண்டியில் மொத்தமாக அனைவரும் செல்வது ஆபத்து. இன்னொரு வண்டி வேண்டும். மிகவும் அவசரம்.

விழுப்புரம் அருகே அவர்களுக்கு அந்த இன்னொரு வண்டி கிடைத்தது. யாரோ மூன்று பேர் ஒரு வெள்ளை மாருதி வேனில் சென்றுகொண்டிருந்தார்கள். சிவராசன் அந்த வண்டியை வலுக்கட்டாயமாக நிறுத்தி, அவர்களைத் துப்பாக்கி முனையில் இறக்கிவிட்டு, அந்த வண்டியையும் எடுத்துக்கொண்டார்.

இரண்டு வண்டிகளில் அவர்கள் பிரிந்து ஏறி திருச்சிக்குச் சென்றார்கள். அங்கிருந்து மல்லிப்பட்டணம் சென்று ஒரு தோப்பில் தங்கியிருந்து மறுநாள் மாலை படகேறி வல்வெட்டித் துறைக்குப் போய்ச் சேர்ந்தார்கள். அங்கே பொட்டு அம்மான் அவர்களை வரவேற்று, கட்டித்தழுவி பாராட்டினார். மறுநாள் பிரபாகரனே நேரில் வந்தும் பாராட்டினார். அதன்பின் சின்ன சாந்தன் தன் படிப்பை விட்டுவிட்டு முழுநேர விடுதலைப் புலி ஆகிப்போனார்.

இது சின்ன சாந்தன் விவரித்த தகவல். மறுபுறம், இங்கே வேனைப் பறிகொடுத்த நபர் சென்னை கமிஷனர் அலுவலகத்துக்குத் தொடர்புகொண்டு புகார் அளித்திருக்கிறார். ஆயுதங்களுடன் வேனைக் கடத்திக்கொண்டு போகிறார்கள், திருச்சிக்குத் தான்

போய்க்கொண்டிருக்கிறார்கள் என்று அவர்கள் துல்லியமாகத் தகவல் சொல்லியும் சிவராசன் குழுவினரை திருச்சி அடைவதற்கு முன்னாலோ, திருச்சியிலோ மடக்கிப் பிடிக்கவும் கைது செய்யவும் எந்த விதமான நடவடிக்கையும் மேற்கொள்ளப்படவே இல்லை.

அவர்கள் திருச்சிக்குச் சென்று, அங்கிருந்து மல்லிப்பட்டணம் போய், இரவு வரை காத்திருந்து படகு வந்து ஏறிச் செல்லும்வரை ஒரு நடவடிக்கையும் கிடையாது.

போகிறவர்களைப் பிடிக்க வேண்டாம் என்று மேலிடத்து வாய் வழி உத்தரவுகள் இருந்ததாகப் பின்னால் சொல்லப்பட்டது.

இந்த வழக்கை யாரும் கேட்டுக்கொள்ளாமலேயே சி.பி.ஐ. எடுத்துக்கொண்டிருக்கலாம். அதற்கான அதிகாரங்கள் எங்களுக்கு உண்டு. தவிரவும் ராஜிவ் படுகொலை வழக்குடன் நெருங்கிய தொடர்புடைய வழக்கு அது. ஆனால் மாநில போலீஸ் மெத்தனம் காட்டுவதைக் கண்டு அ.தி.முக. தலைவர் ஜெயலலிதா, தமிழக முதல்வராக இருந்தபோது, இதனை சி.பி.ஐக்கு மாற்றச் சொல்லி சிறப்புப் புலனாய்வுக் குழுவுக்கு மத்திய அரசுக்குக் கடிதமே எழுதிய பிறகும் ஏனோ ராஜிவ் கொலை வழக்கு சிறப்புப் புலனாய்வுக் குழுவின் தலைவரான கார்த்திகேயன் அதில் அப்போது ஆர்வம் செலுத்தவில்லை. வழக்கை இறுதிவரை கையில் எடுக்கவும் இல்லை. தமிழ்நாடு போலீசே விசாரிக்கட்டும் என்று சொல்லிவிட்டார்.

இதற்கான காரணம் எனக்குப் புரியவேயில்லை.

12

கொடைக்கானல் கேம்ப்

பத்மநாபா கொலைச் சம்பவம் நடக்கிறவரை தமிழகத்தில் விடுதலைப் புலிகளுக்கு உளவுப் பிரிவு என்ற ஒன்று கிடையாது. கிடைக்கிற ஆள்கள், கிடைக்கிற தகவல்கள், கிடைக்கிற வழிகளில் மட்டுமே செயல்பட்டுக்கொண்டிருந்தார்கள். இலங்கையில் இருந்தே ஒருவனை அழைத்து வந்து, அவனைக் கல்லூரியில் சேர்த்து, செலவு செய்து, ஈ.பி.ஆர்.எல்.எஃப்காரன் மாதிரி நடிக்கச் சொல்லி தகவல் சேகரித்துக் காரியத்தை முடித்த விதமே இதனைப் புரியவைத்திருக்கும்.

பத்மநாபாவைக் கொன்றபிறகு, பிரபாகரனின் அடுத்த உடனடி இலக்கு ராஜிவ் காந்தி இல்லை. இந்தியாவின் வடமாநிலம் ஏதோ ஒன்றில் தலை மறைவாக இருந்த இன்னொரு ஈ.பி.ஆர்.எல்.எஃப் பிரமுகரும் இலங்கையின் வடகிழக்கு மாகாணத்தின் முன்னாள் முதல்வருமான வரதராஜப் பெருமாள்.

எப்படியாவது வரதராஜப் பெருமாளைக் கொன்று விட வேண்டும் என்று சொல்லித்தான் செப்டெம்பர் 1990ல் சிவராசனைத் திரும்பவும் இந்தியாவுக்கு அனுப்பினார் பிரபாகரன். பத்மநாபாவை வெற்றி கரமாகக் கொன்று முடித்துத் திரும்பியவர்

என்பதனால், இந்தப் பணியையும் சிறப்பாக முடிப்பார் என்று நம்பியே அனுப்பினார்.

திரும்பவும் இந்தியாவுக்கு வந்த சிவராசனுக்கு இம்முறை தோப்புத்துறை ஜகதீசன் என்ற நபர் உதவி செய்தார். இவர் ஒரு கருவாடு ஃபேக்டரி வைத்திருந்தவர். சென்னையில், குவாலியரில் பயிற்சி முகாம்களில் இருந்த சில ஈ.பி.ஆர்.எல்.எஃப் உறுப்பினர்களுடன் மெல்ல மெல்லப் பேச்சுக் கொடுத்து, அவர்கள் மூலம் வரதராஜப் பெருமாள் எங்கே இருக்கிறார் என்று கண்டுபிடிக்க, இந்தத் தோப்புத்துறை ஜகதீசன் சிவராசனுக்கு உதவி செய்ய ஆரம்பித்தார்.

ஆனால் விஷயம் அத்தனை சுலபமாக இல்லை. வட இந்தியாவில் அவர் ஏதோ ஒரு மாநிலத்தில், எங்கோ ஒரு மூலையில் இருக்கிறார் என்பதற்கு மேல் ஓர் அங்குலம் கூடத் தகவல் பெற முடியவில்லை.

இந்த முயற்சி நடைபெற்றுக்கொண்டிருந்தபோதுதான் 1991 பொதுத் தேர்தல் அறிவிப்பு வந்தது. பிரபாகரனின் ஹிட் லிஸ்டில் ராஜிவ் காந்தி இருந்ததும், இந்தப் பொதுத் தேர்தலில் அவர் வெற்றி பெற்று ஆட்சியமைத்துவிடக் கூடாது என்னும் பதற்றம் மேலோங்கியிருந்ததும், வரதராஜப் பெருமாளைத் தேடுவதை நிறுத்திவிட்டு, ராஜிவ் காந்தியைக் குறிவைக்கக் காரணமானது.

இலக்கு ராஜிவ் காந்தி என்பது முடிவானதும் விடுதலைப் புலிகளின் உளவுப் பிரிவுத் தலைவர் பொட்டு அம்மான் முதல் முதலில் சொன்ன விஷயம், தமிழகத்தில் நமக்கென்று ஒரு பிரத்தியேக உளவுக் கிளை அமைத்தாக வேண்டும் என்பதுதான். ஒவ்வொரு சிறு காரியத்துக்கும் ஆள்களைத் தேடிக்கொண்டிருப்பது சிரமம் என்பது தவிர, அது ஆபத்தானதும் கூட. எனவே, தமிழகத்தில் ஓர் உளவுப் பிரிவை நிறுவியே தீரவேண்டும் என்று சொல்லி, அதற்கான முதல் கட்ட நடவடிக்கையை ஆரம்பித்தார்.

ஜனவரி 91ல் முதல் முதலாக இந்து மாஸ்டர் என்று புலிகள் இயக்கத்தில் அறியப்படும் ஸ்ரீஹரன் என்ற இயற்பெயர் கொண்ட, முருகன் என்கிற தாஸை இந்தியாவுக்கு அனுப்பினார் பொட்டு அம்மான்.

முருகன், யாழ்ப்பாணத்தைச் சேர்ந்தவர். அவரது தந்தை அங்கே ஒரு சிறு ஹோட்டல் நடத்திக்கொண்டிருந்தவர். முருகனின்

அண்ணன் விடுதலைப் புலிகள் இயக்கத்தில் இருந்து, 1987ல் இலங்கை ராணுவத்தின் ஒரு தாக்குதலில் இறந்தவர். டீச்சர் உத்தியோகம் பார்க்கும் ஓர் அக்கா, மூன்று தங்கைகள் அவருக்கு உண்டு.

அண்ணனின் மரணத்துக்குப் பிறகு புலிகள் இயக்கத்தில் இணைந்து சில போர்க்களங்களில் பங்குபெற்று, பொட்டு அம்மானின் நேரடி கவனிப்புக்கு உள்ளாகி, இயக்கத்தின் உளவுத்துறைக்குச் சென்றவர்.

பொட்டு அம்மான் முருகனிடம் சொன்ன விஷயம் இதுதான். 'நீ இந்தியாவுக்குப் புறப்படு. சென்னையில் உள்ள தலைமைச் செயலகத்தின் உள்புற அமைப்பு, போலீஸ் தலைமையகம், வேறு சில குறிப்பிட்ட காவல் நிலையங்களின் அமைப்பு, இருப்பிடம், உட்புற - வெளிப்புற அமைப்புகளைப் படமெடுத்து அனுப்பவேண்டியது உனக்கு முதல் பணி. நீ கிளம்பும்போது சுருளி என்ற நபர் உன்னைச் சந்திப்பார். இரண்டு தங்க பிஸ்கட்டு களைக் கொடுப்பார். அதைக் கொண்டு போய் சென்னையில் காந்தனிடம் கொடு. (காந்தன் இன்னொரு விடுதலைப் புலி உறுப்பினர்.) காந்தனை உனக்கு ரகுவரன் அறிமுகம் செய்து வைப்பார். நீ அங்கே சென்று இறங்கியதும் அவர் வந்து உன்னைச் சந்திப்பார். என்னிடம் ஏதாவது பேசவேண்டு மென்றால் காந்தனின் வயர்லெஸ் மூலம் மட்டும் பேசு. புறப்படு.'

91ம் வருடம் ஜனவரி மூன்றாம் வாரம், மூன்று எஞ்சின்கள் பொருத்தப்பட்ட ஒரு பிளாஸ்டிக் படகில் முருகன் கோடியக் கரைக்கு வந்து சேர்ந்தார். சிவராசன் அங்கேயே வந்து காத்திருந்து, அவரை அழைத்துக்கொண்டு கோடியக்கரை மகாலிங்கம் என்கிற நண்பரின் வீட்டுக்குச் சென்றார். குளித்து, சாப்பிட்டுவிட்டு பஸ் ஏறிச் சென்னை.

சென்னையில் ராபர்ட் பயஸ் என்கிற இன்னொரு விடுதலைப் புலியின் வீட்டில் முருகனைத் தங்க வைத்தார் சிவராசன். ஒரு விஷயம் கவனிக்க வேண்டும். முருகன் முதல் முதலில் தமிழகத்துக்கு வரும்போது அவருக்கு சிவராசனைத் தெரியாது. அப்போதுதான் அறிமுகமாகிறார். சிவராசன் மூலம்தான் ராபர்ட் பயஸும் அறிமுகமாகிறார். ரகுவரன் பொட்டு அம்மானுக்கு வலக்கரம் போன்றவர் என்பது தெரியும். அவருக்குத் தமிழகத்தில் சிவராசன் என்று பெயர் என்பதெல்லாம் தெரியாது.

ராபர்ட் பயஸ் வீட்டில் முருகன் தங்கியிருந்தது ஐந்து நாள்கள். அங்கே வந்து போன காந்தன் மற்றும் நிஷாந்தன் என்னும் இரண்டு புலி உறுப்பினர்களுடன் தொடர்பு உண்டானது. நிஷாந்தன் மூலமாக முத்துராஜா அறிமுகமாகி, முத்துராஜா மூலம்தான் முருகனுக்கு பாக்கியநாதன் தொடர்பு ஏற்பட்டது.

ராயப்பேட்டை முத்தையா கார்டன் வீதியில் உள்ள பாக்கிய நாதன் வீட்டில் அவரது தாய் பத்மா, தங்கை கல்யாணி, அவளது தோழி பாரதி என்று அனைவரையும் முருகன் அறிமுகப்படுத்திக் கொண்டார்.

பத்மா முதலில் சற்றுத் தயங்கினாலும் விரைவில் முருகன் அங்கே தங்க அனுமதி கிடைத்தது. ஆங்கிலம் படிக்கச் சென்னை வந்தது மாதிரி சொல்லிவிட்டு, சபரி இன்ஸ்டிட்யூட்டில் போய்ச் சேர்ந்தார் முருகன். எல்லாம் ஒரு சில நாள்கள்தான். அவர்களுக்குள் எதையும் மூடி மறைக்க வேண்டிய அவசியம் ஏதும் பின்னால் ஏற்படவில்லை.

பாக்கியநாதனின் மூத்த சகோதரி நளினி வில்லிவாக்கத்தில் தனியே வீடு எடுத்துத் தங்கியிருக்கும் விஷயம் முருகனுக்குத் தெரிந்தது. குடும்பச் சண்டைகள் பற்றியும் கருத்து விரோதங்கள் பற்றியும் கேட்டறிந்தார். அடடே, ஒரு சின்ன சமாதான முயற்சி செய்தால் தப்பில்லையே?

முருகன் நளினியை அவரது அடையாறு அலுவலகத்தில் சென்று சந்தித்தார். பிறகு அச்சந்திப்பு, நளினியின் வீட்டில் தொடர்ந்தது. நளினி ராயப்பேட்டை வீட்டுக்கு வந்தார். முருகன் வில்லிவாக்கத்துக்குப் போனார். பேசிப்பேசி இருவரும் ஒருவரையொருவர் மிகவும் விரும்ப ஆரம்பித்தார்கள். அதுதான் ஆரம்பம்.

நளினிக்கு முருகன் மீது உண்டான காதலை எப்படி வகைப்படுத்துவது என்று தெரியவில்லை. முருகன் அவரிடம் அதிகம் பேசியதெல்லாம் இலங்கையில் அமைதிப்படை வந்திருந்த காலத்தில் நிகழ்ந்த கொடுமைகளைப் பற்றித்தான். நளினிக்கு இலங்கைத் தமிழர்கள் மீதும் விடுதலைப் புலிகள் மீதும் அனுதாபமும் ஈடுபாடும் உண்டாவதற்கு முதன்மையான காரணம் முருகனின் பேச்சுகளே.

ஒரு புறம் நளினியுடனான காதலை வளர்க்கத் தொடங்கிய அதே சமயம், முருகன் தான் வந்த பணியையும் மறக்கவில்லை.

பொட்டு அம்மான், சுசீந்திரன், ரவி என்ற இரண்டு உதவியாளர்களை டிரெயின் செய்து முருகனுக்கு உதவியாக இருக்கும்படி அனுப்பிவைத்திருந்தார். முருகன், தமிழகத்தில் விடுதலைப் புலிகளுக்கான உளவு அமைப்பை மிக வலுவாக வேரூன்றச் செய்யும் பணிகளை ஆரம்பித்து, நிறையத் தொடர்புகளை வளர்த்துக்கொண்டு, பொட்டு அம்மான் கேட்ட தகவல்களை அவருக்கு அனுப்பத் தொடங்கினார்.

சரியாகப் புரிந்துகொள்ள வேண்டும். விடுதலைப் புலிகள் அமைப்பின் தமிழக உளவுப் பிரிவுக்கு முருகன் பொறுப்பு. அந்த வகையில் அவருக்கு பாஸ், பொட்டு அம்மான். அதே சமயம், ராஜிவ் காந்தி படுகொலை என்னும் அசைன்மென்டுடன் தமிழகத்துக்கு வந்திருந்த சிவராசனுக்கும் வேண்டிய உதவிகள் செய்யவேண்டியது முருகனின் கடமை. அந்த அசைன் மென்டைப் பொருத்தவரை சிவராசன்தான் அவருக்கு பாஸ்.

தனது பணி எத்தகையது, தனது பொறுப்பு எத்தனை முக்கியத்துவம் வாய்ந்தது என்பது முருகனுக்கு நன்றாகத் தெரியும். சிறு பிசகும் இல்லாமல் சொன்ன வேலையை முடிக்க முனைப்புடன் செயல்பட ஆரம்பித்தார்.

அவரது முதல் திட்டம், கொடைக்கானலில் ஒரு டிரெயினிங் கேம்ப் அமைப்பதாக இருந்தது!

13

எங்கே முடிக்கலாம்?

எந்த ஒரு இயக்கமும் தமிழகத்தில் பயிற்சி முகாம் என்று சிந்திக்கத் தொடங்கும்போதே கொடைக்கானலை யோசிப்பது தவிர்க்க முடியாத விஷயம். உல்ஃபா போன்ற வடகிழக்கு மாநிலத் தீவிரவாத இயக்கம் கூட தமிழ்நாட்டில் கொடைக்கானலைத் தான் தமது பயிற்சிக்குத் தேர்ந்தெடுத்திருக்கிறது. இதற்கு மிக எளிய காரணங்கள்தாம். முதலாவது, அந்த மலைப்பகுதியின் அடர்த்தி. யாரும் எளிதில் ஊடுருவ முடியாத தன்மை. மறைவாகச் செயல்பட வசதியான இயற்கைச் சூழல். மக்கள் தொகை குறைவு. பிரச்னையில்லாத இடம்.

முருகனும் தமிழகத்தில் தங்கள் பணிகளைச் செய்ய ஆள்களைத் தயார் செய்வதற்குக் கொடைக்கானல் தான் சரியான இடம் என்று முதலில் நினைத்தார். இலங்கையிலிருந்து வரும்போது எடுத்து வந்திருந்த அந்த இரண்டு தங்கக் கட்டியை, புலிகள் வழக்கப் படி தம்பியண்ணாவிடம் கொடுத்து பணமாக மாற்றினார்கள். பத்து முதல் பதினைந்து லட்சம் ரூபாய் வரை அதில் கிடைத்தது.

அந்தப் பணத்தை வைத்து கொடைக்கானலில் ஒரு பண்ணையை விலைக்கு வாங்கி விடுவது. தமிழ்

நேஷன் ரீட்ரைவல் ஃபோர்ஸ் என்று ஒரு போர்டு மாட்டிக் கொண்டு உள்ளே உட்கார்ந்து தங்கள் வேலையைப் பார்ப்பது. கொடைக்கானல் ஆதிவாசி இளைஞர்களைப் பிடித்து பயிற்சி கொடுத்து அவர்களைக் கொண்டு ராஜிவ் காந்தியைக் கொலை செய்வது.

இதுதான் ஆரம்பத்தில் அவர்களுக்கு இருந்த திட்டம். முருகன், சிவராசன், பொட்டு அம்மான் மூன்று பேருக்குமே இது தெரியும்.

இந்தத் திட்டத்தில் எந்தப் பிரச்னையும் இருக்காது, கொலை நடந்த பிறகும் புலன் விசாரணை என்று ஆரம்பித்தால் கொடைக்கானல் ஆதிவாசிகள்தாம் மாட்டுவார்கள், தங்களை யாருக்கும் தெரிய வாய்ப்பில்லை என்று கணக்கிட்டு, பரபரவென்று அதற்கான பணிகளைத் தொடங்கினார்கள்.

ஆனால் இதனைக் கேள்விப்பட்ட உடனேயே பிரபாகரன் பொட்டு அம்மானிடம் உடனே இந்த ஏற்பாட்டைக் கைவிடச் சொல்லி உத்தரவிட்டார்.

'கூடவே கூடாது. இந்திய மண்ணில், முன்னாள் இந்தியப் பிரதமரை நாம் கொல்லத் திட்டமிட்டிருக்கிறோம். நாம் என்னதான் பயிற்சியும் பணமும் கொடுத்தாலும் இந்தியர்கள் அதைச் செய்ய விரும்பமாட்டார்கள். விஷயம் தெரிந்ததும் விலகிவிடுவார்கள். அல்லது காரியத்தைக் கெடுப்பார்கள். கண்டிப்பாக இந்தியர்கள் யாரும் இந்தச் செயலில் ஈடுபடவே கூடாது. அவர்களுக்கு இறுதிவரை இந்தத் திட்டம் தெரியவும் கூடாது. கொலைப் பணியை நாம்தான் செய்தாக வேண்டும். இது நமது பணி. நமக்குத்தான் இதன் முக்கியத்துவம் தெரியும், புரியும். இந்தியர்களை ரகசியமாக நமது தேவைகளுக்குப் பயன்படுத்திக்கொள்ளலாமே தவிர, திட்டத்துடன் அவர்களை நேரடியாகச் சம்பந்தப்படுத்தவே கூடாது! யாராவது ஓர் இந்தியப் பெண்ணை உதவிக்கு வைத்துக்கொள்ளுங்கள். ஆனால் கொலையை நமது தற்கொலைப் படைப் பிரிவினர்தாம் மேற்கொண்டாக வேண்டும்.'

அந்த 'யாராவது ஓர் இந்தியப் பெண்ணை உதவிக்கு வைத்துக் கொள்ளுங்கள்' என்னும் உத்தரவுக்கான விடைதான் நளினி! 'எதைச் செய்தாலும் அந்த 'இந்தியப் பெண்ணின்' போர்வையில்

செய்வது. ஆனால் செய்வது நாமாக இருக்கவேண்டும். இப்படிச் செய்வதன்மூலம் நாமும் மாட்டிக்கொள்ள மாட்டோம், பிரச்னையில்லாமல் பணியும் முடியும்' என்று பிரபாகரன் சொன்னார். அதன்படியே திட்டம் வகுக்கப்பட்டது.

மறுபுறம், ராஜிவ் காந்தியை எந்த இடத்தில் வைத்துக் கொல்லலாம் என்று தீர்மானிக்கும் பொறுப்பு சிவராசனிடம் தரப்பட்டது.

சிவராசனின் நண்பரான தோப்புத்துறை ஜகதீசனுக்கு சகோதரர் ஒருவர் இருந்தார். அவர் பெயர் கல்யாண சுந்தரம். இந்தக் கல்யாண சுந்தரம் டெல்லியில் 'பிரசிடெண்ட் டிராவல்ஸ்' என்னும் நிறுவனத்தில் பணியாற்றிக்கொண்டிருந்தவர். பிரசிடெண்ட் டிராவல்ஸ் நிறுவனத்தின் உரிமையாளர் யார் என்றால், மணி சங்கர ஐயரின் மனைவி.

அந்த வகையில் தோப்புத்துறை ஜகதீசனுக்கும் மணி சங்கர ஐயரை நன்றாகத் தெரியும்.

சிவராசன் போட்ட கணக்கு இதுதான். தோப்புத்துறை ஜகதீசன் மூலம் மணி சங்கர ஐயரை நெருங்கி, பரிச்சயப்படுத்திக் கொள்வது. அவர் மயிலாடுதுறை வேட்பாளராக அறிவிக்கப் பட்டிருந்தவர். தவிரவும் ராஜிவ் காந்திக்கு நெருங்கிய நண்பர்.

என்னதான் அன்றைய தமிழ்நாடு காங்கிரஸ் கமிட்டித் தலைவர் வாழப்பாடி ராமமூர்த்தி, பிரசாரத்துக்கு ராஜிவ் தமிழகம் வரும் வாய்ப்பில்லை என்று சொல்லிக்கொண்டிருந்தாலும், மணி சங்கர ஐயர் எப்படியாவது வரவழைத்தே தீருவார் என்று சிவராசன் நம்பினார். மணி சங்கர ஐயரும் அப்போது தனது ஆதரவாளர்களிடம் 'ராஜிவ் கண்டிப்பாக வருவார்' என்று சொல்லிக்கொண்டே இருந்தார்.

ராஜிவ் காந்தி தமிழகத்தின் அனைத்துத் தொகுதிகளுக்கும் வர முடியாது போனால்கூட கண்டிப்பாகத் தமது நண்பருக்காக மயிலாடுதுறை தொகுதிக்கு வராமல் இருக்க மாட்டார்! அப்படி வரும்போது மணி சங்கர் ஐயர் உதவியுடன் ராஜிவை நெருங்க முடியும். மாலையிட முடியும். விஷயத்தை முடிக்க முடியும்.

காரியத்தை முடித்துவிட்டுத் தப்பிக்கவும் மயிலாடுதுறை மிகச் சிறந்த இடம். சிறிது தூரப் பயணத்திலேயே வேதாரண்யத்தைத்

தொட்டுவிட முடியும். அங்கிருந்து இலங்கை செல்வது வெகு சுலபம்.

இவ்வாறு சிவராசன் திட்டமிட்டுக்கொண்டிருந்தபோது மே மாதத் தொடக்கத்திலேயே மயிலாடுதுறையில் ஒரு பொதுக் கூட்டத்தில், 'பிரசாரத்துக்கு பத்தாம் தேதி ராஜிவ் மயிலாடுதுறை வருகிறார்' என்று மணி சங்கர ஐயர் அறிவித்தார். இந்தச் செய்தி மறுநாள் காலை தினத்தந்தி நாளிதழில் வெளியானது.

இது தமிழ்நாடு காவல் துறை இயக்குநருக்கே வியப்பாக இருந்தது. அவர் உடனே க்யூ பிராஞ்ச் பிரிவை அழைத்து, இப்படிச் செய்தி வந்திருக்கிறதே, நமக்கு ஏதாவது தகவல் தெரியுமா என்று கேட்டார். க்யூ ப்ராஞ்ச் அதிகாரிகள் தமிழ்நாடு காங்கிரஸ் கமிட்டித் தலைவர் வாழப்பாடி ராமமூர்த்தியைத் தொடர்புகொண்டு தினத்தந்தி செய்தி பற்றி விசாரித்தார்கள்.

வாழப்பாடி அடித்துச் சொன்னார். கண்டிப்பாக ராஜிவ் வரும் வாய்ப்பே இல்லை!

உண்மையில் ராஜிவ் வருவதற்கு வாய்ப்பில்லாமல் இல்லை. அவர் வரவேண்டாம் என்று வாழப்பாடி ராமமூர்த்தி மிகவும் விரும்பியதுதான் காரணம்.

தமிழகத்தின் அன்றைய அரசியல் சூழ்நிலை அப்படிப்பட்டது. தி.மு.க. தலைமையிலான தமிழ்நாடு அரசு அப்போது கவர்னர் பர்னாலாவின் ஒப்புதலே இல்லாமல் ஜனாதிபதி வெங்கட் ராமனால் கலைக்கப்பட்டிருந்தது. அ.தி.மு.கவுடன் தேர்தல் கூட்டணி வைத்தால் காங்கிரசுக்கு நல்லது என்று எடுத்துச் சொல்லி வாழப்பாடிதான் முன்னின்று அதற்கு ஏற்பாடு செய்திருந்தார்.

இச்சூழலில், ராஜிவ் காந்தி தமிழ்நாடு வருவாரேயானால், ஏதாவது விரும்பத் தகாத சம்பவங்கள் நடக்கலாம். வெறுப்பில் இருக்கும் தி.மு.க. தொண்டர்கள் குறைந்தபட்சம் கறுப்புக் கொடி காட்டினால்கூட தர்ம சங்கடம்தான்.

எனவே அவர் ராஜிவிடம், 'நீங்கள் இப்போது தமிழ்நாடு வர வேண்டிய அவசியமே இல்லை. அனைத்துத் தொகுதிகளிலும் நன்றாக வேலை செய்திருக்கிறோம். நாம் ஜெயிப்பது உறுதி.

வேறு பலவீனமான மாநிலங்களில் நீங்கள் கவனம் செலுத்த லாம். தமிழகத்தைப் பற்றிய கவலையை விட்டுவிடுங்கள். நான் பார்த்துக்கொள்கிறேன்' என்று சொல்லியிருந்தார்.

ராஜிவுக்கு இது பற்றிப் பெரிய அபிப்பிராயமோ, அபிப்பிராய பேதமோ கிடையாது. அவருக்குத் தமிழ்நாடு முழுதும் சுற்றா விட்டாலும் மூன்று தொகுதிகளுக்காவது தான் வரவேண்டியது அவசியம் என்று நினைத்தார். முதலாவது அவர் அன்புடன் 'ஆன்ட்டி' என்று அழைக்கும் மரகதம் சந்திரசேகரின் தொகுதி யான ஸ்ரீபெரும்புதூர். அடுத்தது, மணி சங்கர ஐயரின் மயிலாடு துறைத் தொகுதி. மூன்றாவது ப. சிதம்பரத்தின் சிவகங்கை.

மூன்று பேரும் அவருக்கு மிகவும் முக்கியமானவர்கள். கட்சி யைத் தாண்டி தனிப்பட்ட முறையில் நெருக்கமானவர்கள். தேர்தல் பிரசாரத்துக்குத் தாம் போகாவிட்டால் வருத்தப்படக் கூடியவர்கள். அவர்கள் தொகுதிகளுக்கு மட்டுமாவது போய்விட வேண்டும் என்று ராஜிவ் நினைத்தார். ஆனால் வாழப்பாடி விடாமல் அவரை வரவேண்டாம், வரவேண்டாம் என்று சொல்லிக்கொண்டே இருந்தார்.

இச்சமயத்தில் பொதுத்தேர்தலின் முதல் கட்ட வாக்குப்பதிவுகள் பல மாநிலங்களில் முடிவடைந்திருந்தன. ஒரிஸா, தமிழக மெல்லாம் இரண்டாம் கட்டத் தேர்தலைச் சந்திக்கத் தயாராகிக் கொண்டிருந்த மாநிலங்கள்.

காங்கிரஸ் கட்சியில் அன்றைக்கு ராஜிவ் காந்தியின் தேர்தல் பிரசாரத் திட்டங்களை வகுக்கும் பொறுப்பு மார்க்கரெட் ஆல்வாவிடம் இருந்தது. அவர், இரண்டாம் கட்டத் தேர்தல்கள் நடக்கவிருக்கும் தொகுதிகளையும், அதில் போட்டியிடும் காங்கிரஸ் வேட்பாளர்களையும் ஒரு பட்டியலிட்டு, 13.5.91 அன்று ராஜிவுக்கு அனுப்பினார்.

அதிகமான தொகுதிகள், மிகக் குறைவான பிரசார நாள்களே இருந்த நிலையில் மார்க்கரெட் ஆல்வாவே சில தொகுதிகளைக் குறிப்பிடாமல், முக்கியம் என்று அவர் நினைத்த தொகுதிகளை மட்டும் பட்டியலில் குறிப்பிட்டு, 'இவற்றில் எங்கெங்கே போகலாம் என்று நினைக்கிறீர்கள் என்று சொல்லுங்கள். ஆனால் தமிழகத்துக்கு ஒரு நாள்தான் தர முடியும்' என்று ராஜிவிடம் கேட்டார்.

ராஜிவ் காந்தி பட்டியலை வாங்கி வேகமாக ஒரு பார்வை பார்த்தார். அதில் தமிழகத் தொகுதிகளுள் வாழப்பாடி ராமமூர்த்தி யின் கிருஷ்ணகிரி, மணி சங்கர ஐயரின் மயிலாடுதுறை, சிதம்பரத்தின் சிவகங்கை எல்லாம் இருந்தன. ஒன்று மட்டும் இல்லை.

ராஜிவ் மெலிதாகப் புன்னகை செய்தார். Include Aunty's Constituancy என்று எழுதிக் கையெழுத்திட்டுத் திருப்பிக் கொடுத்தார்.

அது மரகதம் சந்திரசேகரின் தொகுதியான ஸ்ரீபெரும்புதூர்.

14

ஆன்ட்டி

மார்க்கரெட் ஆல்வாவுக்கு அது தர்ம சங்கடம்தான். ஆனாலும் ராஜிவின் விருப்பம் என்பதால் மீண்டும் சுற்றுப்பயணத் திட்டத்தைச் சற்று மாற்றி அமைத்து 17.5.91 அன்று வேறொரு சார்ட் அனுப்பினார். அதன்படி ராஜிவின் தமிழ்நாடு சுற்றுப்பயணக் காலம் ஒன்றரை நாள்களாக நீட்டிக்கப்பட்டிருந்தது.

அதைப் பார்த்த ராஜிவ், 'கண்டிப்பாக ஒன்றரை நாள் முடியாது. ஒருநாள்தான். ஆனால் ஆன்ட்டியின் தொகுதி அதற்குள் வரவேண்டும். வேண்டுமானால் பிரபுவின் தொகுதியை நீக்கிவிடலாம்.' என்று சொல்லிவிட்டார்.

வேறு வழியில்லை என்பது தவிர, இதனால் வேட்பாளர்களுக்கு மனச்சங்கடம் வந்துவிடாமல் பார்த்துக்கொள்ள வேண்டிய பொறுப்பும் மார்க்கரெட் ஆல்வாவுக்கு உண்டு. அதன்படியே திட்டம் தயாரானது.

இருபதாம் தேதி புவனேஸ்வரில் பயணம் செய்யும் ராஜிவ், மறுநாள் விசாகப்பட்டினத்தில் இறங்கி, அங்கிருந்து தனி விமானம் மூலம் சென்னைக்கு வந்து, 21ம் தேதி இரவு அங்கிருந்து ஹெலிகாப்டர் மூலம் ஸ்ரீபெரும்புதூருக்கு வருவார். மரகதம் சந்திர

சேகரின் தொகுதியில் பொதுக்கூட்டம். முடிந்ததும் இரவு ஸ்ரீபெரும்புதூரிலேயே தங்கிவிட்டு மறுநாள் காலை ஏழு மணிக்கு அதே ஹெலிகாப்டரில் பாண்டிச்சேரி. அங்கிருந்து மயிலாடுதுறை. மயிலாடுதுறையிலிருந்து சிவகங்கை. அங்கிருந்து கிருஷ்ணகிரி வழியே பெங்களூர். பெங்களூரிலிருந்து தனி விமானம் மூலம் புதுடெல்லி என்று இறுதிப் பட்டியல் தயாராகி அறிவிக்கப்பட்டது.

பயணத் திட்ட விவரத்தைக் கண்டதுமே சிவராசன் யோசிக்கத் தொடங்கினார். திட்டமிட்டிருந்தபடி மயிலாடுதுறையில் ராஜிவைக் கொல்வது சிரமம். ஏனெனில் ராஜிவ் மயிலாடு துறைக்கு வருவது பகலில். பகலில் தேர்தல் பிரசாரக் கூட்டத்தில் பிரச்னையில்லாமல் காரியத்தை முடிப்பது மிகவும் கடினமாக இருக்கும். முடித்தாலுமேகூட, தப்பிப்பது அதைவிட சிரமமாக இருக்கும். இரவு நேரக் கூட்டம்தான் சாதகம் என்று தீர்மான மாகத் தோன்றியது.

எனவே வேறு வழியில்லை. 21ம் தேதி இரவு, ஸ்ரீபெரும்புதூர் தான்!

இந்த முடிவுக்கு வந்ததுமே சின்ன சாந்தனை அழைத்து, ஸ்ரீபெரும்புதூரில் திட்டத்தைச் செயல்படுத்துவதற்கான சாதகங் களை ஆராயச் சொல்லி உத்தரவிட்டார்.

மரகதம் சந்திரசேகரின் மகன் லலித் சந்திரசேகர் அப்போது சென்னை ஷெனாய் நகரில் வசித்துவந்தார். அவரது மனைவி ஓர் இலங்கைப் பிரஜை. எனவே அவர்கள் மூலம் மரகதம் சந்திர சேகரை அணுகுவது எளிது என்று தெரிந்தது. அதற்கான ஏற்பாடு களைச் செய்யச் சொல்லி உத்தரவிட்டு, எதற்கும் இருக்கட்டும் என்று ஒரு மாற்று ஏற்பாட்டையும் யோசித்தார்.

21ம் தேதி ராஜிவ் ஸ்ரீபெரும்புதூருக்கு வரும்போது திட்டத்தைச் செயல்படுத்த முடியாது போகுமானால் மறுநாள் மாலை கிருஷ்ணகிரியில் வைத்து முடித்துவிடலாம். ஒரு வசதி, அங்கே வாழப்பாடியும் இருப்பார். இருவரையும் சேர்த்தே தீர்த்து விடலாம் என்பதுதான் சிவராசனின் எண்ணம். ஏனெனில், வாழப்பாடியும் அப்போது விடுதலைப் புலிகளின் கொலைப் பட்டியலில் இருந்தார்.

இதற்கும் வழிகள் செய்தாகவேண்டும்.

வாழப்பாடி ராமமூர்த்தியின் செயலாளராகச் செயல்பட்டுக் கொண்டிருந்த காங்கிரஸ் பிரமுகர், கிள்ளி வளவன். அவரோடு, அந்நாளில் தமிழகத்தில் இருந்த விடுதலைப் புலிகள் பலருக்கு நல்ல தொடர்பு இருந்தது. புலிகளுக்கு இருந்த தொடர்பினைக் காட்டிலும், புலிகளின் சரணாலயமாக இருந்த சுபா சுந்தரத் துக்குக் கிள்ளி வளவனை நன்றாகத் தெரியும். தேர்தல் பிரசாரத் துக்காக 'வாழவைக்கும் கை' என்றொரு டாக்குமெண்டரி படம் எடுக்கும் பணியையே காங்கிரஸ் கட்சி அப்போது சுபா சுந்தரத்திடம் ஒப்படைத்திருந்ததை சிவராசன் நினைவுகூர்ந்தார்.

அந்தத் தொடர்பைப் பயன்படுத்தி, கிள்ளிவளவன் மூலம் ராஜிவ் காந்தியின் பயணத் திட்டத்தை, நடவடிக்கைகளை, திட்டங் களை முன்கூட்டியே அறிய முயற்சி செய்தார் சிவராசன். உதாரணமாக, 17.5.91 அன்று பயணத்திட்டம் இறுதி செய்யப் பட்டு தமிழ்நாடு காங்கிரஸ் அலுவலகத்துக்கு வந்ததும் வாழப்பாடி ராமமூர்த்தி, ராஜிவ் காந்திக்கு ஒரு ஃபேக்ஸ் அனுப்பு கிறார். 'நீங்கள் வருவது உறுதி என்றாலும், ஸ்ரீபெரும்புதூரில் தங்கும் திட்டம் மட்டும் தயவுசெய்து வேண்டாம். ராஜ்பவனில் தங்குங்கள். அல்லது மீனம்பாக்கம் விமான நிலைய கெஸ்ட் ஹவுஸில் தங்கினாலும் சரி. ஸ்ரீபெரும்புதூர் அத்தனை பாதுகாப் பான இடமல்ல' என்று அந்தக் கடிதத்தில் குறிப்பிட்டிருக்கும் விஷயம் சிவராசனுக்குக் கிடைக்கிறது!

வாழப்பாடியின் எச்சரிக்கை அர்த்தமில்லாததில்லை. ஸ்ரீபெரும்புதூரில் ராஜிவ் எங்கே தங்குவார்? மரகதம் சந்திர சேகர், ஒரு சேட்டு வீட்டில் ராஜிவ் தங்க ஏற்பாடு செய்திருந்தார். யாரோ ஒரு நபரின் வீடு! அவர் யார், அவர் வீட்டில் ஏன் தங்கவேண்டும், அந்த இடத்தின் பாதுகாப்பு எப்படி என்று எதையும் ராஜிவ் கேட்கவில்லை. 'ஆன்ட்டி'யின்மீது அவருக்கு இருந்த அன்பும் நம்பிக்கையும் அப்படிப்பட்டது.

இந்த விஷயம் சற்று வியப்பாக இருக்கலாம். ஆனால் ராஜிவ் குடும்பத்துக்கும் மரகதம் சந்திரசேகருக்கும் இடையே இருந்த நெருக்கத்தை நான் 1977ம் ஆண்டிலிருந்தே அறிவேன்.

பணியின் தொடக்க காலத்திலிருந்தே சி.பி.ஐ.யில் பணியாற்றி வந்தவன் நான். அப்போது, டெல்லியில் எனக்கு வேலை. சி.பி.ஐயின் சிறப்புப் புலனாய்வுப் பிரிவின் உதவி இயக்குநராக வி.ஆர். லட்சுமி நாராயணன் ஐ.பி.எஸ். அவர்கள் இருந்த சமயம் அது. மத்தியில் ஜனதா அரசு வந்திருந்த புதிது. முந்தைய இந்திரா

காந்தி தலைமையிலான காங்கிரஸ் அரசின் ஊழல்கள், சஞ்சய் காந்தி சம்பந்தப்பட்ட நிறுவனங்கள் மீதான குற்றச்சாட்டுகள் என்று அடுக்கடுக்காக வழக்குகள் போடப்பட்டு விசாரணை நடந்துகொண்டிருந்த சமயம். சம்மன் கொண்டு கொடுப்பதற் காகவும் வேறு ஏதேனும் சந்தேகம் கேட்கவேண்டியிருப்பின் கேட்டுப் பெறுவதற்காகவும் அப்போது அடிக்கடி இந்திரா காந்தியின் வீட்டுக்கு நான் போகவேண்டியிருந்தது.

இந்திரா காந்தி, ராஜிவ் காந்தி, சஞ்சய் காந்தி, சோனியா காந்தி, மேனகா காந்தி என்கிற அந்தக் குடும்ப உறுப்பினர்கள் தவிர, வெளி நபர்கள் யாரும் அந்த வீட்டில் இருக்க மாட்டார்கள். கட்சிக்காரர்களோ, வேறு யாருமோகூட வீட்டுக்கு வருவ தில்லை. தவாண் மாதிரி சீனியர் காங்கிரஸ்காரர்கள் வந்தால்கூட வாசல்பக்க அறையில் வெறுமனே உட்கார்ந்திருக்க வேண்டியது தான்.

ஆனால் மரகதம் சந்திரசேகர் மட்டும் எவ்வித முன்னறிவிப்பும் இல்லாமல் இந்திரா காந்தியின் 12, வெலிங்டன் ரோடு வீட்டுக்கு வருவார். அனைவருடனும் சகஜமாகப் பழகுவார். வீடு முழுக்க அவரை ஆன்ட்டி, ஆன்ட்டி என்று கொண்டாடும். இந்திரா காந்தி எப்படிப்பட்ட மூட் அவுட்டில் இருந்தாலும் 'ஆன்ட்டி' வந்துவிட்டால் மட்டும் முகம் மாறிவிடும். அனைத்தையும் மறந்து சிரித்துப் பேசுவார். கலகலப்பாகிவிடுவார். கட்சித் தொடர்புகளுக்கு அப்பால், தனிப்பட்ட முறையில் மரகதம் சந்திரசேகர் அந்தக் குடும்பத்துடன் இரண்டறக் கலந்தவர். அவருக்கு நேரு குடும்பத்துக்குப் பிறகுதான் மற்ற யாருமே. அத்தனை அன்பு, விசுவாசம், பாசம்.

அப்படிப்பட்ட மரகதம் சந்திரசேகரைக் குறிவைப்பதுதான் தங்கள் திட்டம் வெற்றியடையச் சரியான வழி என்று சிவராசன் தீர்மானித்தார்.

ஒருபுறம் லலித் சந்திரசேகரின் இலங்கை மனைவியை எப்படி யாவது அணுகி, மரகதம் சந்திரசேகருடன் அறிமுகம் செய்து கொள்ள வழி தேடிக்கொண்டிருந்தபோதே மறுபுறம் டரியள் பீட்டர்ஸ் என்றொரு நபர் மூலம் லலித் சந்திரசேகரை நெருங்கவும் முயற்சி செய்தார்கள். இந்த டரியல் பீட்டர்ஸின் மனைவி ஒரு மத்திய அரசு ஊழியர். திருமங்கலம் சி.பி.டபிள்யூ குவார்ட்டர்ஸில் குடியிருந்தார்கள்.

சின்ன சாந்தனின் இடைவிடாத ஆராய்ச்சிகளின்மூலம் டரியள் பீட்டர்ஸுக்கும் லலித் சந்திரசேகருக்கும் இடையே உள்ள நட்பு தெரிய, நேரே டரியலைச் சந்தித்து, மயக்கும் விதமாகப் பேசி, லலித்தைச் சந்திக்கும் வாய்ப்பைப் பெற்றார்கள்.

'ஐயா நாங்கள் இலங்கை அகதிகள். ஈ.பி.ஆர்.எல்.எஃப் அனுதாபிகள். இந்தியாவில் எங்களுக்கு எல்லாமே ராஜிவ் காந்திதான். அவர் இந்தத் தேர்தலில் கட்டாயம் வெற்றி பெற்று ஆட்சியமைக்க வேண்டும். எங்களால் முடிந்த சிறு தொகையை தமிழ்நாடு காங்கிரசுக்குத் தேர்தல் நிதியாகத் தர விரும்புகிறோம்' என்று சொன்னார்கள்.

லலித் சந்திரசேகர் அவர்களைப் பற்றி தம் தாயார் மரகதம் சந்திரசேகருக்கு எடுத்துச் சொல்லி, சிவராசன் குழுவினரை ஸ்ரீபெரும்புதூருக்குச் சென்று தன் தாயாரைச் சந்திக்கச் சொல்லி அனுப்பிவைத்தார்.

எதிர்பார்த்தது அதைத்தானே?

எனவே சந்தோஷமாகப் புறப்பட்டுப் போனார்கள்.

ஸ்ரீபெரும்புதூரில் மரகதம் சந்திரசேகர் வீட்டில் அவர்களுக்கு லதா பிரியகுமாரின் அறிமுகம் கிடைத்தது. அவர் ஆன்ட்டியின் மகள். அவர் மூலம் அவரது சிநேகிதி லதா கண்ணனின் தொடர்பும் கிடைத்தது. மரகதம் சந்திரசேகரிடம் தேர்தல் நிதி என்று சொல்லி ஐந்து லட்ச ரூபாய் பணத்தைக் கொடுத்துவிட்டு, லதாவிடம் 'பொதுக்கூட்டத்தில் ராஜிவுக்கு மாலை போட வாய்ப்பு'க் கேட்டார்கள்.

லலித் சந்திரசேகர், 'நீங்கள் கூட்டத்துக்கு வாருங்கள். லதா கண்ணன் உங்களைத் தலைவர் அருகே அழைத்துச் செல்வார்' என்று சொன்னார். ஐந்து லட்ச ரூபாய் தேர்தல் நிதி கொடுத்த இலங்கை அகதிகளின் இந்தச் சிறு விருப்பத்தை நிறைவேற்றினால் என்ன? ஆனால் அவரோ, மரகதம் சந்திரசேகரோ, லதா பிரியகுமாரோ அந்தக் கூட்டத்தில் இந்த வேலையைச் செய்ய முடியாது. கட்சி ஊழியர்கள் என்ற வகையில் அவர்களுக்கும், வேட்பாளர் என்ற வகையில் மரகதம் சந்திரசேகருக்கும் ஏகப் பட்ட டென்ஷன் இருக்கும். வேலைகள் இருக்கும். எனவே லதா பிரியகுமாரின் உதவியாளரான லதா கண்ணனிடம் இந்தப்

பொறுப்பை அளித்துவிட்டு, சிவராசனுக்கு விடைகொடுத் தார்கள்.

இது எத்தனை பெரிய அபாயத்தில் முடியப்போகிறது என்பது அப்போது மரகதம் சந்திரசேகருக்குத் தெரியாது. ராஜிவ் காந்தியும் அவரது குடும்பத்தாரும் அவருக்குத் தன்னுடைய குடும்பத்தினரைவிட முக்கியமானவர்கள். ராஜிவ் படுகொலை என்பதை அவரால் கனவில்கூட நினைத்துப் பார்க்க முடியாது. அப்படியொரு நோக்கத்துடன்தான் தன்னிடம் வந்திருக்கிறார் கள் என்று தெரியுமானால் நடந்திருப்பதே வேறு!

ஆனால் வேறு வழியில்லை. வந்தவர்களின் நோக்கம் அதுதான். தன்னையறியாமல் அதற்கு வழி செய்துகொடுப்பவராக மரகதம் சந்திரசேகர் ஆகிப்போனதை வேறெப்படிச் சொல்ல முடியும்? விதி!

15

கேன்சல் ஆன கலைஞர் கூட்டம்

அதுநாள் வரை சந்தோஷத்தையோ, கஷ்டத்தையோ, கோபத்தையோ, வேறு எந்த விதமான உணர்ச்சியையோ தவறியும் வெளிப்படையாகக் காட்டியிராத சிவராசன், அந்த மே 18ம் தேதி மரகதம் சந்திரசேகரின் மகன் மற்றும் மகளின்மூலம் தான் நினைத்த காரியம் நல்லபடியாக நடக்கப்போகிறது என்பது உறுதியானதும் தன்னை மறந்த பரவச நிலைக்கு உள்ளானார்.

கொடுங்கையூர் முத்தமிழ் நகரில் காவல் நிலையத் துக்குச் சற்றுத் தள்ளி இருந்த ஜெயக்குமார் என்பவரின் வீட்டில்தான் சிவராசன் அப்போது தங்கியிருந்தார். சுபா, தணு இருவரையும் இலங்கை யிலிருந்து தமிழகம் அழைத்து வந்தபோது, அந்த வீட்டுக்கு அருகேதான் - இன்னொரு வீடெடுத்து அவர்களை முதலில் தங்க வைத்திருந்தார். (பாஸ்கரன், விஜயன் என்ற இருவர் இதற்கு உதவியவர்கள்.)

ஸ்ரீபெரும்புதூரில் திட்டத்துக்கான ஏற்பாடுகளை நல்லபடியாகச் செய்துமுடித்த மகிழ்ச்சியுடன் கொடுங்கையூர் திரும்பிய சிவராசன், வந்ததுமே ஜெயக்குமாரின் மனைவியை அழைத்து, தன் பாக்கெட்டிலிருந்து ஒரு கட்டு நூறு ரூபாய்

நோட்டை எடுத்துக் கொடுத்தார். 'போய் மாட்டுக்கறி வாங்கி வா. சமையல் அமர்க்களமாக இருக்கவேண்டும் இன்றைக்கு' என்று சந்தோஷத்துடன் சொன்னார். கையோடு சுபா, தணு அனைவருக்கும் தகவல் சொல்லி சாப்பிட வரச் சொன்னார்.

ஜெயக்குமாரின் மனைவி தேவையான பணத்தை மட்டும் எடுத்துக்கொண்டு மிச்சத்தை வைத்துவிட்டு வெளியே போக, அவர்களது மகன் பார்த்திபன் அந்த நூறு ரூபாய் கட்டைப் பார்த்தான். சிறுவன். விளையாட்டாக அதை எடுத்துக்கொண்டு மொட்டை மாடிக்குச் சென்றவன், அங்கே நின்றபடி ஒவ்வொரு தாளாக உருவிப் பறக்கவிட ஆரம்பித்தான்.

சில நிமிடங்களில் அக்கம்பக்கத்து வீடுகளிலெல்லாம் நூறு ரூபாய் நோட்டுகள் பறந்து வந்து விழ ஆரம்பிக்க, பலபேர் என்ன வென்று புரியாமல் வியப்புடன் வீதிக்கு வந்தார்கள். மொட்டை மாடியில் நின்றுகொண்டிருந்த சிறுவனோ, எது பற்றியும் கவலைப்படாமல் தொடர்ந்து பணத்தைப் பறக்கவிட்டுக் கொண்டே இருந்தான்.

'என்னங்க, உங்க பையன் இப்படி பணத்தைப் பறக்கவிடு றானே, என்ன விஷயம்?' என்று ஜெயக்குமாரை அவர்கள் கூப்பிட்டுக் கேட்க, அப்போதுதான் அவர்களுக்கு விபரீதம் புரிந்திருக்கிறது.

'ஒன்றுமில்லை. என் மாமாவுக்குக் கல்யாணம் நிச்சயம் ஆகி யிருக்கிறது. வீட்டில் அந்த சந்தோஷத்தைப் பகிர்ந்துகொண்டு இருந்தோம். எங்களுக்குத் தெரியாமல் பையன் பணத்தை எடுத்துக்கொண்டு மேலே போய்விட்டான். அப்பா, அம்மா சந்தோஷமாக இருக்கிறார்களே என்று அவனும் கிடைத் ததைப் பறக்கவிட ஆரம்பித்துவிட்டான்' என்று சொல்லி சமாளித்தார்கள்.

அத்தனை நாள் கொடுங்கையூர் வீட்டில் இருந்தாலும் அன் றைக்குத்தான் சிவராசன் அக்கம்பக்கத்தில் உள்ளவர்களுக்கு நன்கு தெரிந்தவரானார். ஜெயக்குமாரின் மாமா என்பதாக.

அன்றைக்கு, திட்டத்தில் சம்பந்தப்பட்ட பலபேர் கொடுங்கையூர் வீட்டுக்கு வந்தார்கள். மாட்டுக்கறி விருந்து சாப்பிடுவதற்கு என்று வைத்துக்கொள்ளலாம். சின்ன சாந்தனும் இருந்தார். அவர்தான் இந்த விவரங்களை சி.பி.ஐயிடம் தெரிவித்தது.

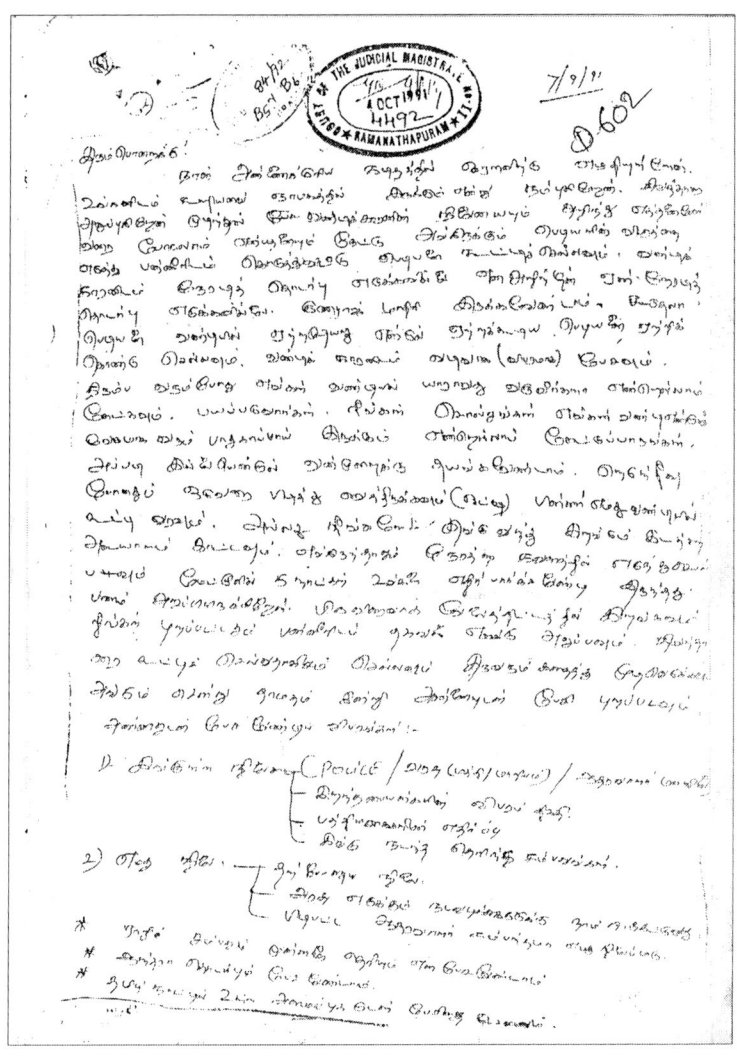

THE JUDICIAL MAGISTRATE

4 OCT 1991

4492

RAMANATHAPURAM

7/9/91

D.602

திருச்சி சாந்தன் இரும்பொறைக்கு
எழுதிய கடிதம் (பார்க்க பக்கம் 219)

அன்றைக்கு வந்தவர்களுள் வெள்ளை பேண்ட், வெள்ளை சட்டை அணிந்த மனிதரும் ஒருவர். மதியத்துக்குமேல் கொடுங்கையூர் ஜெயக்குமார் வீட்டுக்கு வந்த அந்த நபரை சிவராசன் தனியே மாடிக்கு அழைத்துச் சென்று ஒரு மணி நேரத்துக்கும் மேலாகப் பேசியிருக்கிறார்.

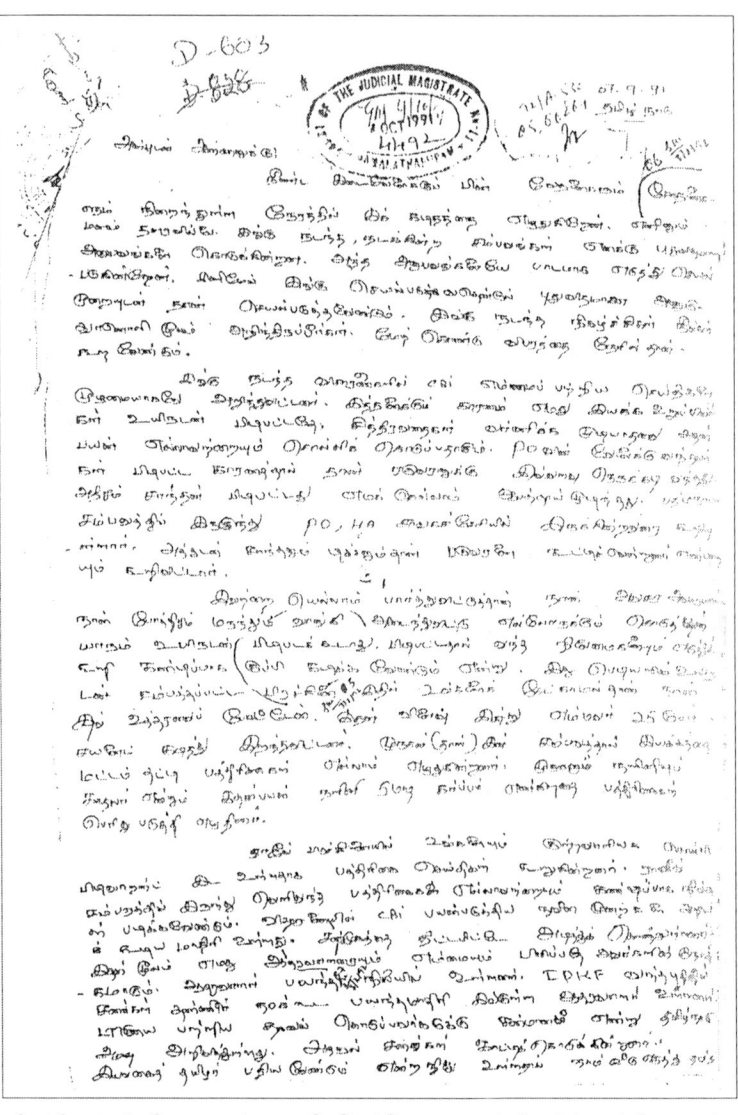

திருச்சி சாந்தன் பிரபாகரனுக்கு எழுதி, இரும்பொறை மூலம் கொடுத்தனுப்பிய கடிதம்
(பார்க்க பக்கம் 222)

பேசிவிட்டுக் கீழே இறங்கி வரும்போது அந்த வெள்ளை பேண்ட், வெள்ளைச் சட்டை நபர் மகிழ்ச்சியுடன் சிவராசன் கைகளைப் பிடித்துக்கொண்டு, 'இந்தக் காரியத்தை முதலில் நல்லபடியாக முடியுங்கள். அடுத்த இலக்கு வைகோவை சி.எம்.

ஆக்குவதுதான்' என்று சொல்ல, சிவராசனும் புன்னகையுடன் தலையசைத்தார்.

இச்சம்பவத்தை சி.பி.ஐ.யிடம் விவரித்தது சின்ன சாந்தன் மட்டுமே. வழக்கில் கைதான நளினியோ, முருகனோ, வேறு யாருமோ எத்தருணத்திலும் இப்படியொரு சம்பவம் கொடுங்கை யூர் வீட்டில் நடந்ததாகக் குறிப்பிடவில்லை. சின்ன சாந்தன் பேசும்போது, குறிப்பிட்ட அந்த வெள்ளை பேண்ட், வெள்ளைச் சட்டை நபரின் பெயர் சீனிவாசய்யா என்று குறிப்பிட்டார்.

'ஐயா' என்பது மரியாதை கருதிச் சேர்த்ததாக இருக்கலாம். ஆனால் நாங்கள் இத்தகவல் கிடைத்ததும் விசாரிக்கத் தொடங்கியதில் அன்றைக்குக் கொடுங்கையூரில் சிவராசனைச் சந்தித்துப் பேசிய நபர் வைகோவின் சகோதரர் ரவிச்சந்திரனாக இருக்கலாம் என்று கேள்விப்பட்டோம். ஆனால், இதற்கு ஆதாரம் எதுவுமில்லை.

இந்த சம்பவத்தைக் கேள்விப்பட்ட பிறகுதான் தமிழக உளவுத் துறை அதிகாரிகள், இதற்குக் கண், காது, மூக்கு வைத்துக் கருணாநிதியிடம் ஏராளமாக அச்சத்தை விதைத்து, தி.மு.க. விலிருந்து வைகோவை நீக்க வழி செய்தார்கள் என்பது பின்னால் நடந்த சரித்திரம். வைகோவுக்கு விடுதலைப் புலிகளுடன் இருந்த தொடர்பு என்பது ஊரறிந்த விஷயம்.

இதனை ஒரு வழக்காகக் கணக்கில் எடுத்து, வைகோவின் சகோதரர் ரவிச்சந்திரனையும், தொடர்புள்ள மற்றவர்களையும் விசாரிக்க நாங்கள் விரும்பினோம். சின்ன சாந்தன் 'சீனிவாசய்யா' என்று பெயர் குறிப்பிட்டிருந்தாலும், அவர் விவரித்த தோற்றம், உயரம், நடை, உடை, பாவனைகள் பற்றி எல்லாம் வேறு சிலரும் விவரித்த விதம் அனைத்தும் எங்களுக்கு அது ரவிச்சந்திரனாகத் தான் இருக்க வேண்டும் என்கிற ஆழமான சந்தேகத்தை எழுப்பியது.

ஆனால் மேற்கொண்டு எந்த விசாரணையும் செய்யாமல், அவரை பத்மநாபா கொலை வழக்கில் சம்பந்தப்பட்டவர் என்று கூறி, கைது செய்யும்படி உத்தரவிடப்பட்டதாகப் பின்னர் தெரிய வந்தது.

நாங்கள் விசாரணையில் ஈடுபட்டிருந்த சமயம், ஒரு தகவல் கிடைத்தது. ராஜிவ் கொலைச் சம்பவம் நடப்பதற்கு முன்னால்,

தமிழகத்தில் இருந்த பல முக்கிய விடுதலைப் புலிகள், குறிப்பாக காயமுற்றவர்கள் மதுரை, சென்னை, நெய்வேலி, சேலம் ஆகிய இடங்களில் உள்ள மருத்துவமனைகளில் சிகிச்சை பெற்றுக் கொண்டிருந்திருக்கிறார்கள்.

ராஜிவைக் கொல்வது என்று முடிவெடுத்த பிறகு, இப்படித் தமிழகத்தில் சிகிச்சை பெற்றுக்கொண்டிருந்த அனைவரையும் மருத்துவமனைகளிலிருந்து வெளியேற்றி, பாதுகாப்பாக எங்காவது வீடுகள் எடுத்துத் தங்கவைக்கத் திருச்சி சாந்தன் மூலம் பிரபாகரனும் பொட்டு அம்மானும் ஏற்பாடு செய்தார்கள். பல இடங்களில் அம்மாதிரியான 'சேஃப் ஹவுஸ்கள்' அவர்களுக்குக் கிடைத்தன. அப்படித் தங்கவைக்கப்பட்ட வீடுகளுள் ஒன்று வைகோவின் சகோதரர் ரவிச்சந்திரனுடைய வீடு என்பது விசாரணையில் தெரியவந்தது!

சமீபத்தில் வைகோவே இதனை ஒப்புக்கொண்ட செய்தியை நான் பார்த்தேன்.

இங்கே குறிப்பிடப்பட வேண்டிய இன்னொரு முக்கியமான விஷயமும் உண்டு.

மே 21ம் தேதி ஸ்ரீபெரும்புதூரில் ராஜிவ் காந்தி கலந்துகொள்ளும் பொதுக்கூட்டம் நடக்கவிருந்த அதே சமயம், தி.மு.க. தலைவர் கருணாநிதி கலந்துகொள்ளவிருந்த கூட்டம் ஒன்றும் ஏற்பாடு செய்யப்பட்டிருந்தது. அதே தேதி, அதே ஊர். இரண்டு மணி நேர வித்தியாசம் மட்டுமே.

இரவு எட்டு மணிக்கு ராஜிவ் காந்தி கூட்டம் தொடங்குவதாகச் சொல்லப்பட்டிருந்தது. கருணாநிதி கலந்துகொள்ளவிருந்த பொதுக்கூட்டம் மாலை ஆறு மணிக்குத் தொடங்குவதாகச் சொல்லப்பட்டது.

முன்னதாக, 19.5.91 அன்று தி.மு.க.காரர்கள் ஸ்ரீபெரும்புதூர் காவல் நிலையத்துக்குச் சென்று பொதுக்கூட்டத்துக்கு முறைப்படி அனுமதிக் கடிதம் கொடுத்து, டவர் ப்ளாக், காந்தி மைதானத்தில் நிகழ்ச்சி நடக்க அனுமதி வாங்கியிருந்தார்கள்.

அவர்கள் அனுமதி பெற்றுத் திரும்பிய சில மணி நேரத்துக் குள்ளாக ஸ்ரீபெரும்புதூர் காங்கிரஸ் கட்சி உறுப்பினர் மாத்தூர் ராமசாமி நாயுடு என்பவர் (இவர் மரகதம் சந்திரசேகரின் தேர்தல்

பிரசார நிர்வாகி), 'நாங்கள் பள்ளிக்கூட மைதானத்தில் நிகழ்ச்சி வைத்துக்கொள்கிறோம்' என்று எழுதிக் கொடுத்தார்.

அந்தக் குறிப்பிட்ட மைதானம் ஸ்ரீபெரும்புதூர் ஊருக்குள் இல்லாமல், இரண்டு மூன்று கிலோ மீட்டர்கள் தள்ளி தேசிய நெடுஞ்சாலையை ஒட்டி அமைந்திருந்த இடம். முன்னர் ராஜிவ் பிரதமராக இருந்த சமயம் ஒருமுறை அந்த மைதானத்தில் ஹெலிகாப்டரில் வந்து இறங்கியிருக்கிறார். அதே இடத்தில் தான் இம்முறையும் ஹெலி பேட் அமைக்கப்பட்டு இருந்தது. 21ம் தேதியன்று நிகழ்ச்சியை முடித்துவிட்டு, இரவு ஸ்ரீபெரும் புதூரிலேயே தங்கிவிட்டு, மறுநாள் அங்கிருந்தே அவர் புறப் பட்டுப் பாண்டிச்சேரி போவதாகத் திட்டம் அல்லவா? அதற்காக.

எல்லாம் சரியாகத்தான் இருந்தது. ஆனால், 19ம் தேதி போலீஸ் அனுமதி பெற்ற இடத்துக்கு மாறாக, காங்கிரஸ்காரர்கள் வேறு இடத்தில் (சம்பவம் நடந்த இடம்) பந்தல் போடக் குழி தோண்ட ஆரம்பித்துவிட்டார்கள்.

இது நடந்தது மே 20ம் தேதி. விஷயம் கேள்விப்பட்டு காவல் துறையைச் சேர்ந்த ஏ.டி.எஸ்.பி ராமகிருஷ்ணன், ஏ.எஸ்.பி. பிரதீப் ஃபிலிப் ஆகியோர் நேரில் சென்று விசாரித்தார்கள். பொதுக்கூட்டத்துக்கு அனுமதி பெற்றது வேறு இடம். இப்போது அனுமதி பெறாத இன்னொரு இடத்தில் குழி தோண்டினால் என்ன அர்த்தம்?

காங்கிரஸ்காரர்களுடன் அப்போது மரகதம் சந்திரசேகரே அந்த மைதானத்தில் இருந்தார். அவர்கள் அனைவரும் கடுமையாக வாதாடத் தொடங்கினார்கள். 'ஊருக்கு வெளியே அத்தனை தூரத்தில் கொண்டு போய் கூட்டத்தை நடத்தினால் யார் வரு வார்கள்? இந்த இடமாவது மெயின் ரோடுக்கு அருகே உள்ளது. மக்கள் வந்துபோக வசதி. வெளியூர்க்காரர்களும் வருவதற்கு வசதியான இடம். எனவே இங்கேதான் நடத்துவோம். பள்ளி மைதானத்துக்குப் போவதாக இல்லை' என்று சொல்லி விட்டார்கள்.

காவல்துறை அதிகாரிகள் எத்தனையோ வாதாடிப் பார்த்தும் மரகதம் சந்திரசேகர் தன் கருத்தில் விடாப்பிடியாக இருந்தார். அவருக்குக் கூட்டம் நன்றாக நடக்கவேண்டும். நிறைய மக்கள் வரவேண்டும். ராஜிவ் காந்தி கலந்துகொண்ட பொதுக்கூட்டம் மாபெரும் வெற்றியடைய வேண்டும். அவ்வளவுதான்.

தொடர்ந்து வாதாடிப் பயனில்லை என்னும் நிலையில் காவல் துறை அதிகாரிகள் திரும்பி வந்துவிட்டார்கள். என்ன செய்ய முடியும்? சண்டையா போட முடியும்? சரி, கருணாநிதி கலந்து கொள்ளும் பொதுக்கூட்டம் நடக்கும் இடத்துக்குப் பக்கத்தி லேயே இந்த மைதானம் இருந்தாலும், இரண்டு நிகழ்ச்சி களுக்கும் இடையே, இரண்டு மணிநேர வித்தியாசம் இருக் கிறது; கருணாநிதி நிகழ்ச்சி முடிவடைந்ததும் எப்படியும் அந்தக் கூட்டம் அதற்குள் கலைந்துவிடும், பிறகு ராஜீவ் காந்தி நிகழ்ச்சிக்கான போக்குவரத்து ஒழுங்குகளை ஆரம்பித்துச் செய்யலாம் என்று ஒரு மாதிரி முடிவு செய்தார்கள். இரண்டு நிகழ்ச்சிகளுக்கும் சேர்த்து பாதுகாப்பு ஏற்பாடுகள், ரூட் பந்தோபஸ்து ஆகிய பணிகளில் ஈடுபடவும் ஆரம்பித்தார்கள்.

மறுநாள் விடிந்தது. மே 21ம் தேதி. இரண்டு தலைவர்களின் நிகழ்ச்சிகளுக்கும் பாதுகாப்பு ஏற்பாடுகளுக்கென தலா இருநூறு போலீசாரைப் பணியமர்த்தியிருந்தார்கள். காலை முதலே காவல் துறையினருக்குப் பரபரப்புதான். எந்தப் பிரச்னையும் வராமல், சிக்கல்கள் ஏற்படாமல் இரண்டு நிகழ்ச்சிகளும் நல்லபடியாக நடந்து முடிந்தாக வேண்டுமே?

அவர்கள் தங்கள் பணியில் தீவிரமாக இருந்த சமயம் சரியாக நண்பகல் பன்னிரண்டு மணிக்கு ஸ்ரீபெரும்புதூர் தி.மு.க. செயலாளர் கையில் ஒரு தந்திக் காகிதத்துடன் காவல் அதிகாரி களிடம் வந்தார்.

'எங்க தலைவர் இன்னிக்கி இங்க வரல சார். ப்ரோக்ராம் கேன்சல் ஆயிடுச்சி.'

16

விமானச் சிக்கல்

இது ஒரு பக்கம் நடந்துகொண்டிருந்தபோது, ராஜிவ் காந்தி விசாகப்பட்டணத்திலிருந்து ஸ்ரீபெரும்புதூர் வருவது உறுதி செய்யப்பட்டு, செக்யூரிடி க்ளியரன்ஸுக்கான உத்தரவுகள் அனுப்பப்பட்டன. அவருக்குச் செய்ய வேண்டிய பாதுகாப்பு ஏற்பாடுகள், அவருக்கு யார் யார், எந்தெந்த இயக்கங்களால் அச்சுறுத்தல், ஆபத்துகள் உண்டு என்றெல்லாம் விரிவாக விளக்கி, தக்க பாதுகாப்பு நடவடிக்கைகளுக்கு அறிவுறுத்தி டெல்லியிலிருந்து முறைப்படி தகவல் வந்து சேர்ந்தது.

காஷ்மீர் இயக்கங்கள், உல்ஃபா முதல் எத்தனையோ பல இயக்கங்களின் ஹிட் லிஸ்டில் இருப்பவர் என்று குறிப்பிட்டிருந்த அந்தப் பட்டியலில் விடுதலைப் புலிகளின் பெயர் மட்டும் இல்லை. நிகழ்ச்சியை எவ்வாறு நடத்த வேண்டும், யார் ராஜிவை நெருங்கலாம், யார் யாருக்கெல்லாம் அனுமதி கிடையாது, அவர் தங்குமிடம் எங்கே, எப்படி இருக்கவேண்டும், எம்மாதிரியான பாதுகாப்புகள் செய்யப்பட்டிருக்க வேண்டும் என்று மிக விரிவாக எழுதப்பட்ட அறிக்கை. ஐ.பியிலிருந்து அனுப்பப்பட்ட எச்சரிக்கை அறிக்கை அது.

அதே சமயம் இங்கே, தமிழ்நாடு க்யூ ப்ராஞ்ச் பிரிவு இன்ஸ்பெக்டர் ஜெனரலாக இருந்த எஃப்.சி. சர்மா மட்டும் விடுதலைப் புலிகளால் ஆபத்து இருக்கக்கூடும் என்று குறிப்பிட்டு ஒரு தகவல் அனுப்பியிருந்தார். ஸ்ரீபெரும்புதூருக்கு மட்டுமல்லாமல், மறுநாள் ராஜீவ் எங்கெல்லாம் பயணம் செய்ய இருந்தாரோ, அத்தனை இடங்களுக்கும் இந்தத் தகவல்கள் சென்றன.

இந்த எச்சரிக்கைகளின் அடிப்படையில்தான் நிகழ்ச்சியை வடிவமைக்க வேண்டும். ஆகவே, வேறு வழியில்லாமல் ஸ்ரீபெரும்புதூரில் ராஜீவ் தங்குவதற்கு மரகதம் சந்திரசேகர் ஏற்பாடு செய்திருந்த சேட்டு வீட்டை விடுத்து, ஸ்ரீபெரும்புதூரி லுள்ள விருந்தினர் மாளிகையில் இடம் ஏற்பாடு செய்யப் பட்டது. மாவட்ட ஆட்சித் தலைவர் ஷீலா ப்ரியா பொறுப்பில் அந்த ஏற்பாடு நடந்தது. ராஜீவும் அதனை ஏற்றுக்கொண்டு இருந்தார்.

ஆனால் வாழப்பாடி ராமமூர்த்திக்கு இந்த ஏற்பாடும் பிடிக்க வில்லை. அவர், அன்றைய கவர்னர் பீஷ்ம நாராயண் சிங்கிடம் விஷயத்தை விளக்கி, மீனம்பாக்கத்திலிருந்து ஸ்ரீபெரும்புதூர் செல்லும் ராஜீவ், அன்றிரவு மீனம்பாக்கத்துக்கே திரும்பி, விமான நிலைய விருந்தினர் விடுதியில் தங்கும்படி ஏற்பாடு செய்ய விரும்புவதைச் சொல்லி, அவரது ஒத்துழைப்பையும் பெற்றார். அதன்படியே இறுதியில் ஏற்பாடு செய்யப்பட்டது.

21ம் தேதி மாலை நான்கு மணிக்கு புவனேஸ்வரிலிருந்து ராஜீவ் விசாகப்பட்டணம் வந்துவிடுவார் என்று எதிர்பார்க்கப் பட்டது. தாமதமில்லாமல் அங்கிருந்து விமானம் மூலம் புறப்பட்டு சென்னை வந்து இறங்கிவிட வேண்டுமென்பது திட்டம்.

விசாகப்பட்டணம் விமானத் தளத்தில் மாலை ஆறு மணிக்கு மேல் எந்த விமானமும் புறப்பட முடியாது. இரவு நேர டேக் ஆஃப் மற்றும் லேண்டிங்குக்கு அங்கே வசதியும் அனுமதியும் இல்லை.

எனவே நாலரை மணிக்குள்ளாக ராஜீவ் கிளம்பிவிட்டால் ஐந்தரை மணி அளவில் தமிழகம் வந்துவிடுவார். சாலைப் பயணம், வரவேற்பு அது இதுவென்று ஒரு அரை மணிநேரம் போனாலும் ஆறு மணிக்கெல்லாம் வந்த வேலையை ஆரம்பித்து விட முடியும்.

எல்லா ஏற்பாடுகளும் தயாராக இருந்த நிலையில், திட்ட மிட்டபடி ஐந்து மணிக்கு ராஜிவ் காந்தி விசாகப்பட்டணம் விமானத் தளத்தில் முதல்வர் ஜனார்த்தன் ரெட்டியுடன் ஹெலிகாப்டரில் வந்து இறங்கி, சென்னை விமானம் ஏற நடந்து வந்துகொண்டிருந்தார்.

சில அடிகள் இன்னும் நடந்தால் விமானத்தை அடைந்து விடலாம் என்னும் நிலையில், விமானத்தில் இருந்த பைலட், வாகனத்தின் ரேடார் கருவி வேலை செய்யவில்லை என்பதைக் கண்டார். ஒரு கணம் அவருக்குப் பதற்றமாகிவிட்டது. ஏற வந்துவிட்ட ராஜிவின் பக்கம் திரும்பி, 'சாரி சார். ரேடார் வேலை செய்யவில்லை. என்னவென்று பார்க்கக் கொஞ்சம் நேரம் வேண்டும்' என்று சொன்னார்.

ராஜிவ் ஒரு பைலட். அவருக்கு இம்மாதிரிப் பிரச்னைகள் எப்போதும் வரலாம் என்பது பற்றி நன்றாகவே தெரியும். எனவே அவர் பதறவில்லை. 'பாருங்கள். ஆனால் கொஞ்சம் சீக்கிரம்' என்று மட்டும் சொல்லிவிட்டு ஜனார்த்தன் ரெட்டியுடன் பேசிக்கொண்டு நின்றார்.

என்ன கோளாறு என்று ஆராயத் தொடங்கிய விமானிக்கு, ஒரு குறிப்பிட்ட கருவியை மாற்றினாலொழிய வண்டி புறப்பட வாய்ப்பில்லை என்பது தெரிந்தது. எனவே, வேறு வழியில் லாமல், அருகே உள்ள விமானப்படை விமான நிலையத்தில் அந்த ரேடார் பிரச்னைக்குத் தீர்வு கிடைக்குமா என்று பார்க்கச் சொல்லித் தகவல் அனுப்பினார்.

ம்ஹூம். உடனடியாக வாய்ப்பில்லை என்று சொல்லப்பட்டது. தகவலை ராஜிவிடம் தயங்கியபடி சொன்னபோது அவர் மிகுந்த ஏமாற்றமடைந்தார்.

'ஓ, அப்படியானால் என்னால் தமிழ்நாட்டுக்கு இன்று போக முடியாதா? வேறு விமானம் ஏதாவது ஏற்பாடு செய்ய முடியுமா பாருங்களேன். நான் ஆன்ட்டியை ஏமாற்ற விரும்பவில்லை' என்று சொன்னார்.

'கொஞ்ச நேரம் பொறுத்திருங்கள், ஏதாவது மாற்று ஏற்பாடு செய்யப் பார்க்கிறோம்' என்று விமானி நம்பிக்கை சொல்லி, தீவிரமாக அந்தக் கருவியை ஏதாவது செய்து சரியாக்க முயற்சி செய்யத் தொடங்கினார்.

‘நாம் எதற்கு இங்கே வீணாகக் காத்திருக்க வேண்டும்? நீங்கள் ஒரு வார்த்தை சொல்லுங்கள். உடனே இங்கே ஒரு பொதுக் கூட்டத்துக்கு ஏற்பாடு செய்துவிடுகிறேன்’ என்று ராஜிவை அழைத்துச் சென்று விடுவதிலேயே ஜனார்த்தன் ரெட்டி ஆர்வம் காட்டினார்.

‘இல்லை. நான் போயே ஆகவேண்டும். ஆன்ட்டி மிகவும் வருத்தப்படுவார்கள்’ என்று அவர் விடாமல் அதையே சொல்லிக் கொண்டிருந்தார்.

‘சரி. நாம் அரசு மாளிகைக்குச் செல்வோம். விமானம் தயாரானதும் தகவல் வரும். நாம் திரும்பி வருவோம்’ என்று சொல்லிவிட்டு அவரை அழைத்துக்கொண்டு விமான நிலையத்தை விட்டு வெளியே வந்தார் ஜனார்த்தன் ரெட்டி.

அவர்கள் காரில் ஏறிப் புறப்பட்ட சில நிமிடங்களில் பைலட்டுக்கு அந்த ரேடார் வசப்பட்டுவிட்டது. என்ன கோளாறு என்று எப்படித் தெரியவில்லையோ, அதே மாதிரிதான் எப்படிச் சரியானது என்பதும். ஆனால் ரேடார் இப்போது துல்லியமாக இயங்க ஆரம்பித்துவிட்டது.

சந்தோஷத்தில் அவர் உடனே ராஜிவின் விமானத்தைக் காவல் காத்துக்கொண்டிருந்த காவலர்களிடம் விஷயத்தைச் சொன்னார். ‘கருவி சரியாகிவிட்டது. வி.ஐ.பி. உடனே திரும்ப வரலாம்.’

ஜனார்த்தன் ரெட்டிக்கு வேண்டுமானால் சற்று ஏமாற்றமாக இருந்திருக்கலாம். ராஜிவுக்கு அளவிட முடியாத சந்தோஷம். ‘வண்டியைத் திருப்பு, வண்டியைத் திருப்பு’ என்று உற்சாகமாகி விட்டார்.

‘சரி, நீங்கள் ஸ்ரீபெரும்புதூருக்குச் செல்லுங்கள். நான் வீட்டுக்குப் போகிறேன்’ என்று சொல்லிவிட்டார் ரெட்டி. அன்றிரவு எப்படியாவது ராஜிவை ஆந்திராவில் தங்கவைத்து விடுவது, முடிந்தால் ஒரு திடீர்ப் பொதுக்கூட்டம் ஏற்பாடு செய்து அவரைப் பேச வைத்துவிடுவது என்பது அவரது எண்ணம். இரண்டும் முடியாது போய்விட்டது. என்ன செய்வது? ராஜிவுக்கு ஆன்ட்டிதான் முக்கியம். அப்புறம்தான் மற்றவர்கள்.

ஆறு மணிக்குச் சென்னையில் இறங்கிவிடுவது என்னும் திட்டத்துடன் புறப்பட்ட ராஜிவ் அன்று ஆறு மணி அளவில்தான் விமானத்தில் ஏறினார்.

இங்கே ஸ்ரீபெரும்புதூரில் திடீரென்று கருணாநிதி கலந்து கொள்ளும் பொதுக்கூட்டம் ரத்து செய்யப்பட்டதால், அந்த நிகழ்ச்சிப் பாதுகாப்புக்காகப் போடப்பட்டிருந்த சுமார் இருநூறு காவலர்களும் ராஜிவ் நிகழ்ச்சிக்கே கிடைத்தார்கள். அதிகாரி களுக்கு மிகவும் திருப்தி. 'நல்லதாப் போச்சுய்யா. செக்யூரிடிய நல்லா டைட்டா போடுங்க. கவனமா பாத்துக்கங்க' என்று சொல்லிவிட்டு நிம்மதியாகப் போனார்கள்.

அன்றைக்குக் கிட்டத்தட்ட முன்னூற்றைம்பதிலிருந்து நாநூறு போலீசார் ராஜிவ் பொதுக்கூட்டத்துக்குக் காவலுக்கு அமர்த்தப் பட்டிருந்தார்கள். அனைவரும் தயாராகக் காத்திருக்க, இரவு ஏழரை மணிக்கு ராஜிவின் விமானம் மீனம்பாக்கம் விமான நிலையத்துக்கு வந்து சேர்ந்தது.

சுறுசுறுப்பாக இறங்கி, பத்திரிகையாளர்களிடம் ஒரு சில வார்த்தைகள் பேசினார். புறப்படலாமா என்று கேட்டபடியே விறுவிறுவென்று கிளம்பி, காரில் ஏறினார். வழியில் போரூர், பூந்தமல்லியில் சிறு பொதுக்கூட்டங்கள். முன்னதாக பேட்டிக்காக வந்திருந்த இரண்டு வெளிநாட்டுப் பத்திரிகையாளர்களைத் (நியூயார்க் டைம்ஸ் மற்றும் கல்ஃப் நியூஸ் இதழ்களைச் சேர்ந்தவர்கள்) தன் காரிலேயே ஏறிக்கொள்ளச் சொல்லிவிட்டு, போகிற வழியிலேயே அவர்களுடன் பேசிக்கொண்டு சென்றார்.

போரூர், பூந்தமல்லி பொதுக்கூட்டங்கள் ஒரு முன்னாள் பிரதமர் கலந்துகொள்ளும் கூட்டத்தைப் போலவே இல்லை. ஒரு செக்யூரிடி கிடையாது, கட்டுப்பாடு கிடையாது, போக்குவரத்து ஒழுங்கு கிடையாது, ஒன்றுமே கிடையாது. இது பற்றி அந்த இரு பத்திரிகையாளர்களே வியப்புத் தெரிவித்து பிறகு எழுதியிருந் தார்கள். சர்வ அலட்சியமாக ஏற்பாடு செய்யப்பட்டிருந்த அந்தக் கூட்டங்களில், அது குறித்த எவ்வித விமரிசனமும் இல்லாமல் சிரித்தபடியே கலந்துகொண்டுவிட்டு கார் ஏறிவிட்டார் ராஜிவ்.

ஸ்ரீபெரும்புதூருக்கு வந்ததும் முதலில் இந்திரா காந்தி சிலைக்கு மாலை அணிவிக்கும் வைபவம். அதை முடித்துவிட்டுப் பொதுக் கூட்ட மைதானத்தருகே வந்தார். மெயின் ரோடில் இருந்து சுமார் நூறடி நடந்தால் சிவப்புக் கம்பளம் ஆரம்பிக்கும். விறுவிறு வென்று நடந்தால் முப்பது வினாடிகளில் மேடையேறி விட முடியும்.

ஆனால் அந்தக் கூட்டம்! ராஜிவ் பயணம் செய்த அந்த குண்டு துளைக்காத கார் சரியாக சிவப்புக்கம்பளம் ஆரம்பிக்கும் இடத்துக்கு வந்து நின்றது.

பொதுவாகவே ராஜிவ் காந்தி பொதுக்கூட்டங்களில் கலந்து கொள்ளும் விதம் குறித்துப் பாதுகாப்பு அதிகாரிகளுக்கு நிறைய விமரிசனங்கள் உண்டு. அவர் செக்யூரிடியைப் பொருட்படுத்த மாட்டார் என்பது முதலாவது. எத்தனை தடுத்து வைத்தாலும் பொது மக்களை நெருங்கவே விரும்புவார் என்பது அடுத்தது. அவர் வருகிற கூட்டத்தில் மக்களைக் கட்டுப்படுத்தவே முடியாது என்பது மூன்றாவது. அப்படிக் கட்டுப்படுத்துவதைப் பொதுவாக அவர் விரும்ப மாட்டார் என்பது நான்காவது.

ஆனால் ஸ்ரீபெரும்புதூர் கூட்டத்தைப் பொருத்தவரை, நாங்கள் கள ஆய்வு செய்து, துப்புரவாக விசாரித்த வகையில் ராஜிவ் காந்தி, அங்கே வந்து இறங்கிய கணம் முதல், மேடையை நோக்கிச் சென்ற அந்தத் தருணம் வரை எந்தவிதமான செக்யூரிடி வயலேஷனுக்கும் இடம் தரவேயில்லை. காவல் துறையினர் என்ன ஏற்பாடு செய்திருந்தார்களோ, அதனைத்தான் பின்பற்றினார்.

விமானத் தாமதத்தினால் எட்டு மணிக்குத் தொடங்கவிருந்த நிகழ்ச்சிக்குப் பத்து மணிக்கு வந்து சேர்ந்தார் என்பது தவிர, அவரால் வேறு பிரச்னையே இருக்கவில்லை.

பிரச்னை வேறு விதமாகத்தான் அங்கே வந்தது.

17

துண்டுக் காகிதம்

கூட்டத்துக்கு ராஜிவ் காந்தி வந்ததும் நேரே மேடைக்குப் போய்விடுவார். வழியில் மாலை போடுகிற திட்டம் முதலில் கிடையாது. மேடையில்தான் மாலைகள். எனவே மாலை போட அனுமதிக்கப்பட்டிருந்தவர்களை முதலில் மேடைக்கு அருகே பின்புறம்தான் நிற்க வைத்திருந்தார்கள்.

ஆனால் ராஜிவ் வருவது மிகவும் தாமதமாகிப் போனதால் (எட்டு மணிக்கு வருவதாக இருந்தவர், வந்து சேர்ந்தபோது மணி பத்து.) மேடையில் வரிசையாக மாலை போட்டுக்கொண்டிருக்க முடியாத சூழல். ஒப்புக்கு ஒரு மூன்று பேரை மட்டும் மேடையில் மரியாதை செய்ய ஏற்பாடு செய்துவிட்டு, மற்றவர்களை, அவர் வரும்போதே மாலை போட்டுவிடச் சொல்லி ஏ.ஜே. தாஸ் என்னும் நிர்வாகி சொல்லியிருந்தார். மைக்கிலேயே இதனை அறிவித்தார் அவர்.

இந்த திடீர் மாற்று ஏற்பாட்டில் கூட்டம் சற்று கலகலத்துப் போனது. மாலை போடும் ஆர்வத்தில் மேடைக்குப் பின்னால் காத்திருந்த முழுக் கூட்டமும் முண்டியடித்துக்கொண்டு முன்புறம் ஓடிவரத்

தொடங்கிவிட்டார்கள். இந்தக் கூட்டத்தில், லஷ்மி ஆல்பர்ட், ரமா தேவி மற்றும் பலர் பட்டியலில் இல்லாதவர்கள் ஆவார்கள்.

இந்த மாலை விவகாரத்தை ஒழுங்குபடுத்துவதற்கெனவே ராஜேந்திரன் என்னும் சப் இன்ஸ்பெக்டரை நியமித்திருந்தார்கள். ராஜிவ் வரும்போது யார் யார் அவருக்கு மாலை போடவேண்டும் என்று முன்கூட்டியே நிகழ்ச்சி நிர்வாகிகளைக் கேட்டு, பட்டியல் தயாரித்து, அவர்களை மட்டும் அனுமதிக்க வேண்டியது அவரது பணி.

அதே மாதிரி அனுசூயா என்கிற பெண் சப் இன்ஸ்பெக்டர் ஒருவரிடம், அப்படி ராஜிவை நெருங்கி மாலையிட வருகிற அனைவரையும் முன்கூட்டியே பரிசோதித்து வைக்க வேண்டுமென்றும் உத்தரவு இருந்தது.

ஆனால் இரண்டும் நடக்கவில்லை. சப் இன்ஸ்பெக்டர் ராஜேந்திரன் மாலை போடுகிறவர்களின் பட்டியலை எழுதி வைத்திருந்த லட்சணத்தைப் பின்னால் நாங்கள் பார்க்க நேர்ந்தபோது அதிர்ச்சியின் உச்சத்துக்கே சென்றோம். ஒரு கசங்கிப் போன துண்டுக் காகிதத்தில், ஒரு வரிசையில்லாமல், சீரியல் நம்பர் இல்லாமல், மாலை போடுகிறவர் யார் என்ன என்கிற விவரம் இல்லாமல் - ஏதோ சொல்லிவிட்டார்களே என்பதனால் கீழே கிடந்த குப்பைக் காகிதத்தில் நாலு பெயர்களைக் கிறுக்கி வைத்திருந்தார்!

இம்மாதிரி விவிஐபிக்கள் பொதுக்கூட்டத்துக்குப் பாதுகாப்புக்குச் செல்லும் காவலர்களுக்கென்று இதற்கெல்லாம் தனியான விதிமுறைகளே உண்டு. மாலை போடுகிறவர்களின் பெயர்களை எழுதி வை என்று சொன்னால், பெயர், முகவரி, அவர் யார், என்ன வேலை பார்க்கிறவர், அவரை சிபாரிசு செய்தவர் யார் என்று அனைத்து விவரங்களையும் ஒழுங்காக ஒரு நோட்டுப் புத்தகத்தில் எழுதியாக வேண்டும்.

போலீஸ் டைரி என்றே சொல்வார்கள். ஒவ்வொருவரும் தமக்கு ஒதுக்கப்படும் பணிகளைத் துல்லியமாக நோட்டுப்புத்தகத்தில் குறிப்பிட்டாக வேண்டியது அவசியம். சப் இன்ஸ்பெக்டர்கள் ஒழுங்காகக் கடமையைச் செய்கிறார்களா என்று உள்ளூர் எஸ்.பி கவனிக்க வேண்டும்.

ஆனால் அத்தனை ஹை-அலர்ட் தரப்பட்டு செக்யூரிடிக்கு நாநூறு பேரைப் போட்டு நடத்தப்படும் பொதுக்கூட்டத்துக்கு அனுப்பப் பட்ட ஒரு சப் இன்ஸ்பெக்டர், சற்றும் பொறுப்பில்லாமல் ஒரு துண்டுச் சீட்டில் மாலை போடுகிறவர்கள் பெயர்களை மட்டும் கிறுக்கி வைத்திருந்தார்! ஆயிரக்கணக்கான பேர் கலந்து கொள்ளும் ஒரு நிகழ்ச்சியில் முப்பது நாற்பது பேர் மாலையிடு கிறார்கள் என்று வைத்துக்கொள்ளுங்கள். சும்மா குப்புசாமி, கோவிந்தசாமி என்று பெயர்களைக் கிறுக்கி வைப்பதால் என்ன பயன்? பின்னால் பிரச்னை என்று வரும்போது யாரைத் தேடிப்போய் எப்படி விசாரிப்பது?

அப்புறம் பாதுகாப்பு ஏற்பாடுகள் எப்படி இருக்கவேண்டும் என்று பக்கம் பக்கமாக ஐ.பி. ரிப்போர்ட் அனுப்பி என்ன பிரயோஜனம்? மாநில போலீஸ் என்றில்லை. பொதுவாக அரசு இயந்திரம் செயல்படும் லட்சணம், பெரும்பாலும் இதுதான்! இங்கு மட்டுமல்ல. அநேகமாக தேசம் முழுவதுமே.

1984ம் வருடம் ஜுன் மாதம் 19ம் தேதி அன்று டெல்லியில் இண்டெலிஜென்ஸ் ப்யூரோ அதிகாரிகளின் உயர் மட்டக் கூட்டம் ஒன்றில் ஒரு விஷயம் பேசப்பட்டது. சீக்கியர்களால் இந்திரா காந்திக்கு ஏதாவது அபாயம் நேரலாம் என்று அந்தக் கூட்டத்தில் எச்சரிக்கை செய்தார்கள். இதைக் கேட்டதுமே கோபமுற்று மான்சிங் என்றொரு ஐ.பி.எஸ். ஆபீசர் வேலையை ராஜினாமா செய்துவிட்டுப் போனார். பல சீக்கியக் காவல் துறை அதிகாரி களும் ஊழியர்களும் தங்கள் கண்டனத்தைப் பதிவு செய்யும் விதமாக டிபார்ட்மெண்டுக்குள் கிளர்ச்சி செய்யத் தொடங்கி னார்கள்.

ஒருவாறு அதையெல்லாம், வெளியே தெரியாதவாறு அடக்கி விட்டார்கள் என்றாலும் அந்தக் கூட்டத்தில் எடுக்கப்பட்ட மிக முக்கியமானதொரு முடிவு - இந்திரா காந்தி பாதுகாப்புக்கு இதுநாள் வரை நியமிக்கப்பட்டிருக்கும் அத்தனை சீக்கியர்களை யும் உடனடியாகப் பணிமாற்றம் செய்ய வேண்டும் என்பது. அவரது வீடு, அலுவலகம் இரண்டு இடங்களிலும்.

அதன்படி இந்திரா காந்தி வீட்டில் இருந்த சீக்கியக் காவலர்களை இடம் மாற்றி உத்தரவுகள் அனுப்பப்பட்டுவிட்டன. பல்பீர் சிங் என்றொரு சப் இன்ஸ்பெக்டர் அப்போது அப்பணியில் இருந்தார். அவர் தனது பணிமாற்ற உத்தரவை எடுத்துக்கொண்டு

நேரே ஆர்.கே. தவானிடம் சென்றார். 'எத்தனை நாளாக நான் இந்தப் பணியில் இருக்கிறேன்! மேடமுக்கு ஒரு கெடுதல் செய்ய நினைப்பேனா? இப்படி அசிங்கப்படுத்துகிறார்களே! நீங்களாவது கேட்கக் கூடாதா?' என்று முறையிட்டார்.

தவான் யோசித்தார். அடடா, அப்படியா உத்தரவிட்டிருக்கிறார்கள்? நான் பார்த்துக்கொள்கிறேன் என்று அந்த சப் இன்ஸ்பெக்டரை அனுப்பிவிட்டு, Put them all back என்று உத்தரவைத் திருத்த உத்தரவிட்டுவிட்டார்! தவானே எடுத்துச் சொன்ன படியால் இந்திரா காந்தியும் அதைக் கண்டுகொள்ளாமல் இருந்து விட்டார்.

இத்தனைக்கும் 81ல் இந்திரா ஆட்சிக்கு வந்த சமயம் தவான் அத்தனை ஒன்றும் அவருக்கு நெருக்கமானவரில்லை. முன்பொரு காலத்தில் - 1977க்கு முன்னர் தவானுக்கு இந்திரா குடும்பத்துடன் இருந்த நெருக்கத்துடன் ஒப்பிட்டால் இது ஒன்றுமே இல்லை என்று சொல்லிவிடலாம். உடனிருப்பவரின் விருப்பம் என்கிற அளவில் மட்டுமே இந்திரா தவானின் கருத்துக்கு அப்போது உடன்பட்டார்.

உளவுத்துறை உயர்மட்ட அதிகாரிகள் மத்தியில் ஒரு விஷயம் பேசப்படுகிறது. உடனடி நடவடிக்கை கோரப்படுகிறது. உத்தரவும் அனுப்பப்படுகிறது. அதைப் பிரதமர் அலுவலகப் பிரமுகர் ஒருவர் மாற்றி அமைத்துவிட முடிகிறது!

ஐ.பி. இயக்குநர் என்பவர் தினசரி பொழுது விடிந்ததும் பிரதமரை அவரது வீட்டில் சந்தித்துப் பேசக் கடமைப்பட்டவர். நேரடியாக அவர் இந்திராவிடம் பிரச்னையை எடுத்துச் சொல்லி, சீக்கியர்களை மாற்றச் சொன்னதன் அவசியம் பற்றி விளக்கியிருக்க முடியாதா? ஏன் செய்யவில்லை? பின்னால் அதற்கு எத்தனை பெரிய விலை கொடுக்கவேண்டியதாகிப் போனது!

இந்தச் சம்பவத்தை இங்கே நினைவுகூர்ந்ததன் காரணம், ஒரு சப் இன்ஸ்பெக்டர் ஸ்ரீபெரும்புதூரில் செய்த தவறைச் சுட்டிக்காட்டுவதற்காக. ஐ.பி. இயக்குநர் வரைக்கும் அதே வித மனோபாவம் தான் வேரோடியிருக்கிறது என்பதை எடுத்துக் காட்டுவதற்காக.

அலட்சியம். ஒவ்வொரு முறையும் அதற்கு நாம் கணிசமான விலை கொடுத்து வந்திருக்கிறோம்.

இந்திரா படுகொலைக்குப் பிறகு நியமிக்கப்பட்ட தாக்கர் கமிஷனில் தவான் மீது சந்தேகம் எழுப்பப்பட்டு இந்த விவகாரத்தை ஆராயச் சொல்லிக் கோரப்பட்டது. உண்மையில் தவான் உள்நோக்கம் ஏதுமின்றித்தான் சீக்கியக் காவலர்கள் இந்திராவின் பாதுகாப்புப் பணியில் தொடரலாம் என்று சொல்லி யிருப்பார். பிரச்னையின் தீவிரத்தை உணராததும் உளவுத்துறை யின் எச்சரிக்கையை மதிக்காததும்தான் அவர் செய்த பிழைகள்.

இதை என்னால் நிச்சயமாகச் சொல்ல முடியும். 1977 சமயத்தில் இந்திரா காந்திக்கு எதிரான வழக்குகளை ஜனதா அரசு ஒன்றன் பின் ஒன்றாக எங்களிடம் அனுப்பிவைத்துக்கொண்டிருந்த சமயத்தில், தவானை நான் சந்தித்திருக்கிறேன். இந்திராவுக்கு எதிராக அவர் அப்ரூவராக வாய்ப்பிருக்கிறதா என்று பார்ப்ப தற்காக அந்தச் சந்திப்புகள் நிகழ்ந்தன.

'என்ன ஆனாலும் சரி. இந்திரா காந்தி எனக்கு என் தாயைப் போன்றவர். அவருக்கு எதிராகக் கனவிலும் என்னால் சாட்சி சொல்ல முடியாது' என்று சொல்லிவிட்டவர் அவர். இந்திராவும் தன் மூத்த மகன் ராஜிவிடம் காட்டிய அன்பைத்தான் அவரிடமும் காட்டினார். ராஜிவும் தவானும் மிக நெருங்கிய தோழர்கள்.

ஆனால் ஐ.பி. சொன்னபடி சீக்கியக் காவலர்களால்தான் இந்திராவின் உயிர் பறிக்கப்பட்டது என்பதனால் தவானைக் குற்றவாளிகள் பட்டியலில் சேர்த்துவிட முடியாது. மீண்டும் அலட்சியம் மற்றும் உளவுத்துறையின் எச்சரிக்கையைப் புறக்கணித்த தவறுகள் மட்டும்தான்!

ஸ்ரீபெரும்புதூர் சம்பவத்துக்கும் இதே காரணம்தான். அலட்சியம். பல மட்டங்களில். பல விதமாக. பலவேறு நபர்கள் காட்டிய அலட்சியம்.

பார்க்கலாம்.

18

ஆறாவது நபர்

ராஜிவ் காந்தி படுகொலை வழக்கைப் புலனாய்வு செய்யும் அதிகாரியாக நான் சென்றபோது, குற்றவாளிகள் விடுதலைப் புலிகள்தாம் என்று ஆதாரபூர்வமாகக் கண்டுபிடித்ததைக் காட்டிலும் நமது நிர்வாகத் தளங்களில் புரையோடிப் போயிருக்கும் அலட்சிய மனோபாவம், பொறுப் பற்ற தன்மை, எதிலும் மேம்போக்கான அணுகு முறை, உயரதிகாரிகளின் திடுக்கிடச் செய்யும் சில முடிவுகள், அரசியல் சூழ்ச்சிகள், ரகசிய பேரங்கள் போன்றவற்றை நேருக்கு நேர் எதிர்கொண்டு சமாளிக்க வேண்டியிருந்ததை மிக முக்கியமாகக் கருதுகிறேன்.

பணியிலிருந்து ஓய்வு பெற்று வருடங்கள் ஆகி விட்ட பிறகும், இன்னமும் மனத்தை உறுத்திக் கொண்டே இருக்கும் விஷயம் இது. மாபெரும் ஜனநாயக தேசம் என்று மார் தட்டிக்கொள்கிறோம். அடிப்படை ஒழுக்கங்களில் பெரும்பாலும் கோட்டை விட்டுவிடுகிறோம்!

அன்றைக்கு, 21ம் தேதி மாலை நடைபெற்ற சம்பவங்களிலிருந்தே மீண்டும் தொடங்குகிறேன்.

ராஜிவ் காந்தி விசாகப்பட்டணத்திலிருந்து புறப்படு வதற்குத் தாமதமாகிறது. ஏதோ ரேடார் கோளாறு.

ஆறு மணிக்கு இங்கே வந்து சேர்ந்திருக்க வேண்டியவர், ஆறு மணிக்குத்தான் அங்கே புறப்படுகிறார்.

இந்தத் தகவல், ஸ்ரீபெரும்புதூருக்கு எப்போது வந்திருக்க வேண்டும்? ராஜிவ் வருகிறார், வருகிறார், வந்து விடுவார், வந்து கொண்டே இருக்கிறார் என்று அரசியல்வாதிகள் சொல்வது போலத்தான் காவல் துறையினரும் காத்திருந்திருக்கிறார்களே தவிர, யாருக்கும் தகவல் தெரியாது.

மொபைல் போன்கள் புழக்கத்துக்கு வராத காலம்தான். ஆனாலும் தகவல் தொடர்பே இல்லை என்று சொல்லிவிட முடியாது? போலீஸ் வயர்லெஸ் என்ன ஆனது? போன் செய்து கேட்டிருக்கலாமே? சென்னையிலிருந்து ஆந்திர மாநிலக் காவல் துறையின் மூலம் தொடர்பு கொண்டிருந்தால் சொல்லியிருப்பார்களே, விமானக் கோளாறு பற்றியும், புறப்படுவதில் ஏற்பட்ட தாமதம் குறித்தும்?

நூற்றுக்கணக்கான போலீசாரும் மாநில காவல்துறை அதிகாரிகள் பலரும் ஸ்ரீபெரும்புதூரில்தான் அன்று முழுதும் சுற்றிக் கொண்டிருந்தார்கள். ஒருவருக்காவது இந்தத் தாமதத்தின் காரணம் தெரியாது என்பதுதான் விஷயம்.

இதே இடத்தில் இன்னொன்றைக் குறிப்பிட வேண்டும்.

சம்பவம் நடந்த இடத்தில் அன்று மாலை சுமார் ஏழு மணி முதல் இரவு பத்தரை மணிவரைக்கும் சுற்றிக்கொண்டிருந்த சிவராசன் தன் பாக்கெட்டில் ஒரு சிறிய போட்டோ ஸ்டுடியோ கவர் வைத்திருந்திருக்கிறார். இது எங்களுக்குப் பின்னால் கிடைத்த ஓர் ஆதாரம். கொடுங்கையூர் ஜெயக்குமார் வீட்டில் இருக்கும்போது எடுத்த பாஸ்போர்ட் போட்டோக்கள் சில அந்த கவருக்குள் இருந்தன.

அந்த உள்ளங்கை அளவே இருந்த கவரின் பின்புறம் பொடி எழுத்தில் சில விவரங்கள் எழுதியிருப்பதை நாங்கள் பார்த்தோம். ராஜிவ் புறப்படும் நேரம் 4.30 - சென்னையை அடையும் நேரம் 6 மணி என்று எழுதியிருந்தது.

அப்படி எழுதியிருந்ததை அடித்துவிட்டு சிவராசன் தன் கையெழுத்தில் எழுதியிருந்தது - புறப்படும் நேரம் 6 மணி!

காவல் துறைக்கு மட்டுமல்ல, சிவராசனுக்கும் அன்றைக்கு மொபைல் வசதி கிடையாதுதான். ஆனால் அவர்களது

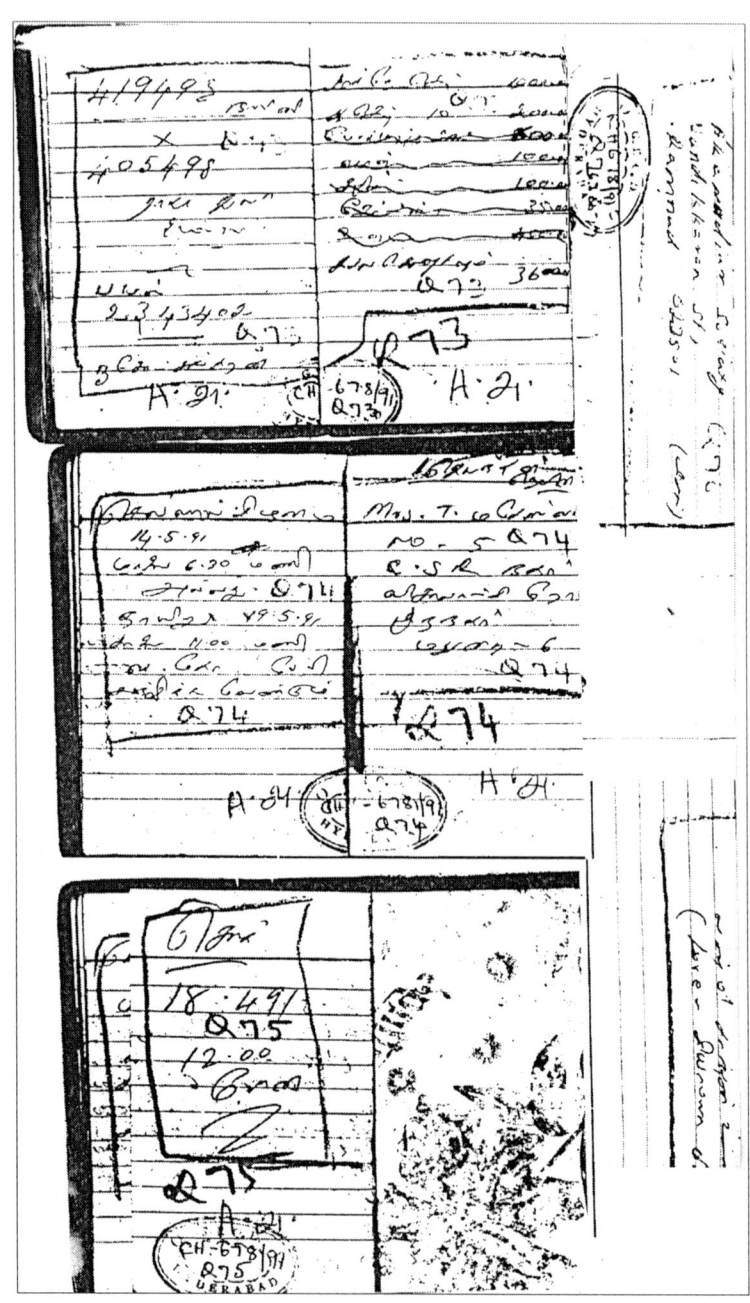

சிவராசன் டைரியிலிருந்து...

இண்டலிஜென்ஸ் செயல்பட்டிருக்கும் விதத்தைப் பார்த்தால் வெட்கப்படாமல் என்ன செய்வது?

காவல் துறைக்குத் தெரியாத விஷயம், காங்கிரஸ்காரர்களுக்கும் தெரியாத விஷயம், சிவராசனுக்குத் தெரிந்திருக்கிறது!

சிவராசன் பதுங்கியிருந்த கொடுங்கையூர் ஜெயக்குமார் வீட்டின் சமையல் அறையில் புதைத்து வைத்த பொருள்களில் அவரது டைரியும் ஒன்று. அந்த டைரியை வாசித்தபோது இன்னும் பல அதிர்ச்சி தரக்கூடிய விஷயங்கள் கிடைத்தன.

ஸ்ரீபெரும்புதூரில் இருந்து சென்னைக்குச் செல்லும் பேருந்துகள், வெளியூர்களிலிருந்து ஸ்ரீபெரும்புதூர் வழியே சென்னைக்குச் செல்லக்கூடிய பேருந்துகள், இரவு பதினொரு மணிக்குப் பிறகு என்னென்ன, அவற்றின் வழித்தட எண்கள், எந்த வண்டி எத்தனை மணி, எத்தனை நிமிடத்துக்கு ஸ்ரீபெரும்புதூரைக் கடக்கும் என்று வரிசையாக, சுத்தமாக எழுதி வைத்திருந்தார்! வந்த காரியம் முடிந்த பிறகு தப்பிச் செல் வதற்கான வழிகள் வரை தீர்மானமாக யோசித்து, தகவல் திரட்டி, கையோடு வைத்திருந்திருக்கிறார்!

இந்த முன்னேற்பாடும் முன்னெச்சரிக்கையும் நமது காவல் துறைக்கும் உளவுத்துறைக்கும் அல்லவா இருந்திருக்க வேண்டும்?

ஏராளமான சிறு இரும்புக் குண்டுகள் அடைக்கப்பட்ட ஆர்.டி.எக்ஸை ஒரு பெண் இடுப்பில் கட்டிக்கொண்டு பொதுக் கூட்டத்துக்கு வந்திருக்கிறாள். பெரிதாக எந்த செக்யூரிடி சோதனையும்கூட வேண்டாம். கூட்டத்துக்கு வருகிறவர்களை சும்மா ஒரு மெட்டல் டிடெக்டர் வைத்து ஒரு தடவு தடவி அனுப்பியிருக்க முடியாதா? அது அலறியிருக்குமே? காட்டிக் கொடுத்திருக்குமே? ஏன் செய்யத் தோன்றவில்லை?

சிவராசன் ஒரு துப்பாக்கி வைத்திருந்தாரே? அது மாட்டியிருக்கு மல்லவா? அவர் ஒரு பத்திரிகையாளர் வேஷத்தில் வந்திருந்தார். தமிழகக் காவல் அதிகாரிகளுக்குத் தமிழ்நாட்டுப் பத்திரிகை யாளர்களை அடையாளம் தெரியாதா? அத்தனை முக்கியமான தலைவர் கலந்துகொள்ளும் கூட்டத்தில் முன் வரிசையில் போய் இருக்கப்போகிறவர்களை ஒப்புக்காவது பரிசோதிக்க மாட்டார்களா?

குற்றம் சாட்டுவதல்ல என் நோக்கம். அனைத்து மட்டங்களிலும் பரவியிருக்கும் அலட்சியம் எப்படிப்பட்டது என்பதைச் சுட்டிக் காட்டுவதற்காகவே இதனைக் குறிப்பிடுகிறேன்.

கீழ்த்தளத்தில் அலட்சியம் என்றால், மேலிடங்களில் பூசி மழுப்பல் மற்றும் மூடி மறைத்தல். இதையும் பார்த்தேன்.

ஹரி பாபு எடுத்த அந்தப் பத்து புகைப்படங்கள்தாம் இந்த வழக்கின் ஒரே பெரிய சாட்சி என்பதையும் அதன் அடிப்படையில்தான் விசாரணையே ஆரம்பமானது என்பதை முதலிலேயே குறிப்பிட்டிருந்தேன். அந்தப் படங்கள் சி.பி.ஐ வசம் வருவதற்கு முன்னால் ஹிந்து பத்திரிகைக்குச் சென்றுவிட்ட மர்மத்தையும் சொல்லியிருந்தேன்.

அது எப்படிப் போனது? இது குறித்து என்ன விசாரணை நடந்தது? சம்பந்தப்பட்டவர்களுக்கு என்ன தண்டனை தரப்பட்டது?

ராஜிவ் காந்தி கொலை வழக்கின் பரபரப்பில் இந்த மிக முக்கியமான தவறு மறைக்கப்பட்டுவிட்டது வருத்தத்துக்குரிய விஷயம்.

சம்பவம் நடந்த மே 21ம் தேதி இரவு அந்த கேமராவைக் கண்டெடுத்த காவல் துறை ஊழியர், முறைப்படி அதைத் தடய அறிவியல் துறையினர் வசம்தான் ஒப்படைத்திருக்கிறார். அந்த பிலிம் ரோல், தடய அறிவியல் துறை வல்லுநர் டாக்டர் சந்திர சேகரனிடம் தரப்பட்டிருக்கிறது.

டாக்டர் சந்திரசேகரனுக்கும் ஹிந்து நாளிதழுக்கும் இடையில் உள்ள நெருக்கம் டிபார்ட்மெண்டில் அனைவருக்கும் தெரியும். ஸ்ரீபெரும்புதூருக்கு அவர் வந்து சேர்ந்ததே ஹிந்து நிருபரின் காரில்தான். பிலிம் ரோல் கிடைத்ததும் நேரே ஹிந்து அலுவலகம் சென்று ப்ரிண்ட் போட்டுக் கொடுத்துவிட்டு அதன் பிறகுதான் அதை சி.பி.சி.ஐ.டியிடம் கொண்டு வருகிறார்கள்!

இதனோடு சம்பந்தப்பட்ட இன்னொரு விஷயத்தையும் சொல்லி விடுகிறேன்.

அந்த ஹரி பாபு எடுத்த புகைப்படங்களை வைத்துக்கொண்டு நாங்கள், ராஜிவ் காந்திக்கு மாலையிட வந்தவர்களை அடையாளம் காண முயற்சி செய்துகொண்டிருந்த வேளை.

சம்பவத்தில் காயமுற்று சென்னை அப்போலோ மருத்துவ மனையில் படுத்திருந்த மரகதம் சந்திரசேகரின் மகன் லலித் சந்திரசேகரைச் சந்திக்கப் போயிருந்தேன். (மரகதம் சந்திர சேகரும் அப்போது மருத்துவமனையில்தான் இருந்தார்.)

அறையில் அவரும் அவரது மனைவியும் ஒரே மகளும் மட்டும் இருந்தார்கள். சி.பி.ஐக்குச் சில தகவல்கள் முன்னதாகக் கிடைத்திருந்தன. லலித் சந்திரசேகருக்கும் லதா கண்ணனுக்கு மான தொடர்புகள் குறித்த தகவல்கள் அவை. லதா கண்ணன் அருகே இருந்த பெண்தான் குண்டு வெடிக்கச் செய்தவள் என்கிற வகையில் அவர்களுக்கும் இவர்களுக்கும் ஏதாவது தொடர் பிருக்குமா, என்ன மாதிரியான தொடர்பு என்று நாங்கள் யோசித்துக்கொண்டிருந்தோம். வெகு நிச்சயமாக, மரகதம் சந்திரசேகர் அல்லது அவரது மகன் அல்லது மகள் உதவி யில்லாமல் அன்றைக்கு விடுதலைப் புலிகளுக்கு மட்டுமல்ல, வேறு யாருக்குமேகூட மாலையிட அனுமதி கிடைத்திருக்காது என்பதால், அந்தப் புகைப்படத்தைக் காட்டி அடையாளம் தெரியுமா என்று கேட்பதற்காக லலித் சந்திரசேகரிடம் எடுத்துச் சென்றேன்.

மருத்துவமனைக் கட்டிலில் படுத்திருந்த அவர், படத்தை வாங்கிப் பார்த்தார். சில வினாடிகள் பார்த்துக்கொண்டிருந்து விட்டு, 'யாருன்னு தெரியலியே' என்று வெகு இயல்பாகச் சொன்னார்.

அந்த இடைவெளியில், இயல்பான ஆர்வம் உந்த, அருகே நின்றிருந்த அவரது பெண் குழந்தை நெருங்கி வந்து அந்த போட்டோவைப் பார்த்தது. ஒரு கணத்துக்கும் குறைவான நேரம்தான்!

அந்தக் குழந்தையின் முகத்தில் நபரை அடையாளம் கண்டு கொண்டுவிட்ட பாவம் தெரிந்துவிட்டது எனக்கு!

'பே... பே...' என்று அது தன்னையறியாமல் கத்தத் தொடங்கிய போதுதான் எனக்கு விஷயமே தெரியும் - லலித் சந்திரசேகரின் மகளுக்குப் பேச வராது என்பது!

அடுத்தக் கணம் என்ன ஆகப்போகிறது என்பது அனை வருக்குமே சஸ்பென்ஸாக இருந்தபோது, திடீரென்று ஆவேசம் வந்தவர் போல லலித் அங்கிருந்த தன் மனைவியைப் பார்த்துக்

கத்தத் தொடங்கினார்: 'இவளை வெளிய கூட்டிட்டுப் போன்னு உன்கிட்ட சொன்னேனில்ல? இங்க என்ன பண்ணிக்கிட்டிருக்கா இவ?'

அந்தச் சத்தம் அபூர்வமானது. ஆக்ரோஷம் கலந்த பதற்றம் அதில் இருந்தது. அச்சத்தின் வாசனை கலந்த கோபம். நான் ஒரு போலீஸ் அதிகாரி. நூற்றுக்கணக்கான விசாரணைகளைச் செய்தவன். பல்வேறு விதமான மனிதர்களைச் சந்தித்தவன். ஒரு குற்றவாளியைப் பார்த்த மாத்திரத்தில் உடல் மொழியிலேயே அடையாளம் காணக்கூடியவன். நான் மட்டுமல்ல. எல்லா அனுபவம் மிக்க அதிகாரிகளும் இதனைச் செய்வார்கள்.

அந்த மருத்துவமனைச் சூழலில், திடீரென்று அவருக்கு ஏற்பட்ட பதற்றமும் கோபமும் எனக்கு மௌனமாகப் பல விஷயங்களை உணர்த்தின. இந்தப் படத்தில் இருக்கும் பெண்ணை இவருக்கு நிச்சயம் தெரியும். பார்த்திருக்கிறார். ஆனாலும் மறைக்க நினைக்கிறார். எதற்கு வம்பு என்று கருதியிருக்கலாம். தெரியாது என்று ஒரு சொல்லில் மறுத்துவிடுவதில் பல சௌகரியங்கள் உள்ளன. வழக்கு, விசாரணை என்ற இழுத்தடிப்புகளிலிருந்து எளிதில் தப்பிக்கலாம்.

எனக்கு லலித் சந்திரசேகரை விசாரிக்க வேண்டும் என்று தோன்றியது. அவரை மட்டுமல்லாமல், மரகதம் சந்திரசேகர், லதா பிரியகுமார் அனைவரையும் துப்புரவாக விசாரித்தால், மாலையிட்ட மங்கையை அடையாளம் காண்பது எளிதாக இருக்கும் என்று உறுதியாகத் தோன்றியது.

என் கருத்தை விளக்கிச் சொல்லி, நடந்த சம்பவத்தையும் விவரித்து, கார்த்திகேயனிடம் விசாரணைக்கு அனுமதி கேட்டேன். கிடைத்த பதில்: 'அதையெல்லாம் சீனியர் ஆபீசர்கள் பார்த்துக்கொள்வார்கள்.'

வழக்கின் தலைமைப் புலனாய்வு அதிகாரியாக இருந்தாலும் சிறப்புப் புலனாய்வுக் குழுவின் தலைவர் சொல்லிவிட்ட படியால் நான் நினைத்தபடி அவர்கள் யாரையும் என்னால் விசாரிக்க முடியாமலேயே போய்விட்டது.

சீனியர் ஆபீசர்கள் விசாரிக்காமல் இல்லை. ஆனால் அவர்கள் யாரும் உருப்படியாக எந்தத் தகவலையும் கொண்டுவரவில்லை அல்லது அவை பதிவாகவில்லை.

இப்போதும் சொல்கிறேன். மரகதம் சந்திரசேகர் ராஜிவுக்கு எதிராகக் கனவிலும் எதையும் நினைத்துப் பார்த்து அறியாதவர். ஆனால் தன்னையறியாமல் ஒரு குற்றத்துக்குத் துணைபோயிருக் கிறார். அவரிடம் முதலிலேயே பேசியிருந்தால், அவர் வீட்டுக்கு வந்தவர்கள் யார் யார், என்ன பேசினார்கள், எப்படி நடந்து கொண்டார்கள் என்கிற அடிப்படை விவரங்களைச் சேகரித் திருக்கலாம்.

லலித் சந்திரசேகரும் அச்சத்தின் காரணத்தால் புகைப்படத்தில் இருந்தவர்களைத் தனக்குத் தெரியாது என்று சொல்லியிருக் கலாம். ஆனால் அவருக்கு அவர்களை அறிமுகம் செய்து வைத்த லலித்தின் நண்பர் டரியல் பீட்டர்ஸுக்குத் தெரியாமலிருக்க வாய்ப்பே இல்லை.

சம்பவ இடத்தில் இறந்து போனவர்களுள் அவரும் ஒருவர். மரகதம் சந்திரசேகரைப் பிடித்து மேடையில் ஏற்றிவிட்டுவிட்டுக் கீழே இறங்கிய அவரும் குண்டு வெடிப்பில் இறந்து போனார். ஆனால் அதற்கு முன்னால் அவர் மே 30ம் தேதி அமெரிக்கா வுக்குச் செல்ல விமான டிக்கெட் வாங்கி வைத்திருக்கிறார்!

அவருடன் சிவராசனோ சின்ன சாந்தனோ பேரம் பேசியிருக் கலாம். காரியத்தை முடித்துக் கொடுத்துவிட்டு நீ அமெரிக்கா போய்விடு, அங்கே உனக்கு நல்ல வேலை ஏற்பாடு செய்து தருகிறோம் என்று சொல்லியிருக்கலாம்!

இதற்கு வாக்குமூல ஆதாரம் ஏதுமில்லை. இந்த விவரங்களில் பெரும்பாலானவற்றை எங்களுக்கு விவரித்த சின்ன சாந்தன் இது பற்றி ஏதும் கூறியிருக்கவில்லை.

காரணம் மிக எளிமையானது. விடுதலைப் புலிகளின் குறிக்கோள் நிறைவேறுவதற்கு உதவியாக இருந்த யாரையும் அவர்கள் காட்டிக்கொடுக்க விரும்பவில்லை. அப்படிச் செய்தால், பிறகு வேறொரு சமயத்தில் யாரிடமிருந்தும் எவ்வித உதவியும் கிடைக்காது போய்விடுமே!

இன்னொருவரைக் காட்டிக்கொடுப்பது இருக்கட்டும். சின்ன சாந்தன் ராஜிவ் படுகொலைச் சம்பவம் நடந்த இடத்தில் குற்றவாளிகளான சிவராசன், சுபா, தணு, ஹரி பாபு, நளினி ஆகிய ஐவருடன் ஆறாவதாகத் தானும் இருந்த விஷயத்தைக் கூட எங்களிடம் சொல்லவில்லை! ஸ்ரீபெரும்புதூரிலிருந்து

கொலையாளிகள் வேலையை முடித்து ஆட்டோவில் சென்னை திரும்பியபோது யாரோ ஒரு நபர் முன்னால் ஏறிக்கொண்டதாக விசாரணையில் நளினி குறிப்பிட்டிருந்தார். அது இந்த சின்ன சாந்தன்தான்! பிறகு ஹரி பாபு எடுத்த பத்து படங்களில் எட்டாவது படத்தில் சின்ன சாந்தன் ராஜிவின் கன்னத்தைத் தொட எத்தனிப்பது போல் காட்சி பதிவாகியிருப்பதைக் காண நேர்ந்த சமயம் வழக்கு விசாரணைகள் முடிந்து அவர் தண்டனையே பெற்றுவிட்டிருந்தார்.

இதனைச் சொல்ல வந்த காரணம், எதையும், எல்லா சாத்தியங்களையும் யோசிக்காமலும் சந்தேகப்படாமலும் எப்படி இருக்க முடியும்? மரகதம் சந்திரசேகர் குடும்பத்தாரை நான் விசாரிக்க விரும்பியது இத்தகைய காரணங்களால்தான். இவற்றையெல்லாம் களத்தில் இருக்கும் ஒரு புலனாய்வு அதிகாரி விசாரிக்க முடியாது என்றால் நமது அதிகார வர்க்கம் இருந்து சாதிக்கப் போவதுதான் என்ன?

19

என் குரல் அதுவல்ல!

வைகோ.

இவரைப் பற்றிச் சில வார்த்தைகள் பேசிவிட்டு மேற்கொண்டு புலன் விசாரணையின் பாதையில் திரும்பச் செல்லலாம். ராஜிவ் காந்தி படுகொலை வழக்கு விசாரணைகளின்போது பலசமயம் இவரை விசாரிக்க வேண்டும் என்று நான் திரும்பத் திரும்ப வலியுறுத்தியிருக்கிறேன். அதற்கான அவசியங்கள், காரணங்கள் அனைத்தையும் கார்த்திகேயன் அவர்களிடம் விளக்கிச் சொல்லியிருக்கிறேன்.

ஆனால் விடுதலைப் புலிகள், அவர்கள் சம்பந்த முடைய மற்ற பல தமிழ்நாட்டு சாதாரண மனிதர்களை விசாரிக்க எனக்கு அனுமதி கிடைத்ததே தவிர, தமிழக அரசியல்வாதிகள் யாரையும் விசாரிக்க எனக்குத் தொடர்ந்து அனுமதி மறுக்கப்பட்டுக் கொண்டேதான் வந்தது.

இதற்கான எளிய காரணங்கள் எனக்குப் புரியாமல் இல்லை. ஆனால் அவர் உயரதிகாரி. என்னால் கேட்டுப்பார்க்க மட்டுமே முடியும். வாதாடலாம். ஆனால் முடிவு, தீர்மானம் அவருடையது. என்ன செய்ய முடியும்?

ஆந்திரக் கடலோரப் பகுதியில் ஒரு சமயம் பிடிக்கப்பட்ட விடுதலைப் புலிகளின் கப்பல் ஒன்று தொடர்பான வழக்கு சி.பி.ஐ. வசம் வந்தபோது மனமுவந்து விசாரணைக்கு எடுத்துக் கொண்டவர், அதே போன்ற இன்னொரு விடுதலைப் புலிக் கப்பல் தமிழகக் கடற்பகுதியில் பிடிபட்டபோது, 'விட்டு விடலாம், மாநில போலீஸ் பார்த்துக்கொள்ளட்டும்' என்று சொன்னார். தமிழக அரசை, தமிழக அரசியல்வாதிகளை தர்ம சங்கடத்துக்கு உள்ளாக்க வேண்டாம் என்கிற அவரது கொள்கை எனக்குப் புரியாமல் இல்லை. ஆனால் முடிவெடுக்க வேண்டிய ஓர் அதிகாரி இப்படி இருந்ததால் என்னைப் போன்ற இடைநிலை அதிகாரிகளுக்கு ஏற்பட்ட மன உளைச்சல்கள் மிக அதிகம்.

அது ஒரு புறமிருக்க, வைகோவுக்கும் விடுதலைப் புலிகளுக்கு மான தொடர்பு குறித்துப் புதிதாக நாம் தெரிந்துகொள்ள ஏதுமில்லை. அவர் தீவிர புலி ஆதரவாளர். இதனை அவர் மறைத்ததுமில்லை.

ஆனால் ராஜிவ் படுகொலை சமயம் நடந்த சில சம்பவங்கள், கிடைத்த சில ஆதாரங்கள் அவரை விசாரிக்க வேண்டும் என்கிற எண்ணத்தை எனக்குள் வலுவாக உண்டாக்கின.

முதலாவது, நான் முன்னர் விவரித்த கொடுங்கையூர் வீட்டுக்கு வெள்ளை உடை மனிதர் ஒருவர் வந்து போன சம்பவம். 'சீனிவாசய்யா' என்று சின்ன சாந்தன் சொன்னாலும் சி.பி.ஐ. விசாரணையில் அந்த நபர் வைகோவின் தம்பி ரவிச்சந்திரன் தான் என்று சற்று வலுவாகவே தெரிந்தது. தக்க ஆதாரங்கள் இல்லாமல் நான் அவரை விசாரிக்க அனுமதி கேட்கவில்லை.

'அடுத்த சி.எம். வைகோதான்' என்று அவரும் சிவராசனும் பேசிக்கொண்டதைச் சின்ன சாந்தன் எங்களிடம் சொல்லியிருந் தார். அது மட்டுமல்லாமல், 21ம் தேதி வைகோ ஸ்ரீபெரும்புதூருக்குச் செல்ல வேண்டாம் என்று அறிவுறுத்தப்பட்டதாகவும் தெரிந்தது. அவர் மூலமாகக் கருணாநிதிக்கும் இந்த அறிவுறுத்தல் சென்றதாகவும் தெரிந்தது.

பிரபாகரனுக்கு வைகோவைப் பிடிக்கும். மிகவும் பிடிக்கும். இதில் சந்தேகமில்லை. ஆனால் பிரபாகரனுக்கு தி.மு.க. தலைவர் கருணாநிதியைப் பிடிக்காது. இதிலும் சந்தேகமில்லை. விடுதலைப் புலிகள் நீங்கலான பிற இலங்கைத் தமிழ்

இயக்கங்களுக்குக் கருணாநிதி உதவி செய்தது, புலிகள் அமைப்புக்கு எம்.ஜி.ஆர் ஐந்து லட்சம் ரூபாய் உதவி செய்த போது, இவர் பத்தாயிரம் ரூபாய் கொடுத்தது, பிரபாகரன் அதைத் திருப்பி அனுப்பியது - அந்தக் காலக்கட்டத்திலிருந்தே ஆரம்பித்தது அது.

வைகோ ஒரு தி.மு.க. உறுப்பினராக இருந்ததில் பிரபாகரனுக்கு எவ்வித மனச்சங்கடமும் இருக்கவில்லை. ஒரு நண்பர் என்கிற அளவில் வைகோவை அவர் மிகவும் மதித்தார். அதே சமயம் வைகோ எதற்கெடுத்தாலும், 'எங்க தலைவர், எங்க தலைவர்' என்று கருணாநிதியைக் குறிப்பிட்டுப் பேசும்போதெல்லாம் 'அவர் இருக்கட்டும். நீங்க சொல்லுங்க' என்று பேச்சை மாற்றவே பிரபாகரன் விரும்பியிருக்கிறார்.

இதனை ஆதாரபூர்வமாக நாங்கள் ஒளிப்படமாகவே பார்த்திருக் கிறோம். இலங்கையில் விடுதலைப் புலிகள் தளத்துக்கு வைகோ சென்றிருந்த சமயம் நினைவிருக்கிறதா?

கள்ளப் படகேறிச் சென்று இரண்டு மாதகாலம் ஈழத்தில் சுற்றுப் பயணம் மேற்கொண்டு திரும்பியதைத் தமிழகம் மறக்காது. ஈழம் செல்வதற்கு அவரிடம் விசா கிடையாது. பின்னாளில் இது பற்றி விசாரணை ஒன்று வந்தபோது, 'இலங்கை அரசு யாருக்கு விசா கொடுத்திருக்கிறது?' என்று கேட்டு அதை ஒன்றுமில்லாமல் செய்துவிட்டார்கள்.

அப்படி அவர் விடுதலைப் புலிகளின் காட்டுக்குச் சென்று, பிரபாகரனையும் பிற புலித் தலைவர்களையும் சந்தித்துப் பேசிய சமயம் எடுக்கப்பட்ட மிக நீண்ட வீடியோ ஒன்று உண்டு. சி.பி.ஐ. வசம் அந்த வீடியோப் பிரதி ஒன்றும் இருந்தது. அனைவரும் பார்த்திருக்கிறோம். பின்னாளில் அதே வீடியோ எடிட் செய்யப் பட்டு 'புலிகளின் குகையில்' என்ற தலைப்பில் தமிழகத்தில் பேபி சுப்பிரமணியம் மூலம் வினியோகிக்கப்பட்டது. ஆனால் அந்த எடிட் செய்யப்பட்ட பிரதியில் உரையாடல்கள் ஏதும் இருக்காது.

தமிழகத்தில் அத்தனை அரசியல்வாதிகளிடையே வைகோவை மட்டுமே பிரபாகரன் முழுமையாக நம்பினார், நட்புக் கொண்டார் என்பதில் எங்களுக்கு எந்த சந்தேகமும் இல்லை. அப்படிப்பட்ட நிலையில், தமிழ் மண்ணில் அவர்கள் செய்ய உத்தேசித்திருந்த ஒரு மிகப்பெரிய நாசகாரச் செயல் பற்றி வைகோவுக்குச் சற்றும் தெரியாது இருந்திருக்குமா?

சரி. தெரியாது. அப்படியே வைத்துக்கொள்வோம். ஆனால் கொடுங்கையூரில் சிவராசனைச் சந்தித்துவிட்டு அந்த உயரமான வெள்ளை உடை மனிதர் திரும்பிச் சென்ற பிறகு, திடீரென்று முன்னறிவிப்பின்றி 21ம் தேதி ஸ்ரீபெரும்புதூரில் நடக்கவிருந்த தி.மு.க. தேர்தல் பிரசாரக் கூட்டத்தைக் கருணாநிதி ரத்து செய்ததன் பின்னணி என்ன?

'ஏற்கெனவே இம்மாதிரி கூட்டங்கள் ரத்தானதற்கு வரலாறு உண்டு' என்று கருணாநிதி பிறகு சொன்னார். அவரது அந்த அறிவிப்பு வந்த பிறகு பழைய ரெக்கார்ட்களை நான் எடுத்துப் புரட்டிப் பார்த்தேன். அப்படி ஒருநாள் முன்கூட்டிய அறிவிப்பு கூட இல்லாமல் எந்தத் தேர்தல் பொதுக்கூட்டத்தையும் அவர் ரத்து செய்திருப்பதாகத் தெரியவில்லை.

ஒரு தேசியத் தலைவர் வருகிற நாளில் போட்டியாக நாம் எதற்கு இன்னொரு கூட்டம் நடத்தவேண்டும் என்றும் அவர் கருதியிருக் கலாம். அதனாலும் ரத்து செய்திருக்கலாம். அல்லது வாழப்பாடி ராமமூர்த்தி கவலைப்பட்டது போல, அசம்பாவிதங்கள் ஏதும் நடக்காதிருப்பதற்காகவும் அதனைச் செய்திருக்கலாம். உடல் நிலை முதற்கொண்டு எத்தனையோ நியாயமான காரணங்கள் அவருக்கு இருந்திருக்கக்கூடும்.

ஆனால் புலிகளின் அக்கறை வைகோவாக மட்டுமே இருந்திருந் தாலும் வைகோவுக்குத் தமது தலைவர் கருணாநிதியின்மீது அக்கறை இருந்திருக்கும் அல்லவா? விஷயத்தைச் சொல்லா விட்டாலும் நிகழ்ச்சியை ரத்து செய்யவாவது அவர் வேறு ஏதேனும் சொல்லி ஏற்பாடு செய்திருப்பாரல்லவா?

நிகழ்ச்சி ரத்தானதேகூட இங்கு ஒரு பொருட்டல்ல. வைகோ வுக்கு ராஜிவ் கொலை முன்கூட்டியே தெரியுமா, தெரியாதா, என்பதுதான்.

தமிழ்நாட்டு அரசியல்வாதிகள் யாருடைய உதவியும் இல்லாமல், தமிழ்நாட்டு மக்கள் யாருக்கும் தெரியாமல் இந்தக் காரியத்தைச் செய்து முடிக்கவேண்டும் என்பதுதான் பிரபாகரனின் உத்தரவு. ஆனால் தன் விருப்பமாகவே வைகோ சிவராசன் குழுவினருக்கு உதவி செய்தார் என்று எனக்கு விசாரணையில் தகவல்கள் வந்தன. அதனால்தான் அவரை விசாரிக்க மிகவும் விரும்பினேன். ஆனால் அந்த வாய்ப்பு வேறொரு அதிகாரிக்கே வழங்கப் பட்டது.

அதன் விளைவு, ஒரு சாட்சியாக வைகோவை ராஜிவ் கொலை வழக்கில் சேர்க்க நேர்ந்தது. இதன் பின்னணி, ராஜிவ் கொலைச் சம்பவத்துக்கு நான்கு வருடங்களுக்கு முந்தையது!

1987 ஜூலை மாதம், இந்தியப் பிரதமர் ராஜிவைச் சந்திக்க யாழ்ப்பாணத்திலிருந்து புது தில்லி வந்திருந்தார் பிரபாகரன். இந்திய உளவுத்துறை அதிகாரிகளே அவரை அழைத்து வந்திருந்தார்கள்.

புது டெல்லி அசோகா ஹோட்டலில் அவர் அப்போது தங்க வைக்கப்பட்டார். கையெழுத்தாக இருந்த இந்திய - இலங்கை அமைதி ஒப்பந்தத்துக்குப் பிரபாகரனின் சம்மதத்தைப் பெறுவது தான் அந்தப் பயண ஏற்பாட்டின் குறிக்கோள்.

அதன்படி, பிரபாகரன் - ராஜிவ் சந்திப்பு நடைபெற்றது. இந்திய இலங்கை அமைதி ஒப்பந்தம் குறித்து ராஜிவும் அவரது அமைச்சரவை சகாக்கள் சிலரும் பிரபாகரனுக்கு விளக்கிச் சொன்னார்கள். ஆனால் பிரபாகரனுக்கு அந்த உடன்பாட்டில் விருப்பமில்லை. அது இலங்கைத் தமிழர் நலனுக்குப் புறம்பாகச் செயல்படக்கூடும் என்று அவர் கருதினார்.

உடன்பாட்டை ஒப்புக்கொள்ளாமல் அவர் அசோகா ஹோட்டலுக்குத் திரும்பிய சமயம், அவரைச் சந்திக்க வைகோ அங்கு வந்தார்.

ஆனால் பிரபாகரனைச் சந்தித்துப் பேச வைகோவை அப்போது உளவுத்துறை அதிகாரிகள் அனுமதிக்கவில்லை. ஹோட்டல் லாபியில் இருந்தபடியே டெலிபோனில் வேண்டுமானால் பேசலாம் என்று சொன்னார்கள்.

அப்படி இண்டர்காமில் பேசியபோது பிரபாகரன், 'ராஜிவ் எங்கள் முதுகில் குத்திவிட்டார். நான் சயனைட் குப்பி கடித்து இறந்து விடலாம் என்றே நினைத்தேன்' என்று கூறியதாகப் பிறகு வைகோ பல பொதுக்கூட்டங்களிலும் பத்திரிகைகளிலும் குறிப்பிட்டார். 'Prabhakaran thought of comitting suicide' என்று அவர் பேசிய வீடியோ டேப் மற்றும் பத்திரிகைச் செய்திகளைக் காண்பித்து அவரை விசாரணை செய்த அந்த அதிகாரி, அதைக் கொண்டே அவரை ராஜிவ் கொலை வழக்கில் ஒரு சாட்சியாகச் சேர்க்கவும் வகை செய்தார்.

தடா நீதிமன்றத்தில் வைகோ சாட்சி சொல்ல வந்தார். (அவர் 250வது சாட்சி.) விசாரணையின்போது, 'நான் அப்படிப் பேசவே இல்லை. வீடியோவில் இருப்பது நான்தான். ஆனால் அந்தக் குரல் என்னுடையது இல்லை' என்று வாக்குமூலம் அளித்தார்.

ராஜிவ் கொலை விசாரணையைப் பொருத்த அளவில் வைகோதான் முதல் hostile witness.

பிறகு தடா கோர்ட் அனுமதி பெற்று அந்தக் குறிப்பிட்ட விடியோ கேசட்டைப் பரிசோதனைக்கு அனுப்பினோம். அந்தக் குரல், வைகோவினுடையதுதான் என்பது தெள்ளத் தெளிவாக நிரூபணமானது. ஆனாலும் அவர்மீது மேல் நடவடிக்கை ஏதும் எடுக்கப்படவில்லை. எங்களுக்கு மேல் விசாரணைக்கு அனுமதி யளிக்க வேண்டிய கார்த்திகேயன், அதைக் கண்டுகொள்ளாமல் விட்டது ஏன் என்பது புரியாத புதிர்!

ராஜிவ் காந்தி கொலை வழக்கைப் பொருத்தவரை மரகதம் சந்திரசேகர் தொடங்கி, வைகோ, கருணாநிதி வரை அத்தனை அரசியல்வாதிகளிடமும் நிகழ்த்தப்பட்ட 'மேலதிகாரிகளின் விசாரணை' மிகவும் மேம்போக்காக அமைந்துவிட்டதில் தனிப்பட்ட முறையில் எனக்கு வருத்தம் உண்டு. இன்னும் ஆழமான, விரிவான விசாரணைகள் மேற்கொள்ளப்பட்டிருக்க வேண்டும் என்கிற ஆதங்கம், என்னைப் போல் அந்த விசாரணையில் ஈடுபட்ட வேறு பல சி.பி.ஐ. புலனாய்வு அதிகாரிகளுக்கும் உண்டு.

அந்த விசாரணையை இப்போதும் மேற்கொள்ள முடியும். மரகதம் சந்திரசேகர் ஒருவரைத் தவிர மற்ற அனைவரும் நலமாகவே உள்ளார்கள்!

20

யாருக்கு யார் உளவாளி?

இந்திய ஜனநாயகத்தை வழிநடத்தும் அரசியல் சாசனச் சட்டம் தேர்தல்களுக்கென்று சிறப்பு விதிமுறைகள் பலவற்றை வகுத்துத் தந்திருக்கிறது. மிக நுணுக்கமான, அனைத்துவிதப் பிரச்னைகளின் சாத்தியங்களையும் யோசித்து, ஆலோசித்து, ஒவ்வொரு பிரச்னைக்கும் உரிய தீர்வுகளை அது நமக்குத் தருகிறது. அதனடிப்படையில்தான் சுதந்தர இந்தியாவில் இதுநாள் வரை தேர்தல்கள் நடத்தப் பட்டு வந்திருக்கின்றன.

ஒரு வேட்பாளர் உடல்நலக் குறைவினாலோ, எதிர்பாராத விதங்களாலோ தேர்தல் சமயத்தில் இறந்துபோவாரேயானால், அவர் போட்டியிடும் தொகுதியில் மட்டும் தேர்தலைத் தள்ளி வைக்கச் சொல்லிச் சட்டம் சொல்கிறது.

ஆனால் ராஜிவ் காந்தி படுகொலை செய்யப்பட்ட சமயம் நமது நாட்டில் நடந்தது என்ன?

மூன்று கட்டங்களாகப் பொதுத்தேர்தல்கள் திட்ட மிடப்பட்டு, முதல் கட்டத் தேர்தல்கள் மட்டுமே முடிவடைந்திருந்த சமயம் அது. மே 23 மற்றும் 26ம் தேதிகளில் இரண்டாம், மூன்றாம் கட்டத் தேர்தல்கள் நடக்கவிருந்த சமயத்தில்தான் 21ம் தேதி ராஜிவ் காந்தி கொல்லப்படுகிறார்.

ஒரு மாபெரும் ஜனநாயக தேசத்தின் மக்கள், தமது அடுத்தத் தலைவராக யார் வரவேண்டும் என்று தீர்ப்பளிக்கத் தயாராகிக்கொண்டிருந்த சமயத்தில், திட்டமிட்டு, மக்களின் விருப்பம் நிறைவேறிவிடக் கூடாது என்னும் எண்ணத்துடன் ஒரு சதிச்செயல் மேற்கொள்ளப்பட்டு, குறிப்பிட்ட தலைவர் படுகொலை செய்யப்பட்டதால், அவர் போட்டியிடும் தொகுதியில் மட்டுமல்லாமல், தேர்தல்கள் நடக்கவேண்டிய அனைத்துத் தொகுதிகளிலும் அது தள்ளிவைக்கப்படுகிறது.

அது, அந்தச் சமயத்தின் அவசியமாகக் கருதப்பட்டு, அரசியல் சாசன சட்டப் பிரிவு 324ன்படி அந்த நடவடிக்கையை அன்றைய தேர்தல் கமிஷனர் டி.என். சேஷன் எடுத்தார்.

படுகொலைச் சம்பவம் நடைபெற்ற தினத்துக்கு மறுநாளே, அதாவது மே 22ம் தேதி, டி.என். சேஷன் இந்த அறிவிப்பை வெளியிடுகிறார். தேர்தல்கள் ஒத்திவைப்பு. சுதந்தர இந்தியாவில் அப்படியொரு சம்பவம் நடப்பது அதுவே முதல்முறை.

அத்தனை பரபரப்பான, குழப்பங்கள் மிகுந்த, கொந்தளிப்புகள் மிகுந்த நேரத்தில், அன்றைய பாரதப் பிரதமர் சந்திரசேகர் அவசரமாகத் தமது CCPA (Committee of Cabinet Affairs and Political Affairs)வைக் கூட்டினார். தேசத்தின் மிக உயர்ந்த, அதி முக்கியத்துவம் வாய்ந்த கமிட்டி அது.

அந்தக் கூட்டத்தில் கலந்துகொண்ட முக்கியஸ்தர்களுள் சிலர், அப்போதைய ஐ.பி. தலைவராக இருந்த எம்.கே. நாராயணன், 'ரா' உளவு அமைப்பின் தலைவரான ஜி.எஸ். பாஜ்பாய், மத்திய வர்த்தகத் துறை அமைச்சர் சுப்பிரமணியம் சுவாமி.

சி.சி.பி.ஏவின் அந்த அவசரக் கூட்டத்தில் பிரதமர் சந்திரசேகர், உளவு அமைப்புகளின் தலைவர்கள் இருவரிடமும், 'இந்தப் படுகொலைக்குக் காரணமானவர்கள் யார்? உளவுத்துறை என்ன செய்திருக்கிறது? உங்கள் ரிப்போர்ட் என்ன?' என்று கேட்டார்.

உளவுத் துறைத் தலைவர்கள் பதில் சொல்வதற்கு முன்னால் முந்திக்கொண்ட சுப்பிரமணியம் சுவாமி, 'சந்தேகமில்லாமல் விடுதலைப் புலிகள்தான் இதனைச் செய்திருக்க வேண்டும்' என்று அடித்துச் சொன்னார்.

அது அவரது யூகமா, கணிப்பா, கைவசம் அப்போதே ஏதேனும் ஆதாரம் வைத்திருந்தாரா என்பதெல்லாம் இங்கு முக்கிய

NO. 464/91(1)

भारत निर्वाचन आयोग
ELECTION COMMISSION
OF INDIA

Notification

Whereas, the Election Commission in its Notification No.464/91(i) dated 19th April, 1991, issued under Section 30 of the Representation of the People Act, 1951 (43 of 1951) had

fixed the 20th May, 1991, 23rd May and 26th May as the date on which poll shall be taken in the parliamentary constituencies specified in the aforesaid notification against each date mentioned above; and

Wheras the country has suffered a great tragedy in the death of Sri Rajiv Gandhi at the assassins' hands;

The Election Commission, in exercise of the power confered by Article 324 of the Constitution of India, Section 30 of the Representation of People Act, 1951 ,Section 153 of the Representation of People Act, 1951, and all other powers enabling it in this behalf, directs that in modification of the aforesaid notification

the elections to the constituencies fixed for 23rd May, will be held on 12th of June, 1991,

the elections to the constituencies fixed for 26th of May, 1991, will now be held on 15th June, 1991; and

the date before which the election shall be completed in all the above mentioned constituencies will be 18th June , 1991.

The Election Commission further directs that this amendment may be published in the gazzette of India.

T.N.Seshan
Chief Election Commissioner of India

New Delhi,
Dated 22.5.91.

தேர்தல் கமிஷனர் டி.என்.சேஷன், பொதுத்தேர்தலை
ஒத்திவைத்து வெளியிட்ட அறிவிப்பு

மில்லை. சம்பவம் நடந்த மறுநாள் காலை சுப்பிரமணியம் சுவாமி பிரதமரிடம் ஆணித்தரமாக ஒரு விஷயத்தைச் சொல்கிறார். அது உண்மை என்று அப்படியே ஏற்றுக்கொள்ள வேண்டிய அவசியமில்லை என்றாலும், ஓர் உளவுத்துறைத் தலைவர் அதனை மறுக்க விரும்பினால் எத்தகைய வலுவான ஆதாரங்களுடன் செய்ய வேண்டும்!

ஆனால் நடந்ததை எண்ணினால் சிரிப்புத்தான் வருகிறது.

'நோ! நிச்சயமாக அதனை விடுதலைப் புலிகள் செய்திருக்கவே முடியாது! அவர்கள் செய்யவில்லை என்பது எனக்கு உறுதியாகத் தெரியும்' என்று உடனே குறுக்கிட்டுப் பேசிய 'ரா' தலைவர் பாஜ்பாய், அதற்குச் சொன்ன காரணம்தான் வினோதமானது.

'I have a mole in LTTE. I am sure it was not done by LTTE.'

பிரதமர் சந்திரசேகருக்கே அது வியப்பளித்திருக்கக் கூடிய விஷயம்தான். ராவுக்கு விடுதலைப் புலிகள் அமைப்புக்குள் ஓர் ஒற்றனா? யார் அது?

ரா தலைவர் நிதானமாகச் சொன்னார்: 'என் உளவாளியின் பெயர் கிட்டு.'

விடுதலைப் புலிகள் அமைப்பில் மிக மூத்த உறுப்பினரும் பிரபாகரனுக்கு வலக்கரம் போல் செயல்பட்டுக் கொண்டிருந்தவரும், அன்றைய தேதியில் லண்டனில் உட்கார்ந்துகொண்டு, புலிகள் இயக்கம் ராஜிவைக் கொல்லவில்லை என்று அறிக்கை விட்டுக்கொண்டிருந்தவருமான கிட்டுவையா இவர் சொல்கிறார்?

'ஆம். சந்தேகமில்லை. கிட்டுதான் ராவின் உளவாளி. அவர் சொன்னால் சரியாகத்தான் இருக்கும்.'

படிப்பறிவில்லாத ஒரு சாதாரண பொதுஜனம் கூடக் கேட்ட மாத்திரத்தில் சிரிக்கக் கூடிய இப்படியொரு பதிலைச் சொன்னவர், இந்தியாவின் உளவுத் துறைத் தலைவர்!

சி.சி.பி.ஏ. கூட்டத்தில் ராவின் தலைவர் இப்படிப் பேசினார் என்கிற செய்தியை சுப்பிரமணியம் சுவாமி எழுதிய ராஜிவ் படுகொலை குறித்த புத்தகத்தில் கண்டபோது அதிர்ந்து போனேன். இது நான் நேரடியாகப் பார்த்த சம்பவம் கிடையாது.

சுவாமியின் புத்தகத்தில் வாசித்ததுதான். ஆனால், புலனாய்வுக்காகக் கொழும்பு சென்ற எஸ்.ஐ.டி. அதிகாரிகளைப் பணியாற்ற விடாமல் பாதியில் திரும்ப அழைத்தது இதே ரா தலைவர் பாஜ்பாய்தான். அது எனக்கு வெகு நன்றாகத் தெரியும்.

கிட்டு ஒரு திட்டம் போட்டு, அது மிகத் துல்லியமாக பலித்திருக் கிறது என்பதுதான் இதன் பொருள். அதாவது தான் சொல்கிற எதுவானாலும் அதை இந்திய உளவுத்துறைத் தலைவர் அப்படியே நம்பி ஏற்றுக்கொள்ளும் அளவுக்கு அவர் 'தயார் செய்து' வைத்திருக்கிறார் என்பதுதானே இதன் அர்த்தம்?

கிட்டுவைத் தன் உளவாளி என்று பாஜ்பாய் சொன்னதில் இருந்த குழந்தைத்தனம் அவருக்கே ஒரு சில தினங்களில் வெட்கம் உண்டாக்கியிருக்கும். ஏனெனில், ஹரி பாபுவின் புகைப்படங் களை வைத்துக்கொண்டு நாங்கள் ஹரி பாபுவின் வீடு, சுபா சுந்தரம், பாக்கியநாதன் என்று நகரத் தொடங்கியபோதே இது கண்டிப்பாக விடுதலைப் புலிகளின் வேலைதான் என்பதை அறிந்துவிட்டோம். இறுதியில் சிவராசனின் தற்கொலை வரை நீண்ட மிக நீண்ட தேடுதல் வேட்டை மற்றும் புலன் விசாரணை களின் பலனாகக் கிடைத்த ஆதாரங்களை அடுக்கியபோது, இந்திய உளவுத்துறையின் லட்சணம் என்ன என்பது வெட்ட வெளிச்சமாகிப் போனது.

இதில் வேதனைக்குரிய விஷயம் என்னவென்றால், அந்த 22ம் தேதி அவசரக் கூட்டம் நடந்து முடிந்ததற்கு ஒருவாரம் கழித்து, அதாவது மே 30ம் தேதியன்று அதே சி.சி.பி.ஏவின் இன்னொரு கூட்டம் பிரதமர் அலுவலகத்தில் நடந்தது.

இடைப்பட்ட நாள்களுக்குள்ளாகவே சி.பி.ஐக்கு விடுதலைப் புலிகள்மீது சந்தேகம் எழுந்து, சிறப்புப் புலனாய்வுக் குழுவின் தலைவர் கார்த்திகேயன், சிபிஐயின் இயக்குநர் ராஜா விஜய் கரன், இன்னும் ஒரு சில உயரதிகாரிகள், ஆதாரம் சேகரிக்க கொழும்பு புறப்பட்டுச் சென்றிருந்தார்கள்.

அவர்கள் கொழும்பு புறப்பட்டுச் சென்றதில் ரா தலைவருக்குக் கடும் கோபம். 'சிறப்புப் புலனாய்வுக் குழு அவசரப்பட்டு, ஒரு முன் தீர்மானத்துக்கு வந்து, விடுதலைப் புலிகள்தாம் காரணம் என்று முடிவு செய்துகொண்டு விசாரணையைத் தொடங்கியிருக் கிறார்கள். புலனாய்வு நிச்சயம் சரியாக நடக்க வாய்ப்பில்லை' என்று அந்தக் கூட்டத்தில் அவர் பேசியிருக்கிறார்.

அதன் தொடர்ச்சியாக, பிரதமர் அலுவலகத்திலிருந்து சி.பி.ஐக்கு ஓர் அவசரத் தகவல் வந்தது. உடனே கொழும்பு சென்ற சிறப்புப் புலனாய்வுக் குழுத் தலைவரும் சிபிஐ இயக்குநரும் டெல்லி திரும்ப வேண்டும் என்பதே அது.

இதைப் பார்த்து நாங்கள் அதிர்ச்சியடைந்தோம். சிறப்புப் புலனாய்வுக் குழுவின் பணிகளுக்கு முட்டுக்கட்டை போடுவது தான் ராவின் பணியா? என்ன நடக்கிறது நமது உளவுத் துறையில்? ஒன்றும் புரியவில்லை.

இந்தியாவின் வெளிவிவகாரங்கள் தொடர்பான அனைத்து விஷயங்களையும் தீர்மானிப்பது ரா தான். குறிப்பாக, ராஜிவ் காந்தி பிரதமராக இருந்த சமயம் இந்திய - இலங்கை ஒப்பந்தத்தை வடிவமைத்ததிலும் அதனைச் செயல்படுத்த வலியுறுத்தி, அதற்கான அனைத்து ஏற்பாடுகளைச் செய்ததும் அவர்கள்தாம்.

தொடக்கத்திலிருந்தே விடுதலைப் புலிகளைக் குறைத்து மதிப்பிட்டு வந்த அமைப்பு ரா. குறிப்பாக அதன் தலைவர் பாஜ்பாய். இந்திய அமைதிப்படை இலங்கையில் விடுதலைப் புலிகளுடன் யுத்தம் புரியவேண்டிய அவசியம் ஏற்பட்டபோது, ‘அது Boys Armyதான் சார்! எழுபத்திரண்டு மணிநேரம் போதும். மொத்தமாகத் தீர்த்துவிடலாம்’ என்று சொன்னவர்தான் அவர்.

ஆனால் நடந்தது என்னவென்று அனைவருக்கும் தெரியும். எழுபத்திரண்டு மணி நேரமல்ல. 720 நாள்கள் போராடியும் தோற்றுத்தான் திரும்ப வேண்டியிருந்தது. இதனால் நமக்கு எத்தனை இழப்பு, அவமானம், கஷ்டங்கள், கெட்ட பெயர்! ஓர் உளவு அமைப்பு பொறுப்பாக இயங்கவில்லையென்றால் நாட்டை ஆள்பவர்களுக்கு எப்படிப்பட்ட பேரபாயங்கள் எல்லாம் வரும் என்பதற்கு, ஐ.பி.கே.எஃப் நடவடிக்கைகளின் தொடர்ச்சியாக நடந்த - ராஜிவ் காந்தி படுகொலை வரை நீண்ட சம்பவங்கள் சிறந்த உதாரணம்.

கொலையைச் செய்தது விடுதலைப் புலிகள் அல்ல என்ற ரா தலைவரின் தடாலடிக் கணிப்புடன் ஒப்பிட்டால், ஐ.பி. தலைவர் எம்.கே. நாராயணன், ‘விசாரித்துக்கொண்டிருக்கிறோம். விரைவில் சொல்லிவிடுகிறேன்’ என்று நழுவியதே தேவலாம் என்று தோன்றிவிடும்.

இந்த இரண்டு அமைப்புகளாலும் இந்த விஷயத்தில் இறுதிவரை சரியான தகவல்களைத் தர முடியவில்லை என்பதுதான் இங்கே குறிப்பிடவேண்டியது. 24.5.91 அன்றே ஹரி பாபுவின் படங்கள் எங்களுக்குக் கிடைத்து, நாங்கள் விடுதலைப் புலிகளை வட்டமிட்டுச் செயல்பட ஆரம்பித்துவிட்ட பிறகும் 30ம் தேதி அன்றுகூட ராவின் தலைவர் 'விடுதலைப் புலிகள் அல்ல' என்று அபத்தமாகச் சொல்லிக்கொண்டிருந்ததை இப்போது நினைத்தாலும் கஷ்டமாகத்தான் இருக்கிறது.

21

மூவர்

உளவுத்துறைகளின் முதன்மையான பணி, நம்முடைய ஆபத்துகளை முன்கூட்டியே கண்டறிந்து, எச்சரிக்கை அளிப்பதுதான். பல்வேறு இயக்கங்களால், பல்வேறு காரணங்களுக்காக ராஜிவின் உயிருக்கு ஆபத்து உண்டு என்று நன்கு அறிந்த நமது உளவுத்துறை, விடுதலைப் புலிகள் விஷயத்தில் மட்டும் தொடக்கம் முதலே அலட்சியமாகவும் அக்கறை ஏதுமில்லாமலும் நடந்து வந்திருக்கிறார்கள்.

இந்திய அமைதிப்படை இலங்கையில் இருந்த காலத்தில் நடந்த அட்டூழியங்களை விவரிக்கும் மிகப் பிரம்மாண்டமான ஆவணம் ஒன்று (ஏற்கெனவே இது குறித்துக் குறிப்பிட்டிருக்கிறேன் - சாத்தானின் படைகள் என்ற புத்தகம்.) புலிகள் இயக்கத்தால் தயாரிக்கப்பட்டது. இரண்டு வால்யூம்களாக வெளியிடப்பட்ட அந்தப் புத்தகம், சென்னையில் அண்ணா சாலையில் உள்ள ஓர் அச்சகத்தில்தான் அச்சிடப்பட்டது. சி.பி.ஐ. அதனைக் கைப்பற்றியதற்கு முன்னால், அது குறித்த அடிப்படைத் தகவல்கள் கூட ராவுக்கோ ஐபிக்கோ தெரிந்திருக்கவில்லை!

அந்தப் புத்தகம், வெறும் பிரசாரப் புத்தகமல்ல. ராஜிவ் காந்தியை விடுதலைப் புலிகள் ஏன் கொன்றார்கள் என்பதற்கான காரணங்களை மிகத் துல்லிய

மாக நாம் அந்தப் புத்தகத்தின் பக்கங்களிலிருந்து பெற முடியும். ஏப்ரல் 1, 1990ம் ஆண்டு விடுதலைப் புலிகள் வெளியிட்ட ஓர் அறிக்கையில் 'I am not against the Indian people, I am not against the Indian Government, I am against the former leadership' என்று பிரபாகரன் மிகவும் வெளிப்படையாகவே தெரிவித்திருந்தார். இது அனைத்து ரா, ஐ.பி. அதிகாரிகளுக்கும் தெரியும்.

அப்படியிருந்தும் விடுதலைப் புலிகள் மீது ரா தலைமைக்குத் துளி சந்தேகமும் கிடையாது!

மேற்படி அறிக்கையின் அடிப்படையில்தான் பின்னால், பத்திரிகை யாளர் அனிதா பிரதாப் பிரபாகரனை வவுனியா காட்டில் சந்தித்து பேட்டி கண்டபோது, 'ராஜிவ் காந்தி மீது உங்களுக்கு அப்படி யென்ன விரோதம்?' என்று கேட்டார். பிரபாகரன் அதற்கு ஐந்து அடுக்குகளாகக் காரணத்தைச் சொல்லியிருந்தார்.

1. இந்திய இலங்கை ஒப்பந்தம் என்பது எங்கள் கொள்கைக்கு விரோதமானது.
2. அப்படியும் நான் ராஜிவை நம்பினேன். இந்தியா எமது மக்களுக்கு நல்லது செய்யும் என்று உளமார எண்ணி, அதையே எங்கள் மக்களுக்கும் எடுத்துச் சொல்லி (சுதுமலைக் கூட்டம்) ஒப்பந்தத்தை விருப்பமில்லாவிட்டாலும் ஏற்றோம்.
3. அந்த நம்பிக்கையை, திலீபனை இறக்கவிட்டு வேடிக்கை பார்த்த இந்திய ராணுவத்தின் மெத்தனம் சிதைத்துவிட்டது. இந்திய அரசும் வாய் திறக்காமல் இருந்துவிட்டது.
4. எங்களை ஆயுதங்களைக் கீழே போடச் சொல்லிவிட்டு, எங்களிடமிருந்து கைப்பற்றிய ஆயுதங்களைப் பிற ஈழ இயக்கங்களுக்கு அளித்தார்கள்.
5. இலங்கை கடற்படையால் பிடிக்கப்பட்ட எங்களுடைய பதினேழு கமாண்டர்களை, போர் நிறுத்தக் காலத்தில் இந்திய ராணுவத்தின் பொறுப்பில் ஒப்படைத்தபோது, அவர்கள் வேண்டுமென்றே இலங்கை அரசிடம் அவர்களை ஒப்படைத்து துரோகம் செய்தார்கள். ராஜிவ் காந்தி வரை தொடர்புகொண்டு, நான் அவர்களை விடுவிப்பதற்காகப் போராடினேன். பலனில்லை. என் கமாண்டர்கள் சயனைட் அருந்தி உயிர்விட வேண்டியதாயிற்று.

ஐ.பி.கே.எஃப் இலங்கைக்கு அனுப்பப்பட்டது, இலங்கைத் தமிழரின் நலனுக்காக அல்ல. தன் அண்டை நாட்டு விஷயத்தில்

தன்னுடைய பாதுகாப்பு தொடர்பான பிரச்னைகளைத் தவிர்க்க முற்றிலும் சுயநலமுடன் இந்தியப் பிரதமர் மேற்கொண்ட முயற்சியே அது என்று அழுத்தம் திருத்தமாக அந்தப் பேட்டியில் பிரபாகரன் பேசியிருப்பார். முத்தாய்ப்பாக, 'அவர் என் எதிரி' என்றே குறிப்பிடுவார்.

ஏப்ரல் 10, 1990ல் வெளியான அந்தப் பேட்டியைப் படித்த எந்த ஒரு உளவுத்துறை அதிகாரியும் ராஜிவுக்கு எதிரான சக்திகளின் பட்டியலில் விடுதலைப் புலிகளை முதலிடத்தில் வைப்பார்கள். ஆனால் படுகொலைக்குப் பிறகு சி.பி.ஐக்குச் சரியான ஆதாரங்கள் கிடைத்து நாங்கள் வழக்கில் முன்னேறத் தொடங்கிய சமயத்திலும் 'விடுதலைப்புலிகள் இதனைச் செய்திருக்க மாட்டார்கள்' என்று ராவின் தலைவர் சொல்கிறார் என்றால் நமது உளவுத்துறையை எந்தளவு நம்மால் நம்ப இயலும்?

எப்போது தமிழ்நாட்டில் துணிகரமாக வந்து இறங்கி பத்மநாபாவைக் கொன்றுவிட்டுத் திரும்பினார்களோ, எப்போது அடுத்த குறி வரதராஜப் பெருமாள் என்று முடிவு செய்து திரும்பவும் ஆள் அனுப்பினார்களோ, எப்போது தமிழகத்தில் தனக்கென ஓர் உளவு அமைப்பு தேவை என்று முடிவு செய்து முருகனையும் அவரது டீமையும் அனுப்பிவைத்தார்களோ, அப்போதே முடிவு செய்துவிட்டார்கள் - அடுத்த இலக்கு ராஜிவ் காந்தி என்று.

அக்டோபர் 1990ல் தீர்மானித்து ஜனவரியில் ஆள்களை அனுப்பத் தொடங்கி மே மாதம் திட்டமிட்டபடி காரியத்தை முடித்தது விடுதலைப் புலிகள்.

படுகொலைச் சம்பவம் நடந்து முடிந்தபிறகு, உடனடியாக லண்டனில் அப்போது இருந்த கிட்டு, 'நாங்கள் செய்யவில்லை, நாங்கள் சம்பந்தப்படவில்லை' என்று அறிக்கைகள் விட்டுக் கொண்டே இருந்தார். அதன் எதிரொலியாகத்தான் ராவின் தலை வரும் திரும்பத் திரும்ப அதையே சொல்லிக்கொண்டிருந்தார்.

இந்த எரிச்சல் ஒருபுறம் இருக்க, அதே கிட்டு தனது அறிக்கை யொன்றில், 'நாங்கள் செய்யவில்லை. யார் செய்தது என்பதை இந்தியக் காவல் துறை கண்டுபிடிக்கட்டும்' என்றும் சொல்லி யிருந்தார்.

இந்தச் சொற்களில் தெரியும் அகம்பாவத்தின் பின்னணி மிகவும் சுவாரசியமானது.

சாத்தானின் படைகள்

கண்டிப்பாகத் தாங்கள்தான் செய்தோம் என்பதைக் கண்டு பிடிக்க முடியாது என்று அவர்கள் நம்பினார்கள். அது வெறும் நம்பிக்கையல்ல. கொலைத்திட்டம் வடிவமைக்கப்பட்டதே அத்தனை சாமர்த்தியமாகத்தான். மிகுந்த புத்திசாலித்தனத் துடன், சற்றும் பிசகாத கவனத்துடன், எங்கும் பிழைகளோ, பிசிறுகளோ இல்லாமல்தான் திட்டம் வரையறுக்கப் பட்டிருந்தது.

ஒரு விஷயம் சொன்னால் வியந்துபோவீர்கள். விடுதலைப் புலிகளின் திட்டப்படி, மனித வெடிகுண்டாக ஸ்ரீபெரும்புதூர் சென்ற தணு என்கிற அந்த ஒரு பெண்ணைத் தவிர, அவர்கள் குழுவில் வேறு யாருமே இறந்திருக்கும் வாய்ப்பு கிடையாது. குறிப்பாக, ஹரி பாபு.

ஹரி பாபு அடிபட்டுச் செத்துப் போனது மிகவும் தற்செயலான ஒரு நிகழ்வு. மேடையில் மாலை அணிவித்து, அதை அவர் கீழே இருந்து புகைப்படம் எடுத்திருப்பாரேயானால் ஒரு பிரச்னையும் இல்லை. ராஜிவ் காந்தியும் தணுவும் மட்டுமே இறந்திருப் பார்கள். புலிகளின் திட்டப்படி மற்ற அனைவரும் தப்பித்து, அந்தப் புகைப்பட ஆதாரம் கூடக் கிடைக்காமல் இன்றுவரை சி.பி.ஐ. அலைந்துகொண்டிருக்கும்.

மாறாக, ராஜிவ் வருகை தாமதமாகி, சிவப்புக் கம்பளப் பகுதி யிலேயே மாலை அணிவிக்கும் வைபவம் அரங்கேற, அதிலும் எங்கே பிசகிவிடப் போகிறதோ என்று கடைசி நிமிடத்தில் பயந்த தணு, ராஜிவை நெருங்கியதுமே குனிந்து, தன் இடுப்பில் இருந்த விசையை இயக்க, சரியாகப் படம் பிடிக்க வேண்டுமே என்கிற பதற்றத்தில் ஹரி பாபு நெருங்கி வந்து கேமராவை உயர்த்திப் படமெடுக்க, திட்டமிட்ட சமயத்துக்கு முன்னாலேயே குண்டு வெடித்து ஹரி பாபுவும் இறந்து போனார்.

திரும்பவும் சொல்கிறேன், ஹரி பாபு இறக்க நேரிடும் என்று புலிகள் எதிர்பார்க்கவில்லை. சி.பி.ஐயிடம் வாக்குமூலம் அளித்த நளினி கூட இதனைக் குறிப்பிட்டிருக்கிறார். ராஜிவ் படுகொலை அளித்த அதிர்ச்சியைக் காட்டிலும் ஹரி பாபு இறந்த துக்கம் அவர்களுக்குப் பெரிதாக இருந்திருக்கிறது. எந்த வகையிலும் அடையாளம் காண முடியாதபடி திட்டத்தை வகுத்திருக்கிறோம் என்கிற பெருமிதம்தான் கிட்டுவின் அறிக்கையில் வெளிப்பட்டிருந்தது.

சி.பி.ஐ அந்தச் சவாலை ஏற்றுக்கொண்டது. 'இந்திய காவல் துறை முடிந்தால் கண்டுபிடிக்கட்டும்' என்று சொன்னாரல்லவா?

அதைத்தான் செய்தோம். சதித்திட்டத்தின் தொடக்கப்புள்ளியில் இருந்து இறுதிவரை அவர்கள் சென்ற பாதை, சிந்தித்த விதம், செய்த காரியங்கள், சந்தித்த இடர்ப்பாடுகள், அனைத்தையும் மீறி திட்டத்தை எப்படிச் செய்து முடித்தார்கள், யார் யாரெல்லாம் அதில் சம்பந்தப்பட்டிருந்தார்கள் என்று ஓர் இண்டு இடுக்கு விடாமல் துருவித் துருவிக் கண்டுபிடித்துக் குற்றவாளிகளைச் சட்டத்தின் முன் நிறுத்தினோம்.

ஹரி பாபுவின் கேமரா, எங்களுக்கு விடுதலைப் புலிகளைச் சுட்டிக்காட்டியது என்றால், நளினி பிடிபட்டு, அவரளித்த வாக்குமூலங்களின் மூலம் வழக்கின் அனைத்து முடிச்சுகளும் அவற்றை அவிழ்க்கும் சூத்திரங்களும் பிடிபட்டன. என்னைப் பொருத்தவரை ராஜிவ் காந்தி கொலை வழக்கு விசாரணை என்பதை வெற்றிகரமாக முடித்து வைத்தவர் நளினிதான். பிறகு முருகன் மற்றும் சின்ன சாந்தன். அவர்கள் அளித்த விவரங்கள் தாம் இந்த வழக்கின் வேர்களைக் கண்டடைய எங்களுக்கு மிகவும் உதவி செய்தன.

இனி, சதித்திட்டம் எவ்வாறு உருவானது என்பதைப் பார்க்கத் தொடங்கலாம்.

22

நளினி என்றொரு பெண்

நளினிக்கு அப்போது வயது 27. அவரது தந்தை ஒரு ரிடையர்ட் சப் இன்ஸ்பெக்டர். ஏதோ பிரச்னை, மனைவியிடமிருந்து பிரிந்து தனியே வாழ்ந்து வந்தார். நளினியின் தாய் பத்மாவுக்கு மூன்று பிள்ளைகள். மூத்தவள் நளினி தவிர, பாக்கியநாதன் என்ற மகனும் கல்யாணி என்ற இன்னொரு மகளும் உண்டு. அவர் மயிலாப்பூர் கல்யாணி நர்சிங் ஹோமில் நர்ஸாகப் பணியாற்றிக்கொண்டிருந்தார். ராயப்பேட்டை முத்தையா கார்டன் வீதியில் அவர்கள் வசித்துவந்தார்கள்.

நளினியின் சகோதரர் பாக்கியநாதன் 1987-88 ஆண்டுக் காலக்கட்டத்தில் சுபா சுந்தரம் ஸ்டுடியோவில் பணி யாற்றிக்கொண்டிருந்தபோது, அவருக்கு விடுதலைப் புலிகளுடனான தொடர்புகளும் நட்பும் ஏற்பட்டது. பிறகு ஸ்டுடியோ பணியில் இருந்து விலகி, கொஞ்ச நாள் ஸ்டேஷனரி பொருள்களை வாங்கி விற்கும் வேலை பார்த்துக்கொண்டிருந்தார். அதன்பின் பேபி சுப்பிரமணியத்தின் அச்சுக்கூடத்தை 'பிபிஎல் ஆல்ரவுண்டர்ஸ்' என்கிற புதிய பெயரில் எடுத்து நடத்த ஆரம்பித்தார்.

இந்தக் காலக்கட்டத்தில் நளினி தன் குடும்பத்தாரிட மிருந்து பிரிந்து, தனியே வில்லிவாக்கத்தில் வீடு

எடுத்து வசிக்க ஆரம்பித்திருந்தார். குடும்பப் பிரச்னைகள் என்று பொதுவாகக் காரணம் சொல்லப்பட்டாலும், நளினியின் தந்தை அடிக்கடி அவரைப் பணம் கேட்டுத் தொந்தரவு செய்ததுதான் முக்கியமான காரணமாயிருந்ததாக நளினி எங்களிடம் சொல்லி யிருக்கிறார். அவர் அப்போது அடையாறில் இருந்த அனபாண்ட் சிலிக்கான்ஸ் என்னும் நிறுவனத்தில் வேலை பார்த்துக் கொண்டிருந்தார். மாதச் சம்பளம் 1700 ரூபாய்.

ஏப்ரல் 1990ல் நளினி தனியே போய்விட்டார். ஆனால் அதற்கு முன்னமே அவருக்கு பாக்கியநாதனின் நண்பராக முத்துராஜா அறிமுகமாகியிருந்தார். முத்துராஜா மூலம் அறிமுகமான சங்கரி என்கிற பெண்ணுடன் நுங்கம்பாக்கத்தில் அவர் தங்கியிருந்த பெண்கள் ஹாஸ்டல் ஒன்றில் பத்து நாள்கள் சேர்ந்து தங்கி விட்டு, பிறகு குடும்ப நண்பரான சகுந்தலா என்பவர் (இவர் வில்லிவாக்கத்தில் வசித்துக்கொண்டிருந்தார்) வீட்டில் சில காலம் இருந்துவிட்டு, அதன் பிறகுதான் வில்லிவாக்கம் ஹைகோர்ட் காலனியில் வாடகைக்கு வீடெடுத்து வசிக்கத் தொடங்கினார்.

கிட்டத்தட்ட ஆறேழு மாதங்கள் தம் வீட்டாருடன் பெரிதாகத் தொடர்புகள் இல்லாமல் தனியாக இருந்த நளினியைப் பார்க்க ஜனவரி 91 முதல் அவரது இளைய சகோதரி கல்யாணி அடிக்கடி வில்லிவாக்கத்துக்கு வரத் தொடங்கினார். பிப்ரவரி இரண்டாம் வாரத்தில் அப்படி ஒரு நாள் நளினியைச் சந்திக்க அவரது அலுவலகம் வரும்போது, தனது தோழி பாரதி என்னும் பெண்ணையும் முருகன் என்று இன்னொரு நபரையும் கல்யாணி, நளினியின் வீட்டுக்கு அழைத்து வந்தார். முருகனை தாஸ் என்கிற பெயரில் அறிமுகம் செய்துவைத்தார்.

பாரதி, ஒரு பேயிங் கெஸ்டாக நளினியின் அம்மா வீட்டில் தங்கி யிருக்கும் விஷயம் நளினிக்குத் தெரியும். கூடுதல் வருமானத் துக்காக அப்படியொரு ஏற்பாடு செய்திருந்தார்கள். கல்யாணி, இம்முறை முருகனும் தங்கள் வீட்டில்தான் தங்கியிருப்பதாகச் சொன்னாள். முத்துராஜா மூலம் அறிமுகமானார் என்றும் சொன்னாள்.

முருகன் எளிமையாக இருந்தார். அடக்கமாக, கனிவாகப் பேசினார். ‘நீங்கள் ஏன் உங்கள் வீட்டுக்கே திரும்பச் சென்று

வசிக்கக் கூடாது? எந்த வீட்டில் பிரச்னையில்லை? அதற்காகப் பெற்றோரை, சகோதரர்களை விட்டுவிட முடியுமா? எல்லா பிரச்னைகளும் தீரும். சந்தோஷமாக இருங்கள்.'

முதல் சந்திப்பிலேயே நளினிக்கு அவரது பேச்சும் பழகும் விதமும் பிடித்துப் போனது. அன்றைக்கு அவர்கள் நான்கு பேரும் பாரிஸ் கார்னருக்குச் சென்று ஷாப்பிங் செய்தார்கள். சாப்பிட்ட பிறகு வில்லிவாக்கத்தில் உள்ள நளினியின் வீட்டுக்கே வந்து தங்கினார்கள். புதிய அறிமுகம். புதிய நட்பு. நன்றாகத்தான் இருந்தது நளினிக்கு.

அதன்பின் நளினியின் அடையாறு அலுவலகத்துக்கு முருகன் அடிக்கடி வந்து போகத் தொடங்கினார். ஒவ்வொரு முறை வரும் போதும் யாராவது ஒரு புதிய நண்பரை நளினிக்கு அறிமுகப் படுத்துவது முருகனின் வழக்கம். அப்படி அறிமுகமானவர்கள் தாம் ஹரி பாபு, ராபர்ட் பயஸ், ரமணன் போன்றவர்கள்.

விசேஷம் என்னவென்றால் முருகன் மூலம் அறிமுகப்படுத்தப் பட்ட இந்தப் புதிய நண்பர்களும் தனித்தனியே தொடர்ந்து நளினியின் அலுவலகத்துக்கு வர ஆரம்பித்தார்கள். ஒவ்வொரு வருடனும் நளினிக்கு நட்பு ஏற்பட்டது. நெருக்கமானார்கள்.

நளினிக்கு மகிழ்ச்சிதான். முருகன் என்கிற நபர் அவரது வாழ்க்கையில் வந்த பிறகுதான் அவருக்குத் தன் குடும்பத் தாருடன் இருந்த கோபங்கள் குறைய ஆரம்பித்து, பழைய உறவுகள் பலப்படத் தொடங்கியிருந்தன. புதிதாகவும் பல நட்புகள் கிடைத்திருந்தன. அருமையான மனிதர். நளினி, முருகனை மனத்துக்குள் விரும்பத் தொடங்கினார்.

ஒருநாள் நளினி, முருகன், ரமணன், நளினியின் தங்கை கல்யாணி, கல்யாணியின் தோழி பாரதி அனைவரும் கிழக்கு கடற்கரைச் சாலையில் உள்ள கோல்டன் பீச்சுக்கு இன்பச் சுற்றுலா சென்றார்கள். ரமணன் ஒரு விடுதலைப் புலி என்னும் விஷயம் நளினிக்கு அப்போது தெரிந்தது.

முருகன் ஓர் இலங்கைத் தமிழர் என்பதும் அவரது நண்பர்கள் அனைவரும் (ஹரி பாபு நீங்கலாக) இலங்கைத் தமிழர்கள் என்பதும் முன்னமே தெரியும் என்றாலும் இந்தத் தகவல் நளினிக்குப் புதிதாக இருந்தது. விடுதலைப் புலிகள்!

ஆர்வமுடன் அவர் புலிகள் இயக்கம் குறித்து விசாரிக்கத் தொடங்கியதும் முருகன் சொன்னார். நானும் ஒரு விடுதலைப் புலி.

அப்படியா? நளினியின் வியப்பு பல மடங்கு அதிகரித்தது.

'ஆம். என்னை எங்கள் உளவுப் பிரிவின் தலைவர் பொட்டு அம்மான் இந்தியாவுக்கு அனுப்பியிருக்கிறார். இங்கே சிவராசன் என்பவர் எங்களுடைய இந்திய நடவடிக்கைகளுக்குப் பொறுப்பானவர். நான் அவருக்குக் கீழே பணியாற்றிக்கொண்டு இருக்கிறேன்.'

முருகன் ஒரு விடுதலைப் புலி என்ற விஷயம் தெரிந்த பிறகுதான் நளினி அவரிடம் தனது காதலைத் தெரியப்படுத்தியிருக்கிறார். ஆனால் முருகன் மறுத்தார். 'வேண்டாம். நான் இயக்கத்துக்கு என்னை அர்ப்பணித்தவன். எனக்கென்று தனிவாழ்வு ஏதும் கிடையாது.'

அதுதான் நளினியின் ஆர்வத்தைத் தூண்டியது. இயக்கத்தைப் பற்றியும் அவர்களுடைய செயல்பாடுகள் பற்றியும் அதன்பிறகு ஆர்வமுடன் முருகனிடம் விசாரிக்கத் தொடங்கினார். முருகன் மெல்ல மெல்ல விடுதலைப் புலிகள் இயக்கத்தின் போராட்டம் குறித்தும் இந்திய அமைதிப்படை இலங்கைக்குச் சென்ற நாள் முதல் அங்கே நிகழ்ந்த கொடூரங்கள் குறித்தும் யுத்தம் குறித்தும் நளினிக்கு வகுப்பெடுக்க ஆரம்பித்தார்.

ஏப்ரல் மாதம் 18ம் தேதி (1991) சென்னை மெரினா கடற்கரையில் ஒரு மாபெரும் பொதுக்கூட்டம் நடக்கவிருந்தது. காங்கிரஸ் கட்சி, தமிழகத்தில் அ.தி.மு.கவுடன் கூட்டணி அறிவித்த பிறகு ராஜிவ் காந்தியும் ஜெயலலிதாவும் இணைந்து அந்தப் பொதுக் கூட்டத்தில் பேசுவதாக அறிவிக்கப்பட்டிருந்தது.

'நாம் அந்தக் கூட்டத்துக்குப் போகலாமா?' என்று முருகன் நளினியிடம் கேட்டார்.

நளினிக்கு அரசியலில் பெரிய ஆர்வம் கிடையாது என்றாலும் முருகன் அழைத்ததால் மகிழ்ச்சியுடன் ஒப்புக்கொண்டு புறப் பட்டார். இருவரும் ஆட்டோவில் மெரினா கடற்கரைக்குச் சென்றார்கள். போகிற வழியில்தான் முருகன் சொன்னார். கூட்டத்துக்கு ஹரி பாபுவும் வருவார்.

முன்னதாக அதே ஏப்ரல் மாதத்தின் முதல் வாரத்தில் ஒருநாள் நளினி தனது ராயப்பேட்டை வீட்டுக்குச் சென்றிருந்தபோது அங்கே சிவராசனைப் பார்த்தார். நளினியின் தாய் அவரை அறிமுகப்படுத்தி வைக்க, அப்போதுதான் முருகன் 'இந்தியாவில் எனது பாஸ்' என்று சிவராசனைச் சுட்டிக்காட்டிச் சொன்னார்.

நளினிக்குக் கொஞ்சம் வியப்பாக இருந்தது. முருகன் உள்பட அவரது நண்பர்களான இலங்கைத் தமிழர்கள் அனைவரும் இலங்கைத் தமிழிலேயே பேச, சிவராசன் மட்டும் சுத்தமாகத் தமிழ்நாட்டுத் தமிழர் போலவே பேசினார். பேச்சை வைத்து அடையாளம் காணவே முடியாது. தான் ஓர் இலங்கைப் பிரஜை என்று அவராகச் சொன்னால்தான் தெரியும்.

'அவரது இடது கண்ணுக்கு என்ன ஆனது?' நளினி கேட்டபோது முருகன்தான் விவரம் சொன்னார். 'யுத்தத்தில் குண்டடிபட்டு அந்தக் கண் போய்விட்டது.'

சிவராசன் கண்ணாடி அணிந்திருந்தார். பெரும்பாலும் அமைதி யாக இருந்தார். அன்பாகப் பேசினார். அடிக்கடி சந்திக்கலாம் என்று சொல்லி விடைபெற்றார்.

அப்போதே நளினி தனது வில்லிவாக்கம் வீட்டை காலி செய்து விட்டு ராயப்பேட்டையில் அம்மா வீட்டுக்கே வந்துவிடலாம் என்று நினைத்தார். முருகன் அங்கே தங்கியிருந்ததுதான் முக்கியமான காரணம். அவரால் முருகனைக் காதலிக்காமல் இருக்க முடியவில்லை. அவர் இயக்கத்துக்காகத் தன்னை அர்ப்பணித்துக்கொண்டவர் என்பது தெரிந்த பிறகும்.

சற்றே தீவிரமாக அதற்கான நடவடிக்கைகளை மேற்கொள்ளத் தொடங்கிய சமயம் முருகன் சொன்னார்: 'கொஞ்சம் பொறு. கொஞ்ச நாளைக்கு அந்த வீட்டை காலி செய்ய வேண்டாம். சிவராசன் புதிதாக இரண்டு பெண்களை இலங்கையிலிருந்து அழைத்து வருவதற்காகப் போயிருக்கிறார். நான்தான் அவர் களைப் பொறுப்பாகப் பார்த்துக்கொள்ள வேண்டும். அவர் களைத் தங்க வைக்க இடமில்லை. உன் வீடு இருந்தால் வசதியாக இருக்கும்.'

சரி என்று உடனே ஒப்புக்கொண்டார் நளினி. மே மாதம் இரண்டாம் தேதி சிவராசன், அந்த இரண்டு பெண்களை

அழைத்து வந்து நளினிக்கு அறிமுகம் செய்து வைத்தார். சுபா என்றும் தணு என்றும் அவர்கள் தங்களை அறிமுகப்படுத்திக் கொண்டார்கள்.

இருவரும் தங்களை விடுதலைப் புலிகள் இயக்கத்தைச் சேர்ந்தவர்கள் என்றும் இயக்கத்துக்காகத் தங்கள் வாழ்வை அர்ப்பணித்துக்கொண்டவர்கள் என்றும் நளினியிடம் சொன்னார்கள்.

பழகத் தொடங்கிய சில நாள்களிலேயே நளினிக்குத் தெரிந்து விட்டது. இயக்கம் அவர்களுக்குக் கோயில் போன்றது. தலைவர் பிரபாகரன், கடவுளுக்குச் சமம்.

23

ஒரு காதல் கதை

வில்லிவாக்கம் வீட்டில் தனியே வசித்து வந்த நளினிக்கு, திடீரென்று இரண்டு பெண்கள் பேச்சுத் துணைக்குக் கிடைத்தது, அதுவும் விடுதலைப் புலிகள் இயக்கத்தைச் சேர்ந்த பெண்களாக அவர்கள் இருந்தது - முற்றிலும் புதிய அனுபவமாக இருந்தது. அவர்கள் பேசுகிற அத்தனை விஷயமும் பரபரப் பானவை. திகைப்பூட்டுபவை. திடுக்கிடச் செய்பவை. தூக்கிவாரிப் போடச் செய்பவை. யுத்தக் களங்கள், படுகொலைகள், குண்டு வெடிப்புகள், போர் வியூகங்கள், மாற்று இயக்கங்கள், இலங்கை அரசு, இந்திய ராணுவம், பாலியல் வன்முறைகள், பசி, பட்டினி, பஞ்சம், புலிகள் இயக்கக் கட்டமைப்பு, பிரபாகரனின் ஆளுமை என்று அவர்கள் பேசிப் பேசி நளினியின் மனத்தில் ஏற்றிய விஷயங்கள் நளினியை ஒரு முழுமையான புலிகள் அனுதாபி யாக மாற்றியது.

குறிப்பாக சுபா, தணுவுடன் முருகனும் சேர்ந்து கொண்டு, ஐ.பி.கே.எஃப். காலத்து அராஜகங்கள் என்ற பொருளில் பேச ஆரம்பித்துவிட்டால் நளினிக்கு ரத்தம் சூடேறிவிடும். ஈழத்தில் நடந்த அத்தனை படுகொலைகளுக்கும் பாலியல் பலாத்காரங் களுக்கும் பேரிழப்புகளுக்கும் ராஜீவ் காந்திதான்

காரணம் என்று நளினி தீர்மானமாக நம்பத் தொடங்கினார். இதற்கெல்லாம் பதிலாக ராஜிவுக்கு ஒரு நல்ல பாடம் கற்பிக்க வேண்டும் என்றும் எண்ணத் தொடங்கினார்.

இந்தச் சமயத்தில் சிவராசன், நளினிக்கு ஒரு புத்தகத்தைக் கொண்டுவந்து கொடுத்து, படிக்கச் சொன்னார். சாத்தானின் படைகள்.

நளினி எம்.ஏ. படித்தவர். ஆங்கிலத்தில் அவரால் சரளமாகப் பேசவும் எழுதவும் வாசிக்கவும் முடியும். ஒரே நாளில் அந்த பிரம்மாண்டமான புத்தகம் முழுவதையும் வாசித்து முடித்தார். மனம் முழுதும் ராஜிவ் மீதான வன்மம் மேலோங்கியிருந்தது.

இதுதான் தருணம். மெல்ல மெல்ல விடுதலைப் புலிகளின் திட்டத்தை அவருக்கு விளக்க ஆரம்பித்தார்கள். எடுத்த உடனேயே ராஜிவைக் கொல்லப் போகிறோம் என்று சொல்லாமல், சுபாவும் தணுவும் இந்தியாவில் சில காரியங்களைச் செய்து முடிக்க வந்திருக்கிறார்கள்; ஆனால் அவர்களுடைய மொழி அவர் களுக்குப் பெரிய பிரச்னை. வாயைத் திறந்தாலே ஈழப் பெண்கள் என்று தெரிந்துவிடும். எனவே அவர்களை நீதான் அடைகாக்க வேண்டும். அவர்களுடைய குரலாக உன் குரல்தான் இருக்க வேண்டும் என்று சிவராசன் சொன்னார்.

இது ஒரு பெரிய விஷயமா? யாராவது தலைவரை நீதான் கொல்ல வேண்டும் என்று சொன்னால் கூடச் சற்றும் தயங்காமல் சரி என்று சொல்லும் மனநிலைக்கு அவர் அப்போது வந்துவிட்டிருந்தார்.

மே மாதம் இரண்டாம் தேதி சிவராசனும் சுபாவும் தணுவும் நளினியிடம் ஒரு விஷயத்தைச் சொன்னார்கள். தேர்தல் பிரசாரங்கள் சூடுபிடிக்கத் தொடங்கியிருக்கின்றன. சில பொதுக் கூட்டங்களுக்கு நாங்கள் போகவிருக்கிறோம். தலைவர்களுக்கு மாலை போடப் போகிறோம்.

நளினிக்குப் புரிந்துவிட்டது. ஆனால் யாரைக் குறி வைத்திருக் கிறார்கள் என்பது பற்றி வெளிப்படையாக அவர்கள் அப்போது சொல்லவில்லை. சொல்லித்தான் ஆகவேண்டுமென்ற அவசியமும் இல்லை.

‘நாம் சில பொதுக்கூட்டங்களுக்குப் போய் மாலை போட்டுப் பழகவேண்டும். போலீஸ் இருக்கும். செக்யூரிடி பிரச்னைகள்

முன்னாள் பிரதமர் வி.பி.சிங்கின் பொதுக்கூட்டத்தில் ஒத்திகைக்காக சிவராசன்

இருக்கும். அனைத்தையும் மீறி தலைவர்களை நாம் நெருங்கு வதற்குப் பயிற்சி தேவை. போகலாமா?'

சிவராசன் கேட்டார். அவர்கள் போகத் தொடங்கினார்கள். 'இதோ பாருங்கள் நளினி. எங்கள் பணியைவிட உங்கள் பணிதான் பெரிது. சுபாவும் தணுவும் பிரச்னையில்லாமல் தலைவர்களை நெருங்க வேண்டுமென்றால் நீங்கள் உடன் இருந்தால்தான் முடியும். யார் என்ன கேட்டாலும் நீங்கள்தான் பேசி சமாளிக்க வேண்டும். அவர்கள் வாயே திறக்கக் கூடாது' என்று சிவராசன் சொன்னார்.

நளினியின் வீட்டுக்குத் தங்குவதற்காக அவர்கள் இருவரும் அழைத்து வரப்பட்டிருப்பதாக முதலில் முருகன் சொன்னாலும் சுபாவும் தணுவும் வாரக் கடைசிகளில் மட்டும்தான் வில்லிவாக்கத்தில் தங்கினார்கள். மற்ற தினங்களில் அவர்கள் கொடுங்கையூரில் விஜயன், பாஸ்கரன் என்கிற தமது கூட்டாளிகளின் வீட்டில்தான் தங்கியிருந்தார்கள்.

அடிக்கடி சந்திப்பார்கள். அக்கம்பக்கத்து தியேட்டர்களில் சினிமாவுக்குப் போவார்கள். பெரும்பாலும் நாதமுனி தியேட்டர் அல்லது ராயல் தியேட்டர்.

மே மாதம் 4, 5ம் தேதிகளில் சுபா, தணு, நளினி மூவரும் மாலை வேளைகளில் சினிமா பார்த்துவிட்டு வில்லிவாக்கம் வீட்டில் வந்து தங்கினார்கள். 6ம் தேதி சிவராசன் வந்து அவர்களைச் சந்தித்து ஒரு தகவலைச் சொன்னார்.

'ஏழாம் தேதி மாலை வி.பி. சிங் வருகிறார். தேர்தல் பிரசாரப் பொதுக்கூட்டம். நாம் வி.பி. சிங்குக்கு மாலை அணிவிக்கிறோம்.'

திரளான பொதுமக்கள் மத்தியில் அந்த ஒத்திகை ஆரம்பமானது. அடடே, ஒத்திகையில் ஹரி பாபுவுக்கும் பங்குண்டா என்ன? அவர் கேமராவுடன் எதிரே தயாராக இருப்பதை நளினி பார்த்தார்.

முருகன், நளினியிடமும் ஒரு யாஷிகா கேமராவைக் கொடுத்து 'நீயும் படம் எடு என்று சொல்லியிருந்தார். தலைவருக்கு அருகே போகிற வாய்ப்பு உனக்கு இருக்கிறது. உன்னாலும் படமெடுக்க முடியும்.'

முன்னதாக லஸ் கார்னரில் இரண்டு பெரிய ரோஜா மாலைகள் வாங்கிக்கொண்டு சுபாவும் தணுவும் நளினி உதவியுடன் கூட்டத்துக்கு வந்திருந்த பெண்கள் மத்தியில் இடம் பிடித்து அமர்ந்திருந்தார்கள்.

நளினி, நிகழ்ச்சி அமைப்பாளர்கள் சிலரை அணுகி, நைச்சியமாகப் பேசி மாலை அணிவிக்க வாய்ப்புக் கேட்டார். ஆனால் அனுமதி கிடைக்கவில்லை. போராடிப் பார்த்தும் பலனில்லை. வேறு வழியில்லை. அதிரடி முயற்சிதான் செய்து பார்த்தாக வேண்டும்.

வி.பி. சிங் வருகை நேரம் தள்ளிப்போய்க் கொண்டே இருந்தது. நள்ளிரவு கடந்து ஒன்றரை அல்லது இரண்டு மணிக்குத்தான் அவர் மைதானத்துக்கு வந்தார். அனைவரும் பரபரப்பானார்கள். சுபாவும் தணுவும் முண்டியடித்துக்கொண்டு வி.பி. சிங்கை நெருங்கி மாலைகளை அவர் கையில் திணித்தார்கள். அருகே இருந்த நளினி அதைப் படமெடுக்க முயற்சி செய்தார். ஆனால் யாஷிகா கேமராவை அதற்குமுன் அவர் தொட்டுக்கூடப் பார்த்ததில்லை என்பதால், படமெடுப்பது எப்படி என்பது கடைசி வினாடியில் சரியாகத் தெரியாமல் போயிற்று. எதையோ அழுத்திப் பார்த்தார். ஃப்ளாஷ் அடிக்கவில்லை.

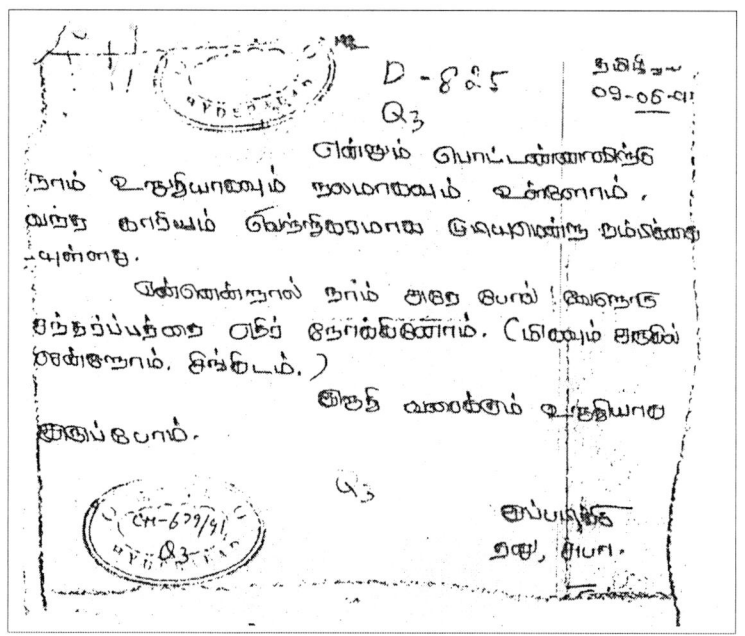

D-825
Q3

நகல்
09-06-91

என்றும் பொட்டண்ணாவிற்கு
நாம் உறுதியாகவும் நலமாகவும் உள்ளோம்.
வந்த காரியம் வெற்றிகரமாக முடியுமென்று நம்பிக்கையுள்ளது.

ஏனென்றால் நாம் அதே போல் வேறொரு சந்தர்ப்பத்தை எதிர் நோக்கினோம். (மிகவும் அருகில் சென்றோம். சிங்கிடம்.)

இறுதி வரைக்கும் உறுதியாக இருப்போம்.

Q3

இப்படிக்கு
தனு, சுபா.

சுபா, தணு பொட்டு அம்மானுக்கு எழுதிய கடிதம் (பார்க்க பக்கம் 218)

முன்னதாக பொதுக்கூட்ட மேடைமீது ஏறி நின்று, படமெடுக்கத் தயாராகக் காத்திருந்த ஹரி பாபுவுக்கும் இந்த திடீர்ச் சம்பவம் புரியவில்லை. மேடைக்கு வந்து மாலையிடுவார்கள், அப்போது படமெடுக்க வேண்டும் என்பதுதான் அவருக்கு இடப்பட்டிருந்த உத்தரவு. ஆனால் இதென்ன திடீர் மாற்றம்? அவராலும் சரியாகப் படமெடுக்க முடியாமல் போயிற்று.

நிகழ்ச்சி நடந்து முடிந்து கூட்டம் முழுக்கக் கரைந்த பிறகு சிவராசன்,முருகன், தணு, சுபா, நளினி, ஹரி பாபு ஆகிய ஆறு பேர் மட்டும் மேடைக்குப் பின்புறம் நின்றிருந்தார்கள். சிவராசன் முகத்தில் பதற்றமும் கோபமும் இருந்தது.

'மோசம். மிகவும் மோசம். நாம் நினைத்தது என்ன? நடந்தது என்ன? நீங்கள் ஏன் மேடைக்குச் செல்லவில்லை?' என்று சிவராசன் மூவரையும் பார்த்துக் கேட்டார்.

'அது அத்தனை சுலபமில்லை. மாலை போடுவதற்கு முன் அனுமதி வாங்கியிருக்க வேண்டும். திடீரென்று கேட்டால்

தமிழீழம்
09-05-91.

அன்புள்ள அகிலாக்காவுக்கு

நாம் நல்ல சுகமாகவும் நாம் வந்த காரியம் நிறைவேறும் வரை உறுதியாகவும் இருப்போம். இங்கு நல்ல வெய்யில் ஆனால் மழையும் அடிக்கடி [illegible].

நாம் வந்த காரியம் நல்ல மாதிரியாக முடியும் என்று நம்பிக்கை உள்ளது. ஏன் என்றால் நாம் அப்படியான ஒரு சந்தர்ப்பத்தை எதிர்நோக்கியுள்ளோம். எல்லாம் இம் மாதத்திற்குள் நடைபெற்று விடும்.

மேலும் இங்கு நாட்டு நிலைமை மிக மிகவும் மோசமானது. நாம் [illegible] நான் பழகிய [illegible] -டும். மற்றும் படி எமக்கு ஒரு பிரச்சனையும் இல்லை. மேலும் நான் போட வேண்டியுள்ளது. அகிலாக்கா நீங்கள் சொல்லி அனுப்பிய ஒவ்வொரு சொல்லும் குறை வைக்காமல் எம் - நினைவில் இருக்கும்.

[illegible] நேரில் சந்தித்தால்?
[illegible] சுகமாக உள்ளார்களா?

இப்படிக்கு
- சுபா, தணு -

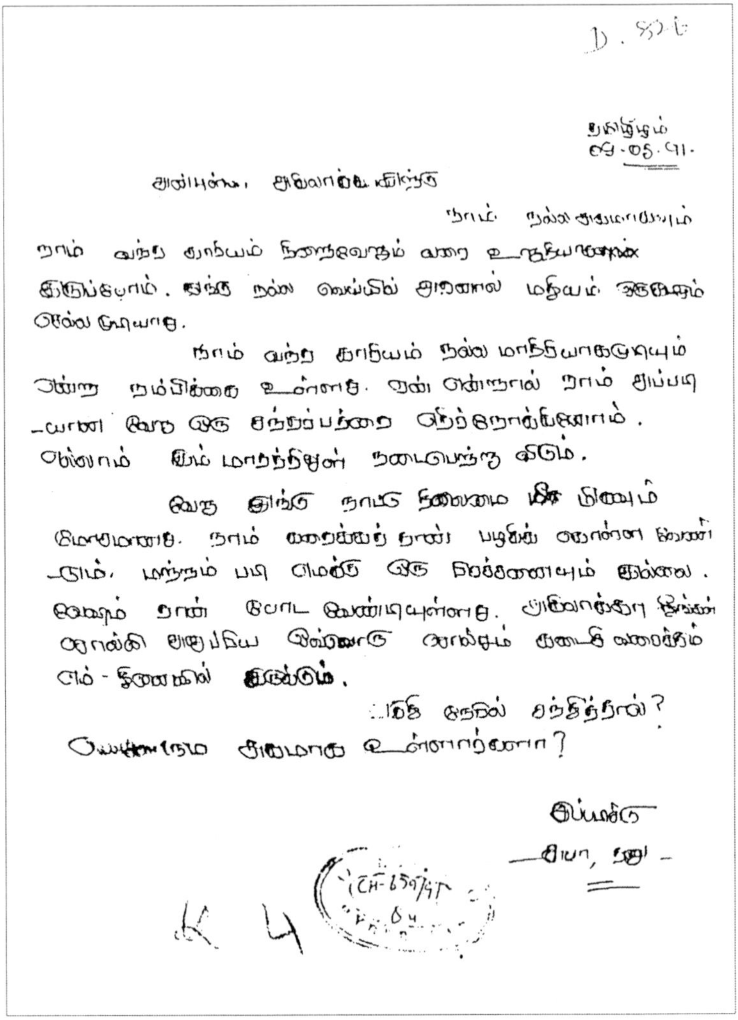

சுபா, தணு அகிலாவுக்கு எழுதிய கடிதம் (பார்க்க பக்கம் 218)

யாரும் தர மாட்டார்கள். குறைந்த பட்சம் கூட்ட நிர்வாகிகளுக்கு நாம் ஏதாவது லஞ்சமாவது கொடுத்திருந்தால்தான் அது சாத்தியம்' என்று நளினி சொன்னார்.

சிவராசன் யோசித்தார். சரிதான். மாலை போடுவதென்பது விளையாட்டுக் காரியமல்ல. அதற்கு அனுமதி தேவை. அனுமதி கிடைக்கக் கொஞ்சம் செலவு செய்யத்தான் வேண்டும்.

'ஆனாலும் நீங்கள் மிகவும் பதற்றமாக இருந்தீர்கள்! முகத்தில் அப்படிப் பதற்றம் தெரியக் கூடாது' என்று சிவராசன் நளினியிடம் சொன்னார்.

வெகுநேரம் அங்கேயே பேசிக்கொண்டிருந்துவிட்டு அவர்கள் கலைந்து போனார்கள்.

எட்டாம் தேதி மாலை அலுவலகத்திலிருந்து புறப்பட்டு நளினி நேரே தன் தாய் வீட்டுக்குப் போனார். முந்தைய நாள் நடந்த சம்பவங்களே அவரது மனத்தை ஆக்கிரமித்திருந்தன. யாரிடமாவது சொல்ல வேண்டும். ஆர்வமும் பதற்றமும் அச்சமுமாகக் கழிந்த இரவின் சம்பவங்கள்.

வீட்டில் நளினியின் சகோதரர் பாக்கியநாதன் இருந்தார். அவரிடம் முழு விவரத்தையும் சொன்னார். பாக்கியநாதனுக்கு அது தெரியாதிருக்க நியாயமில்லை. ஆனாலும் அவரிடம் தான் சென்று சொன்னதாகத்தான் நளினி தமது வாக்குமூலத்தில் சொன்னார்.

ஒன்பதாம் தேதி சிவராசன், அவர்கள் வீட்டுக்கு வந்து ஒரு விஷயத்தைச் சொன்னார். முருகன் இலங்கை திரும்புகிறார்.

நளினிக்கு இது பெரிய அதிர்ச்சி. எதிர்பார்க்கவில்லை. ஏன்? என்ன ஆயிற்று?

தெரியவில்லை. பொட்டு அம்மான் உத்தரவு. பதினொன்றாம் தேதி முருகன் புறப்பட வேண்டும் என்று சிவராசன் சொன்னார்.

இந்த இடத்தில் ஒரு விஷயத்தைக் குறிப்பிட வேண்டும். நளினிக்கும் முருகனுக்கும் இடையில் ஏற்பட்டிருந்த காதல், தொடக்கத்திலிருந்தே சிவராசனுக்கு உறுத்திக்கொண்டிருந்திருக் கிறது. அவர் முருகனிடம் இது பற்றி எச்சரித்திருக்கக் கூடும். ஆனாலும் அவர்களுடைய காதல் எவ்விதத் தொய்வும் இல்லாமல் இடைப்பட்ட நாள்களில் நன்றாக வளர்ந்து, இருவர் மனத்திலும் ஆழமாக வேரூன்றிவிட்டிருந்தது.

தாம் செய்ய உத்தேசித்திருக்கும் காரியத்துக்கு இந்தக் காதல் மிகப்பெரிய இடைஞ்சலாக இருக்கும் என்று சிவராசன் கருதி னார். அது பற்றிய தனது விமரிசனங்களையும் கருத்துகளையும்

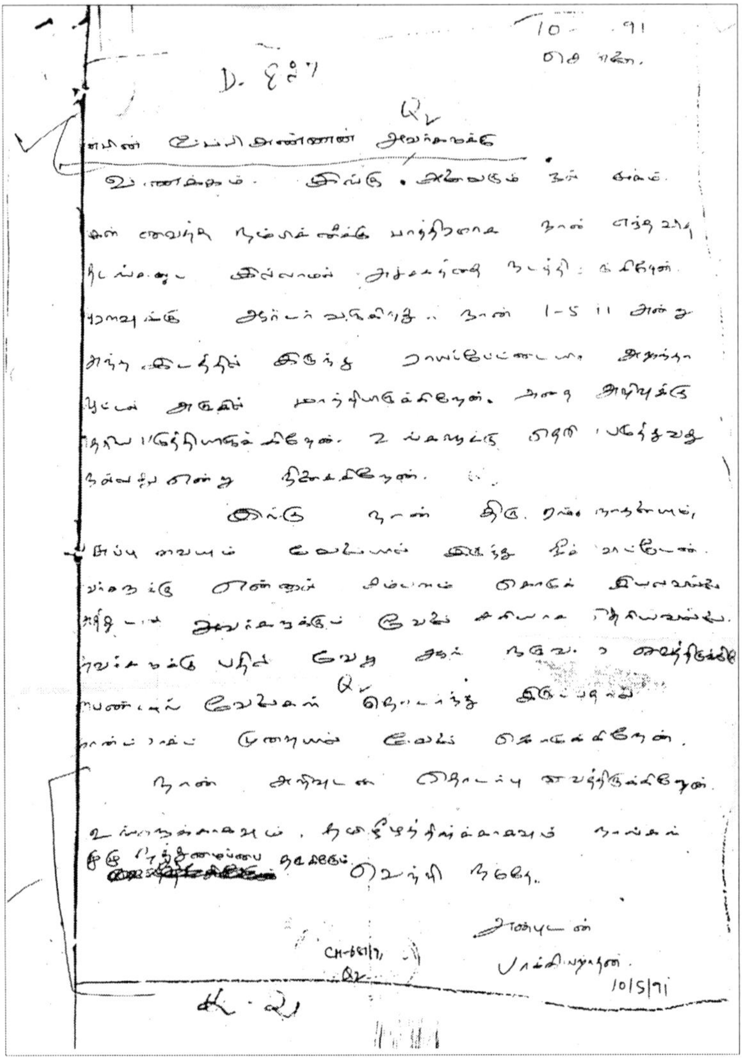

பாக்கியநாதன், பேபி சுப்பிரமணியத்துக்கு எழுதிய கடிதம் (பார்க்க பக்கம் 217)

கண்டனத்தையும் பொட்டு அம்மானுக்கு அனுப்பிவைத்தார். முருகனால் பிரச்னையில்லை. அவரது காதல்தான் பிரச்னை.

அதனடிப்படையில்தான் பொட்டு அம்மான் முருகனை உடனே ஈழத்துக்குத் திரும்பி வரச் சொல்லி உத்தரவிட்டிருந்தார்.

யாரும் மறுத்தோ, எதிர்த்தோ ஏதும் பேசிவிட முடியாத உத்தரவு. சுபாவும் தணுவும் இயக்கத்துக்கும் ஈடுபட்டிருக்கும் மாபெரும் பணிக்கும் தங்கள் அர்ப்பணிப்பையும் உறுதிப்பாட்டையும் விவரித்து தனித்தனியே கடிதங்கள் எழுதி முருகனிடம் கொடுத்தார்கள். பாக்கியநாதனும் விடுதலைப் புலிகள் இயக்கத்துக்குத் தன்னுடைய விசுவாசத்தைக் குறிப்பிட்டு பேபி சுப்பிரமணியத்துக்குத் தனியே ஒரு கடிதம் எழுதிக் கொடுத்தார்.

நளினி அனைத்தையும் பார்த்துக்கொண்டிருந்தார். முருகனுக்காகத்தான் அந்தப் பணியில் அவர் தன்னை முழுமையாக ஈடுபடுத்திக் கொண்டிருந்தார். இப்போது முருகன் இல்லை. இலங்கைக்குத் திரும்பிவிடுகிறார்.

என்றால், இனி நான் செய்தே தீரவேண்டிய பணி என்று என்ன இருக்கிறது? யாருக்காகச் செய்யவேண்டும்?

பொட்டு அம்மானுக்குக் கடிதம் எழுதினாரே தவிர சிவராசனுக்கு அந்தக் காதல் எத்தனை வீரியமானது, ஆழமானது என்பது தெரிந்திருக்கவில்லை. திட்டத்தைச் செயல்படுத்தவேண்டிய நாள் நெருங்க நெருங்க, நளினியின் ஒத்துழைப்பு படிப்படியாகக் குறைந்துகொண்டே போனதைக் கண்டு அஞ்சி, அவரே திரும்ப பொட்டு அம்மானுக்குத் தகவல் சொல்லி, முருகனைத் திரும்ப வரவழைக்க வேண்டியதானது.

நான் முன்பே சொன்னது போல ராஜிவ் காந்தியின் படுகொலை என்பது நளினி - முருகனின் காதலினால் சாத்தியமான விஷயம். பொட்டு அம்மானின் திட்டம், சிவராசனின் செயல் திட்டங்கள், எத்தனையோ விடுதலைப் புலி உறுப்பினர்களின் உழைப்பு, ஈடுபாடு அனைத்தும் இருந்தாலும், அவர்கள் நினைத்தது, நினைத்தபடி நடப்பதற்கு உதவி செய்தது இந்தக் காதல்தான். இது மட்டும்தான்!

24

வாசமிகு மாலை

பதினோராம் தேதி சென்னையிலிருந்து புறப்பட்ட முருகன், கோடியக்கரையில் படகுக்காகக் காத்திருந்த நாள்களுக்குள்ளாகவே அவரைச் சென்னை திரும்பச் சொல்லி உத்தரவு வந்துவிட்டது. அது மிஞ்சிப் போனால் இரண்டு மூன்று நாள்கள் இருக்கும். அதற்குள் சிவராசனுக்குப் புரிந்து விட்டது. முருகன் இல்லாது போனால் நளினியால் எந்தப் பயனும் இல்லை.

முருகன் திரும்பி வந்துவிட்டார் என்பது தெரிந்ததும் நளினி சகஜ நிலைமைக்குத் திரும்பிவிட்டார். பழையபடி சுறுசுறுப்பாகத் திட்டத்தில் ஆர்வம் செலுத்த ஆரம்பித்தார். தணுவையும் சுபாவையும் புரசைவாக்கத்தில் ஒரு துணிக்கடைக்கு அழைத்துச் சென்று இருவருக்கும் துணிகள் எடுத்தார்கள். பச்சை, ஆரஞ்சு நிற சல்வார் கம்மீஸ் அங்கே வாங்கப்பட்டது. இன்னொரு கடையில் வேறொரு சுடிதார் துணி வாங்கப்பட்டு, ராயப்பேட்டையில் அதனைத் தைக்கக் கொடுத்தார்கள். தணு அளவு கொடுக்கவில்லை. தணுவின் சார்பில் சுபாவே அளவு கொடுத்தார். மிகவும் லூசாகத் தைக்கும்படி டெய்லருக்குச் சொன்னார்கள். சுபாவுக்கு ஒரு புடைவையும் வாங்கினார்கள்.

புரசைவாக்கத்திலிருந்து பாண்டிபஜாருக்குச் சென்று ஒரு செருப்புக் கடையில் இரண்டு ஜோடி செருப்புகள் வாங்கினார்கள். வெளியே வந்து ஒரு பிளாட்பார செருப்புக் கடையில் மீண்டும் ஒரு ஜோடி செருப்பு வாங்கினார்கள்.

ஷாப்பிங் எல்லாம் முடித்து, அன்றிரவு நாதமுனி தியேட்டருக்குச் சென்று மூவரும் படம் பார்த்தார்கள். மறுநாள் மூவரும் கோல்டன் பீச் சென்று உல்லாசமாகக் கழித்தார்கள். அன்றிரவு நளினி வீட்டிலேயே தங்கிவிட்டு அதற்கடுத்த நாள் (19 மே) மூவரும் மகாபலிபுரம் போனார்கள்.

திட்டம் தயார். என்ன செய்ய வேண்டும், யார் செய்யவேண்டும், மற்றவர்கள் எப்படி நடந்துகொள்ளவேண்டும் என்று எல்லாம் ஏற்கெனவே பேசி முடிக்கப்பட்டிருந்தது. எனவே தங்களைப் பதற்றமில்லாமல் வைத்துக்கொள்வதற்காக அவர்கள் இம்மாதிரி உல்லாசப் பயணங்களை மேற்கொண்டார்கள்.

ஆனால் இடையில் ஒரு சம்பவம் நடந்தது. ஷாப்பிங் போன சமயம் தி. நகரில் சுபாவின் கண்ணில் ஒரு சர்தார்ஜி பட்டார். அதுவரை சகஜமாக சிரித்துப் பேசிக்கொண்டிருந்தவர் திடீரென்று முகம் மாறினார். அவரது உடம்பு உதறத் தொடங்கியது. நளினியின் கையைப் பிடித்துக்கொண்டிருந்தவர், மேலும் அழுத்தமாகப் பற்றிக்கொண்டார். வியர்த்துவிட்டது.

நளினிக்கு ஒன்றும் புரியவில்லை. என்ன, என்ன என்று பதற, 'எனக்கு அவனை ஓங்கி அறையவேண்டும் போலிருக்கிறது. சர்தார்ஜியைப் பார்த்தாலே வயிறு எரிகிறது' என்று சுபா சொன்னார்.

இலங்கை சென்ற இந்திய அமைதிப்படையில் இருந்தவர்களுள் பெரும்பாலானவர்கள் சிக்கியர்கள் என்பதை தணு விளக்கினார்.

பத்தொன்பதாம் தேதி மாலை மகாபலிபுரத்திலிருந்து மூவரும் வீடு திரும்பியபோது, வாசலில் சிவராசன் காத்திருந்தார். நளினி, பக்கத்து வீட்டில் சாவி கொடுத்துவிட்டுத்தான் வெளியே போவார் என்கிற விஷயம் அவருக்குத் தெரியாது. எனவே, வெளியே வெகுநேரம் காத்திருந்திருக்கிறார்.

உள்ளே சென்றதும் சிவராசன் அவசரமாக ஒரு செய்தித்தாளை நளினியிடம் காட்டினார். ராஜிவ் காந்தி தமிழகம் வருவதை

விடுதலை புலிகள் அணிவகுப்பில் தணு

உறுதி செய்து, அவரது பயணத் திட்ட விவரங்களை அளித்திருந் தார்கள்.

'நாம் இந்தத் தருணத்துக்காகத்தான் தயாராகிக் காத்திருக் கிறோம்!' என்று சிவராசன் சொன்னார். அவரது கண்ணில் மின்னல் மாதிரி ஓர் ஒளி தென்பட்டது.

மூவரும் அமைதியாக அவர் பேசுவதைக் கேட்டுக்கொண்டிருந் தார்கள்.

'21ம் தேதி மாலை வருகிறார். இங்கிருக்கப் போவது 22ம் தேதி ஒருநாள் மட்டும். நாம் வேலையை எங்கே முடிக்கப்போகிறோம் என்று விரைவில் சொல்கிறேன். பாண்டிச்சேரியோ, மயிலாடு துறையோ, ஸ்ரீபெரும்புதூராகவோ இருக்கலாம். நளினி நீங்கள் எதற்கும் இரண்டு நாள் லீவ் எடுத்துக்கொண்டு விடுங்கள்.'

திடீரென்று இரண்டு நாள் விடுமுறை எடுப்பதெல்லாம் கஷ்டம். சரியான நேரம் சொன்னால் உரிய சமயத்தில் வந்துவிடுவதாக நளினி சொன்னார்.

அன்றைக்குத்தான் சிவராசனோ, சின்ன சாந்தனோ டரியல் பீட்டர்ஸ் மூலம் லலித் சந்திரசேகரை அணுகி ஸ்ரீபெரும்புதூரில் காரியத்தை முடிப்பதற்கான ஆரம்பக்கட்ட வேலைகளைச்

செய்திருந்தார்கள். மறுபுறம் தோப்புத்துறை ஜகதீசன் மூலம் மயிலாடுதுறை நிகழ்ச்சியில் மாலை அணிவிக்க முடியுமா என்றும் பார்த்துக்கொண்டிருந்தார்கள்.

பிறகு திருமதி மரகதம் சந்திரசேகரிடம் தேர்தல் நிதி அளித்து, லதா கண்ணன் மூலம் அவர்கள் மாலையிடுவதற்கு வாய்ப்பு கிடைப்பது உறுதி என்பது தெரிந்ததும்தான் ஸ்ரீபெரும்புதூர் என்று திட்டம் இறுதியானது.

மாலை நளினியை ராயப்பேட்டை வீட்டுக்கு வந்துவிடச் சொல்லிவிட்டு தணுவையும் சுபாவையும் சிவராசன் தன்னுடன் அழைத்துச் சென்றார். அன்றைக்கு தணுவுக்கு வலது தோள் பட்டையில் வலி இருந்தது. அவரை கல்யாணி நர்சிங் ஹோமுக்கு அழைத்துச் செல்லும்படி நளினி சொல்லியிருக்கிறார்.

'அதையெல்லாம் நான் பார்த்துக்கொள்கிறேன். நீங்கள் நமது விஷயம் வெளியே யாருக்கும் தெரியாதபடி நடந்துகொள்ள வேண்டும். அலுவலகத்தில் லீவு சொல்லும்போதுகூட வேறு ஏதாவது காரணத்தைச் சொல்லுங்கள். ஸ்ரீபெரும்புதூர் என்னும் பேச்சே வரக்கூடாது' என்று எச்சரித்துவிட்டுச் சிவராசன் புறப்பட்டுப் போனார்.

திட்டமிட்டபடி இருபதாம் தேதி அன்று மாலை ஆறு மணிக்கு ராயப்பேட்டை வீட்டில் அனைவரும் சந்தித்தார்கள். சிவராசன் மூன்றே விஷயங்கள் சொன்னார். முதலாவது, இடம் உறுதி செய்யப்பட்டுவிட்டது. ஸ்ரீபெரும்புதூர்தான். அடுத்தது, நளினி அரை நாள் விடுப்பு எடுத்தால் போதும். மூன்றாவது, மதியம் மூன்று மணிக்கு அவர் தயாராக இருக்கவேண்டும்.

அன்றைய சந்திப்புக்கு ஹரி பாபுவும் வந்தார். முருகன் அங்கே இருந்தார். அனைவரும் சிறிது நேரம் பேசிக்கொண்டிருந்து விட்டு, இரவு உணவை அங்கேயே முடித்துக்கொண்டார்கள். பிறகு ஹரி பாபு, முருகன், நளினி மூவரும் அங்கிருந்து புறப்பட்டு பேருந்து நிறுத்தம் வரை சென்றார்கள்.

'நாளை சந்திப்போம்' என்று சொல்லி விடைபெற்றுப் பிரிந்து அவரவர் இருப்பிடங்களுக்குச் சென்றார்கள்.

முருகன் அன்றிரவு நளினியுடன் அவரது வில்லிவாக்கம் வீட்டுக்குச் சென்றார். இரவு அங்கேதான் தங்கினார். இரவு முழுவதும் இருவரும் பேசிக்கொண்டிருந்தார்கள்.

21ம் தேதி. காலை எட்டு மணிக்குக் கிளம்பி, நளினி அவரது அலுவலகம் செல்ல, முருகன் ராயப்பேட்டை வீட்டுக்குச் சென்றார். நளினி அலுவலகம் சென்றதும் தனது நிர்வாக இயக்குநரிடம் மதியம் அரைநாள் விடுப்பு வேண்டும் என்று கேட்டார். அவர் பெயர் முத்துசாமி. விடுமுறைக்கான காரணம் எதையும் கேட்காத அவர், 'எதற்கு அரைநாள் விடுப்பு? உன் வேலையை முடித்துவிட்டால் எப்போது வேண்டுமானாலும் கிளம்பலாம்' என்று சொல்லிவிட்டார்.

நளினி, பகல் இரண்டு மணி வரை அன்று அலுவலகத்தில் இருந்தார். அதன்பின் புறப்பட்டு ராயப்பேட்டைக்குச் சென்று வீட்டில் சாப்பிட்டுவிட்டு, அன்றைக்கு உடுத்திக்கொள்ளவிருந்த புடைவையை அயர்ன் செய்யக் கொடுத்துவிட்டு வந்தார். முருகனைத் தவிர வீட்டில் வேறு யாருமில்லை. (திட்டத்தில் நேரடியாகத் தொடர்பில்லாத மற்ற அனைவரையும் சிவராசன் எங்காவது சுற்றுலா போய்விடச் சொல்லி உத்தரவிட்டிருந்தது நினைவிருக்கும்!) வீட்டைப் பெருக்கி சுத்தம் செய்து வைத்து விட்டு அவர்கள் இருவரும் தயாராகக் காத்திருக்க, தணுவையும் சுபாவையும் அழைத்துக்கொண்டு சரியாக 3.45க்கு சிவராசன் வந்து சேர்ந்தார்.

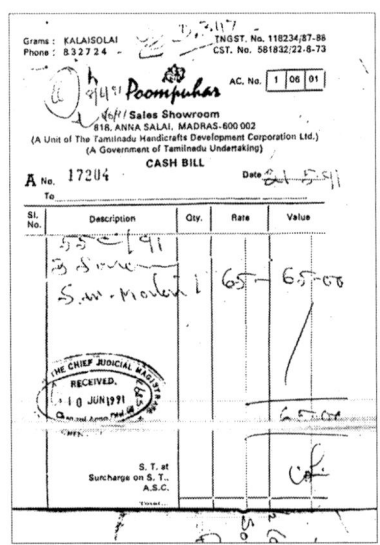

Grams : KALAISOLAI
Phone : 832724
TNGST. No. 118234/87-88
CST. No. 581832/22-8-73
Poompuhar
AC. No. 1 | 06 | 01
Sales Showroom
818, ANNA SALAI, MADRAS-600 002
(A Unit of The Tamilnadu Handicrafts Development Corporation Ltd.)
(A Government of Tamilnadu Undertaking)
CASH BILL
A No. 17204
Date
To

Sl. No.	Description	Qty.	Rate	Value
		1	65-	65-00
	S. T. at			
	Surcharge on S. T.			
	A.S.C.			
	Total			

THE CHIEF JUDICIAL MAGISTRATE
RECEIVED.
10 JUN 1991

பூம்புகாரில் சந்தன மாலை வாங்கியதற்கான பில்

வெள்ளை பைஜாமா குர்தாவும் கையில் ஒரு சிறு ஸ்கிரிப்ளிங் பேடும் வைத்திருந்தார். வி.பி.சிங் நிகழ்ச்சியில் படமெடுக்க முருகன் நளினியிடம் அளித்த யாஷிகா கேமரா, இப்போது சிவராசன் கையில் இருந்தது. (பின்னால் இது சி.பி.ஐயால் கைப்பற்றப்பட்டது.)

சுபா பச்சை நிறப் புடைவை அணிந்திருந்தார். மூவருமாகப் புரசைவாக்கத்தில் வாங்கிய புடைவை. தணு அணிந்திருந்தது அந்த லூசான ஆரஞ்சு சுடிதாரும் பச்சை துப்பட்டாவும்.

நளினி, தணுவைப் பார்த்துப் புன்னகை செய்தார். சுபா, 'தணு இன்று சரித்திரம் படைக்கப் போகிறார்!' என்று சொல்லிவிட்டுப் பெருமிதமுடன் பார்த்தார். விவரிக்க முடியாத உணர்ச்சிக் கொந்தளிப்பு அனைவருக்குமே இருப்பினும் கட்டுப்படுத்திக் கொண்டு, கிளம்புவதில் மும்முரமானார்கள். டைரி, பேப்பர், பென்சில் என்று எதையும் எடுத்துவர வேண்டாம் என்று நளினியிடம் சுபா சொன்னார். எனவே நளினி ஒரு பாதுகாப்புக்கு ஐநூறு ரூபாய் பணம் மட்டும் எடுத்துக்கொண்டு புறப்பட்டார்.

'ஒரு நிமிடம். எனக்கு ஏதாவது ஒரு கோயிலுக்குப் போக வேண்டும்' என்று தணு கேட்டார்.

வெளியே வந்தவர்கள் ஓர் ஆட்டோவைப் பிடித்து, நாதமுனி தியேட்டருக்கு அருகே உள்ள பிள்ளையார் கோயிலுக்குப் போனார்கள். மாலை நான்கு மணி வேலை என்பதால் கோயில் மூடியிருந்தது. வெளியில் நின்றபடியே தணு பிரார்த்தனை செய்தார்.

அங்கிருந்து புறப்பட்டு அவர்கள் பாரீஸ் கார்னருக்கு வந்து சேர்ந்து, திருவள்ளுவர் பேருந்து நிறுத்தத்தை அடையும்போது மணி சரியாக ஐந்து.

மறுபுறம், அதே பாரீஸ் கார்னருக்கு முன்னதாகவே வந்து சேர்ந் திருந்த ஹரி பாபு, கையில் ஒரு சந்தன மாலை வைத்திருந்தார். பூம்புகார் எம்போரியத்தில் அன்று காலை வாங்கிய மாலை அது.

எங்கே நல்ல மாலை கிடைக்கும் என்று முன்னதாக சுபா சுந்தரத்தின் ஸ்டூடியோவில் அவர்கள் விவாதித்திருக்கிறார்கள். சுபா சுந்தரம் விலை மலிவாக, சந்தன மாலைகள் எங்கெங்கே கிடைக்கும் என்று சொன்னபோது, 'மாலை பிரமாதமாக இருக்கவேண்டும். கமகமவென்று மணக்கவேண்டும்!' என்று சிவராசன் கூறியிருக்கிறார்.

ஏதோ ஒரு சாதாரண கடையில் வாங்கியிருக்க வேண்டிய மாலைதான் அது. ஆனால் சிவராசன் அது மிகத் தரமான மாலை யாக இருக்க வேண்டும் என்று உறுதியாகச் சொன்னபடியால் பூம்புகாரில் வாங்கச் சொல்லி சுந்தரம் அனுப்பிவைத்திருக்கிறார்.

பிரவுன் கவர் ஒன்றில் போட்டு ஹரி பாபு எடுத்து வந்திருந்த மாலையை சிவராசன் பார்த்தார். சிறிது நேரம் அவர்கள்

பாரிமுனையில் வெறுமனே சுற்றிக்கொண்டிருந்தார்கள். ஓரிடத்தில் நின்று ஐஸ் க்ரீம் சாப்பிட்டார்கள்.

ஐந்தரை மணிக்கு மேல் திரும்பவும் பெரியார் பேருந்து நிலையத்துக்கு வந்து, ஸ்ரீபெரும்புதூர் செல்லும் பஸ் ஒன்றில் ஏறி அமர்ந்தார்கள். ஐந்து பேருக்குமாகச் சேர்த்து சிவராசன் டிக்கெட் வாங்கினார். அண்ணா சாலை, போரூர், பூந்தமல்லி வழியே பஸ் சென்று, சரியாக இரவு ஏழரை மணிக்கு ஸ்ரீபெரும்புதூரை அடைந்தது.

அவர்கள் ஸ்ரீபெரும்புதூரில் இறங்கியபோது ராஜிவ் காந்தி விமானத்தில் வந்துகொண்டிருந்தார் - இரண்டு மணி நேரம் தாமதமாக.

25

வெடித்தது

ஸ்ரீபெரும்புதூரில் இறங்கியதும் அவர்கள் முதலில் ஒரு சாலையோரப் பூக்கடைக்குச் சென்றார்கள். தணு தனக்குக் கனகாம்பரம் வேண்டும் என்று சொல்லி, வாங்கி வைத்துக்கொண்டார். நளினியும் சுபாவும் மல்லிப்பூ வாங்கிக்கொண்டார்கள். முதலில் சாப்பிட்டு விடலாம் என்று சொல்லி, சிவராசன் அவர்களை ஒரு ஹோட்டலுக்கு அழைத்துச் சென்றார்.

அது ஒரு முனியாண்டி விலாஸ். ஏனோ அந்த ஹோட்டல் வேண்டாம் என்று அனைவருமே நினைக்க, அக்கம்பக்கத்தில் விசாரித்து இன்னொரு முனியாண்டி விலாஸ் அதே ஊரில் இருப்பதைக் கேள்விப்பட்டு அங்கே சென்றார்கள். திருப்தியாக பிரியாணி சாப்பிட்டார்கள். சாப்பிட்டு முடித்ததும் பொதுக்கூட்டம் நடைபெறவிருந்த மைதானத்தை நோக்கி நடக்க ஆரம்பித்தார்கள்.

பஸ் ஸ்டாண்ட் அருகே உள்ள காந்தி சிலையருகே வந்தபோது சற்று நேரம் நின்றார்கள். யார் யார் என்ன செய்யவேண்டும் என்று இறுதியாக ஒரு முறை பேசிக்கொண்டார்கள். தணுவின் சல்வார் கம்மீஸ் ஆடைக்குள் வெடிகுண்டு பொருத்தப்

பட்டிருந்தது. இரண்டு விசைகள் கொண்ட வெடிகுண்டு. மாலை போடத் தயாராகும்போது அவர் முதல் விசையை அழுத்திவிட வேண்டும். குண்டு வெடிக்கத் தயாராகிவிடும். அது தயாராகி விட்டது தெரிந்ததும் தாமதிக்காமல் குனிந்து, அடுத்த விசையை அழுத்திவிட வேண்டும்.

தணு தன் வயிற்றைத் தொட்டுப் பார்த்துக்கொண்டார். 'நான் தான் பொருத்திவிட்டேன்' என்று சுபா சொன்னார். அனைவருமே பதற்றமுடன் இருந்தார்கள்.

ஹரி பாபு, தணு ராஜிவுக்கு மாலை இடுவதையும் குண்டு வெடிப்பதையும் போட்டோ எடுக்க வேண்டும்.

தணு, ராஜிவை நெருங்கும் கணத்துக்கு முன்வரை அவரையும் சுபாவையும் அடைகாக்க வேண்டிய பொறுப்பு நளினியுடையது. அவ்வண்ணமே, குண்டு வெடிப்பு நிகழ்ந்தவுடன் சுபாவை பத்திரமாகக் கூட்டத்திலிருந்து அப்புறப்படுத்தி வெளியே அழைத்து வரவேண்டியதும் நளினியின் பொறுப்பு. எப்படியும் களேபரமாகும். அனைவரும் சிதறி ஓடுவார்கள். அந்த இடை வெளியில் தப்பித்து விட வேண்டும்.

இந்திரா காந்தி சிலை அருகே பத்து நிமிடங்கள் நளினியும் சுபாவும் காத்திருக்க வேண்டும். சிவராசன் அங்கே வந்துவிடு வார். ஹரி பாபுவும் உடன் வந்துவிடுவார். பிறகு நால்வரும் தப்பித்துவிடலாம். ஒருவேளை சிவராசன் வரத் தாமதமாகி விட்டால், மேற்கொண்டு காத்திருக்காமல் மற்றவர்கள் ஒன்றாகத் தப்பிச்சென்று விட வேண்டும் என்பது திட்டம்.

அந்த இடத்தில், அந்தச் சதித்திட்டத்தில் தாங்கள் ஐந்து பேர் மட்டுமே பங்குகொண்டிருப்பதாக நளினி நினைத்தார். ஆனால் ஆறாவதாகவும் ஒரு நபர் அங்கே இருந்த விஷயம் அவருக்கு மட்டுமல்ல. இந்த வழக்கின் புலன் விசாரணை முழுவதுமாக முடிகிறவரை சி.பி.ஐக்குக் கூடத் தெரியாது!

இந்திரா காந்தி சிலையருகே நின்று பேசிவிட்டு அனைவரும் பொதுக்கூட்ட மைதானத்துக்கு வந்து சேர்ந்தார்கள். ஹரி பாபுவும் சிவராசனும் தனித்தனியே மேடையை நோக்கிப் போக, சுபா, தணு, நளினி மூவரும் பெண்கள் பகுதியில் சென்று அமர்ந்து கொண்டார்கள். மேடையில் சங்கர் கணேஷ் குழுவினரின் இசை நிகழ்ச்சி நடைபெற்றுக்கொண்டிருந்தது.

சிறிது நேரத்தில் சிவராசன் பெண்கள் பகுதிக்கு வந்து தணுவை மட்டும் அழைத்து அவர் கையில் அந்த பிரவுன் கவரைப் பிரித்து, சந்தன மாலையை எடுத்துக் கொடுத்தார். போய்விட்டார். மீண்டும் திரும்பி வந்து, தணுவை மட்டும் அழைத்துக்கொண்டு மேடையின் பின்புறமாகச் சென்றார். அங்கே ஹரி பாபுவும் நின்றுகொண்டிருந்தார்.

ராஜிவ் காந்தி விழா மேடைக்கு வருகிற வழியெங்கும் கூட்டம் இருந்தது. அவருக்காக விரிக்கப்பட்டிருந்த சிவப்புக் கம்பளப் பாதையின் இருபுறமும் கூட்டம் முண்டியடித்துக்கொண்டிருந்தது. அந்தக் கூட்டத்தில் தணுவைச் சொருக சிவராசன் முயற்சி செய்தார். ஏனெனில், நேரம் மிகவும் ஆகிவிட்டபடியால் மேடை யில் அனைவருக்கும் மாலை போட சந்தர்ப்பம் கிடைப்பது சிரமம் என்பது அவருக்குத் தெரிந்துவிட்டது.

சொல்லி வைத்தமாதிரி லதா கண்ணன், அவரது பெண் கோகிலவாணி (இவள் ராஜிவை வாழ்த்திக் கவிதை பாடக் காத்திருந்தவள்) ஆகியோரும் மகளிர் வரிசையில் நளினிக்குப் பின்னால் அமர்ந்திருந்த இடத்தை விட்டு எழுந்து ராஜிவ் வரும் பாதையை நோக்கிச் சென்றார்கள்.

தணு சில நிமிடங்களில் அந்தச் சிறுமி கோகில வாணியை நட்பாக்கிக்கொண்டு அவளுடன் சகஜமாகப் பேசத் தொடங்கி யிருந்தார்.

ராஜிவ் வரும் நேரம் நெருங்கிவிட்டதென்றும் மாலையிடப் பெயர் கொடுத்திருப்பவர்கள் சிவப்புக் கம்பளப் பாதை ஓரம் வரிசையாக நிற்கும்படியும் மைக்கில் அறிவித்தார்கள். கூட்டம் இன்னும் முண்டியடித்தது. காவலர்கள் நிறையப் பேர் இருந்தாலும் யாரும் கூட்டத்தைக் கட்டுப்படுத்தவோ, ஒழுங்கு செய்யவோ விரும்பாத மாதிரி, அவர்களும் பொதுவில் வேடிக்கை பார்த்துக்கொண்டு நின்றிருந்தார்கள்.

வாழப்பாடி ராமமூர்த்தி திடீரென்று மேடை ஏறினார். ராஜிவ் வருகிறார் என்கிற அவரது அறிவிப்புக்குக் கூட்டம் கைதட்டி ஆரவாரம் செய்தது. இசைக் குழுவினர் நகர ஆரம்பிக்க, ஹரி பாபு தன்னுடைய கேமராவைத் தயார் செய்துகொண்டு தணு நின்றிருந்த இடத்துக்கு ஃபோகஸ் செய்துகொண்டிருந்தார். மாலை போடும் போது ஒரு ஸ்னாப். கணப்பொழுதில் பின்வாங்கி, குண்டு வெடித்ததும் இன்னொரு ஸ்னாப். அவ்வளவுதான்.

இங்கே பெண்கள் வரிசையில் அமர்ந்திருந்த சுபாவும் நளினியும் பதற்றத்தின் உச்சத்தில் இருந்தார்கள். ராஜிவின் கார் வந்து நிற்பதைப் பார்த்ததுமே அவர்கள் எழுந்து கொண்டார்கள். ராஜிவ் சிவப்புக் கம்பளத்தின்மீது நடந்து வரும்போது நளினி சுபாவின் கையை அழுத்திப் பிடித்துக்கொண்டார். 'வா' என்று சொல்லிவிட்டுக் கூட்டத்திலிருந்து வெளியே வந்து விறுவிறு வென்று நடக்கத் தொடங்கினார்கள்.

அத்தனை பேரின் கவனமும் ராஜிவின் மீதே இருக்க, அவர் அந்த இரவுப் பொழுதிலும் முகத்தில் களைப்பேதும் இன்றி, மாறாத புன்னகையுடன் கூட்டத்துக்கு வணக்கம் சொல்வதும், கையாட்டு வதும் மாலைகளை வாங்கிக்கொள்வதுமாக முன்னேறி வந்து கொண்டிருந்தார்.

காங்கிரஸ் பிரமுகர் லஷ்மி ஆல்பர்ட் வழியில் நின்று ராஜிவுக்கு வணக்கம் சொல்ல, அவரை அடையாளம் கண்டு ஒருவரி நலம் விசாரித்தார். அதைச் சற்றுத் தொலைவில் நின்றிருந்த மரகதம் சந்திரசேகர் கவனித்துவிட்டார். அவருக்கு ஏனோ அது பிடிக்க வில்லை. முகம் இருண்டுவிட்டது. கூட்டத்தோடு கலந்திருந்த டரியல் பீட்டர்ஸ் சட்டென்று முன்னால் வந்து மரகதம் சந்திரசேகரின் கையைப் பிடித்து அவரை மேடைக்கு அழைத்துச் செல்லத் தொடங்கினார்.

ராஜிவ் முன்னேறி வரவர, கூட்டம் ஆரவாரம் செய்துகொண்டே இருந்தது. அவர் சிறுமி கோகிலவாணியின் அருகே வந்தார். குனிந்து கன்னத்தைத் தட்டினார். சிறுமி கவிதை எழுதி யிருப்பதை அவளது தாய் ராஜிவிடம் சொன்னார்.

தணு தயாராக இருந்தார். ஆனால் மிகவும் பதற்றமாக இருந்தார். கூட்டம் மிகவும் மோதி, முண்டியடிக்க, எந்தச் சிக்கலும் இல்லாமல் காரியம் முடியவேண்டுமே என்கிற பதற்றம். ஒரு முடிவுக்கு வந்தவராக, சட்டென்று முன்வந்து ராஜிவை நெருங்கினார்.

ஹரி பாபு அவர் மாலை போடுவதற்காக ஃபோகஸ் செய்ய, தணு சடாரென்று நெருங்கியதுமே குனிந்து முதல் விசையை அழுத்தி விட்டார். இதனை எதிர்பார்க்காத ஹரி பாபு, படம் எடுக்க முடியாமல் போய்விடுமோ என்கிற பதற்றத்தில் மேலும் முன்னால் வந்து குனிந்து படமெடுக்கப் பார்க்க, அந்தக் கணமே குண்டு வெடித்தது.

குண்டுவெடிப்புக்குப் பின் ராஜிவ் காந்தியின் சிதைந்த உடல்

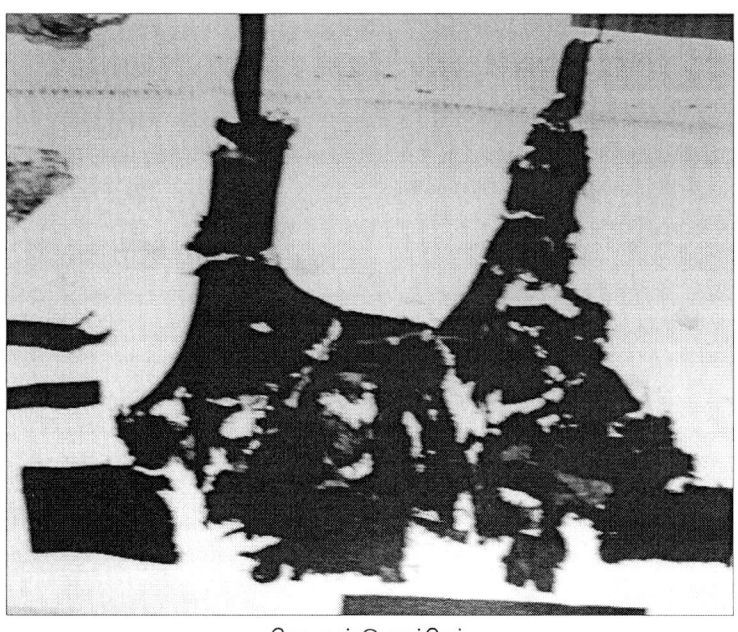

வெடிகுண்டு ஜாக்கெட்

பிராந்தியத்தையே நிலைகுலையவைத்த சக்தி மிக்க ஆர்.டி.எக்ஸ். ராஜிவ் காந்தி உள்பட பதினெட்டு பேரின் உயிரை வாங்கிய குண்டு.

என்னவென்று புரியாமல் கூட்டம் பதறி ஓடத் தொடங்கியது. மேடையில் இருந்த வாழப்பாடி ராமமூர்த்தி, மற்றும் அருகிருந்த ஜி.கே. மூப்பனார் போன்றவர்கள் அலறியடித்துக்கொண்டு ஓடி வரத் தொடங்கினார்கள். என்ன நடக்கிறது என்பதே தெரியாத புகை மண்டலம். கால் வைக்கும் இடங்களில் எல்லாம் சதைத் துண்டுகள், ரத்தம், அதிபயங்கர ஓலம், மரண ஓலம்.

நளினியும் சுபாவும் அப்போது ஓடிக்கொண்டிருந்தார்கள். இந்திரா காந்தி சிலை வரை ஓடி, மூச்சு வாங்கி அவர்கள் நிற்க, சொன்ன படி பத்து நிமிடங்களில் சிவராசன் தலைதெரிக்க ஓடிவருவது தெரிந்தது.

அருகே வந்தவர், 'ராஜிவும் தணுவும் இறந்துவிட்டார்கள். துரதிருஷ்டவசமாக ஹரி பாபுவும் இறந்துவிட்டார்' என்று சொன்னார். அவர் தன்னிடம் ஒரு வெள்ளைத் துணியில் சுற்றி வைத்திருந்த பிஸ்டலை நளினியிடம் கொடுத்து, சுபாவிடம் பிறகு தந்துவிடும்படி சொன்னார். மூவரும் வேகமாக அந்த இடத்திலிருந்து நகர்ந்து பேருந்து நிலையத்துக்கு வந்தார்கள்.

சென்னை செல்லும் பஸ் ஒன்று நின்றிருந்தது. ஆனால் அது கிளம்பாது என்று யாரோ சொன்னார்கள். என்ன செய்வதென்று புரியாமல் மேலும் வேகவேகமாக நடந்தார்கள். வழியில் ஒரு வீட்டருகே நின்று, அங்கே வாசலில் இருந்த பெண்மணியிடம் கேட்டுத் தண்ணீர் வாங்கிக் குடித்தார்கள். மெயின் ரோடுக்கு வந்து ஓடத் தொடங்கினார்கள்.

சாலையில் ஆள் நடமாட்டம் இல்லாத இரவு நேரம். ஏதாவது ஒரு வண்டி கிடைத்தால் நல்லது. யோசித்தபடி அவர்கள் ஓட, ஓரிடத்தில் இருளில் காத்திருந்த இன்னொரு மனிதர் அவர் களுடன் சேர்ந்துகொண்டார்.

நால்வருமாக ஒரு ஆட்டோவை நிறுத்தினார்கள். 'சென்னைக்குப் போகவேண்டும். பஸ் கிடைக்கவில்லை.'

'இது திருவள்ளூர் வண்டி சார். மெட்ராஸ் வரைக்கும் போறது கஷ்டம். எவ்ளோ தூரம் முடியுதோ, போகலாம்' என்று சொல்லி

ஏற்றிக்கொண்டான். சிவராசன், சுபா, நளினி மூவரும் பின்னால் ஏறிக்கொள்ள, அந்தப் புதிய மனிதர் டிரைவருக்கு அருகே ஒட்டிக்கொண்டார்.

ஆட்டோ புறப்பட்டது. யாரும் எதுவும் பேசவில்லை. அமைதி யாகவே இருந்தார்கள். பிரச்னையேதும் இல்லாமல் ஆட்டோ சென்னை நகர எல்லையை அடைந்தது.

கத்திப்பாரா சந்திப்பு வந்தபோது, ஆட்டோவை நிறுத்தச் சொல்லி, அந்தப் புதிய மனிதர் மட்டும் இறங்கிக்கொண்டார். மற்ற மூவருடன் ஆட்டோ மீண்டும் புறப்பட்டுச் சென்றது. தேனாம்பேட்டை சிக்னல் அருகே அவர்கள் இறங்கிக்கொண்டு, டிரைவருக்குப் பணம் கொடுத்தார்கள். இன்னொரு ஆட்டோ பிடித்து பாரீஸ் கார்னர் சென்று, அங்கே வேறொரு ஆட்டோ பிடித்து கொடுங்கையூர் போய்ச் சேர்ந்தார்கள்.

நளினி அதுநாள் வரை சந்தித்தே இராத அந்தப் புதிய மனிதர் - ஸ்ரீபெரும்புதூர் சம்பவ இடத்தில் இருந்த ஆறாவது மனிதர், விடுதலைப் புலியின் பெயர், சின்ன சாந்தன்!

வழக்கெல்லாம் முடிந்து நான் பணியிலிருந்து ஓய்வு பெற்ற பிறகு மிகத் தற்செயலாக இதனைக் கண்டுபிடித்தேன். ஹரி பாபு எடுத்திருந்த பத்து புகைப்படங்களுள் ஒன்றில் ராஜிவுக்கு நெருக்கமாக நின்று மாலை அணிவிக்கும் ஒரு அதிமுக கரை வேட்டித்துண்டு மனிதரின் படமும் இருந்தது. அவர் யாரென்று எங்களால் அப்போது கண்டுபிடிக்க முடியவில்லை.

கண்டுபிடிக்க முடிந்தபோது, அந்தக் கண்டுபிடிப்பு அவசியமற்ற தாகிவிட்டது. சின்ன சாந்தனை நாங்கள் ஏற்கெனவே கைது செய்து, விசாரித்து, அவர் தண்டனை பெற்று சிறையில் இருந்தார்!

26

ஒரு தற்கொலை

ஒற்றைக்கண் சிவராசன்.

ஹரி பாபு எடுத்த போட்டோக்களில் இருந்து அவரை நாங்கள் அடையாளம் கண்டதும் சிவராசன் தான் முந்தைய பத்மநாபா கொலை வழக்கிலும் தேடப்பட்டுக்கொண்டிருந்த குற்றவாளி என்பது தெரிந்ததும் சி.பி.ஐ. ஒரு காரியம் செய்தது. எங்களிடம் இருந்த சுபா மற்றும் சிவராசனின் புகைப்படத்தை முடிந்தவரை பெரிதாக அச்சிட்டு, இந்தியாவெங்கும் போஸ்டர்களாக ஒட்டினோம். தேடப்படும் குற்றவாளி. கண்டுபிடித்துக் கொடுப் போருக்குப் பரிசு. வானொலி, தொலைக்காட்சி, பத்திரிகைகள் என்று அனைத்து ஊடக சாத்தியங் களையும் பயன்படுத்தி, சிவராசனைப் பற்றிய தகவல்களுக்காக சி.பி.ஐ. காத்திருப்பதை அறி வித்துக்கொண்டே இருந்தோம். யாருக்கு என்ன தகவல் கிடைத்தாலும் சொல்லலாம். தங்களை அடையாளம் காட்டிக்கொள்ள வேண்டிய அவசியம் கூட இல்லை. மல்லிகையில் தகவல் பெறுவதற் கென்றே ஒரு தனிப் பிரிவு உருவாக்கப்பட்டது. சில பிரத்தியேக தொலைபேசி எண்கள் அதற்கென்றே தரப்பட்டன. யாரும் போன் செய்யலாம். தமக்குத் தெரிந்த தகவலைச் சொல்லலாம்.

சில உருப்படியான தகவல்கள் வரத்தான் செய்தன என்றாலும் பலபேர் அங்கே பார்த்தேன், இங்கே பார்த்தேன் என்று யார் யாரையோ பார்த்து சிவராசன் என்று கற்பனை செய்துகொண்டு உடனே போன் செய்துவிடுவார்கள். நாங்களும் சம்பந்தப்பட்ட நபர் குறிப்பிட்ட இடங்களுக்கு ஓட்டமாய் ஓடுவோம்.

ஏமாற்றமுடன் திரும்ப நேர்ந்தாலும் பொதுமக்கள் அளித்த ஒத்துழைப்பும் அவர்கள் காட்டிய ஆர்வமும் முக்கியமானவை.

இதனிடையே தமிழகத்தில் செயல்பட்டுக்கொண்டிருந்த விடு தலைப் புலிகளின் வயர்லெஸ் சங்கேதத் தகவல்களை இடை மறித்துக் கேட்கும் முயற்சியும் மேற்கொள்ளப்பட்டது. புரிந்து கொள்ளச் சிரமமான தகவல்களாகத்தான் அவை பெரும்பாலும் இருந்தன என்றாலும் கொஞ்சம் கொஞ்சமாகப் பழகி, பரிச்சயம் ஏற்பட்டு (ஐ.பி. மூலம்) ஓரளவு விடுதலைப் புலிகளின் சங்கேதங் களை உடைக்கக் கற்றுக்கொண்டு விட்டோம்.

தமிழகமெங்கும் பேருந்து நிலையங்கள், ரயில் நிலையங்கள், விமான நிலையங்களில் பலத்த பாதுகாப்புக்கு ஏற்பாடு செய்தோம். கிட்டத்தட்ட மாநிலம் முழுதும் சி.பி.ஐ குழு வினரும் மாநில காவல் துறையினரும் சிவராசனுக்காகப் பதுங்கிக் காத்திருந்தனர்.

படுகொலைச் சம்பவத்துக்குப் பிறகு திருப்பதி பயணம் வரை அனைவரும் ஒன்றாகத்தான் இருந்தார்கள். அதன்பின் முருகனும் நளினியும் தனியே போக, சிவராசனும் சுபாவும் தனியே போய் விட்டார்கள். எப்படியாவது தமிழகத்திலிருந்து தப்பித்து இலங்கை செல்வதே அவர்களது இலக்கு என்பது எங்களுக்குத் தெரியும்.

எனவே தமிழக, கடலோரக் காவலை வெகுவாக பலப்படுத்தி னோம். புலிகள் பொதுவாகப் படகு ஏறக்கூடிய இடங்கள் என்று சொல்லப்பட்ட அனைத்துக் கடலோரப் பகுதிகளிலும் ஆள்கள் போடப்பட்டிருந்தார்கள்.

இதனால் சிவராசனும் சுபாவும் வெளியே வருவதே சிரமம் என்னும் நிலை உண்டாயிற்று. ஆனால் தொடர்ந்து அவர்கள் வயர்லெஸ் மூலம் பொட்டு அம்மானுடன் பேசிக்கொண்டுதான் இருந்தார்கள்.

அத்தகைய ஒரு குறிப்பிட்ட வயர்லெஸ் தொடர்பை ஐ.பி. இடைமறித்துக் கேட்டதில் ஒரு தகவல் கிடைத்தது.

பாக்கியசந்திரன் என்கிற ரகுவரன் என்கிற சிவராசன்

'எப்படியாவது தமிழகத்திலிருந்து வெளியேறிவிட வேண்டும். ஆனால் வெளியே வரமுடியாதபடி சி.பி.ஐ. எல்லா இடங்களிலும் கண்கொத்திப் பாம்பாகக் காத்து நிற்கிறது. தப்பித்தே தீரவேண்டும். ஒரு வழி சொல்லுங்கள்.'

சிவராசன் பொட்டு அம்மானுக்கு அனுப்பிய தகவல் இது. இதற்கு வந்த பதில்: திருச்சி சாந்தன் உதவுவார். காத்திருக்கவும்.

இந்த திருச்சி சாந்தன் என்பவர், நாம் முன்னர் பார்த்த சின்ன சாந்தன் (என்கிற சுதேந்திர ராஜா) அல்ல. இவர் வேறு. விடுதலைப் புலிகள் இயக்கத்தின் அரசியல் பிரிவைச் சேர்ந்த இவர், வெகு காலமாகத் தமிழகத்தில் புலிகள் இயக்கத்துக்காக உழைத்து வந்தவர். தி.மு.க தலைமையிலான தமிழக அரசு கலைக்கப்பட்டு, கவர்னர் ஆட்சி அமல்படுத்தப்பட்ட பிறகு, தமிழகத்தில் விடுதலைப் புலிகளுக்கு எதிரான காவல் துறை நடவடிக்கைகள் தீவிரமடைந்தபோது (பல புலிகள், புலி ஆதரவாளர்கள் கைது செய்யப்பட்டுக்கொண்டிருந்த சமயம் அது) தலைமறைவானவர். ஆயினும் அன்றைய தேதியில் தமிழகத்தில் இருந்தபடி புலித் தலைவர் பிரபாகரனுடன் நேரடி வயர்லெஸ் தொடர்பு வைத்துக்கொண்டிருந்த ஒரே நபர் அவர்தான்.

ஆனால், ஒரு விநோதம் - சிவராசனுக்குத் திருச்சி சாந்தனை அதற்கு முன்னால் தெரியாது. ஒருமுறை கூடப் பார்த்ததோ, பேசியதோ இல்லை. கேள்விப்பட்டதுகூட இல்லை. இருவரும் விடுதலைப் புலி இயக்கத்தைச் சேர்ந்தவர்கள்தாம் என்றாலும்,

ஒருவரையொருவர் அறிந்தவர்களில்லை. ராஜிவ் கொலைச் சம்பவத்துக்குப் பிறகு சிவராசன் தமிழகத்திலிருந்து தப்பித்து இலங்கை செல்ல திருச்சி சாந்தன் மூலம் பொட்டு அம்மான் நடவடிக்கை எடுக்கிறார் என்கிற தகவலை அந்த சங்கேதச் செய்திக் குறிப்பிலிருந்து உடைத்துத் தெரிந்துகொண்டோம்.

எனவே எங்களுடைய உடனடி இலக்கு, திருச்சி சாந்தனைப் பிடிப்பதுதான். என்ன பிரச்னை என்றால், திருச்சி சாந்தனின் இருப்பிடம் சிவராசனுக்குத் தெரியாது. சிவராசனின் இருப்பிடம் யாருக்குமே தெரியாது. இவர்கள் எப்போது, எங்கே சந்திப் பார்கள்?

எங்களால் அதைக் கண்டுபிடிக்க முடியவில்லை. ஆனால் சென்னை தேனாம்பேட்டை எல்டாம்ஸ் ரோடில் இருந்த ஒரு வீட்டில் அந்தச் சந்திப்பு நடந்ததைப் பின்னால் தெரிந்து கொண்டோம்.

முன்னதாக, சிவராசன் கொடுங்கையூரில் தங்கியிருந்த வீட்டின் உரிமையாளர் விஜயன் என்பவரைக் கைதுசெய்து விசாரித்ததில் சிவராசனின் டைரி உள்ளிட்ட சில முக்கிய ஆதாரங்கள் எங்களுக்குக் கிடைத்திருந்தன. விஜயன் உதவியுடன் அவரது வீட்டுச் சமையல் அறையிலேயே ஒரு குழிவெட்டி வயர்லெஸ் செட்டைப் புதைத்து, அதன்மூலமாகத்தான் அவர் இலங்கை யைத் தொடர்புகொண்டிருக்கிறார் என்கிற விவரமும் தெரிந் திருந்தது. அவை அனைத்தையும் கைப்பற்றி இருந்தோம். மிச்சமிருப்பது சிவராசன்தான்!

அவரைப் பிடிக்க நாங்கள் மாநிலமெங்கும் இரவு பகல் பாராமல் தேடுதல் வேட்டை நடத்திக்கொண்டிருந்த சமயத்தில் எல்டாம்ஸ் ரோடில் வசித்து வந்த ஓர் இலங்கைத் தமிழர் வீட்டில் சிவராசன் சார்பில் சின்ன சாந்தனும் திருச்சி சாந்தன் சார்பில் டிக்சன் என்ற இன்னொரு விடுதலைப் புலியும் சந்தித்திருக்கிறார்கள்! எப்படித் தப்பிப்பது என்பது குறித்துப் பேச்சுவார்த்தை நடத்தியிருக் கிறார்கள்.

இந்தச் சந்திப்புக்குப் பிறகு எங்களுக்கு இத்தகவல் கிடைக்க, மேற்கொண்டு துருவியதில் கோடியக்கரை கடத்தல்காரர் சண்முகத்தைப் பிடித்தால் இவர்கள் தப்பும்போது பிடித்துவிட முடியும் என்று தோன்றியது.

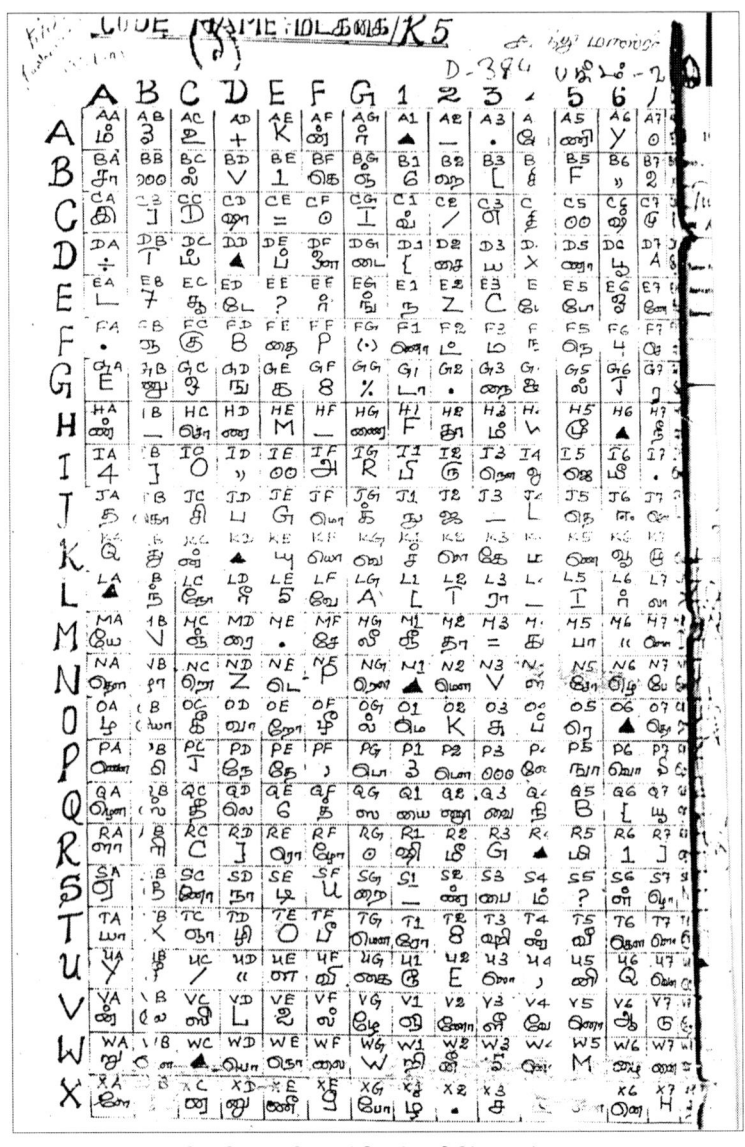

முருகனின் கோட்-ஷீட் (சங்கேதக் குறியீட்டு அட்டவணை)

மாநில போலீஸ் உதவியுடன் சண்முகத்தைக் கைது செய்ய நாங்கள் முயற்சி செய்தபோது, அவர் விஷயம் அறிந்து தமிழக காவல் துறையின் மூலம் சி.பி.ஐயிடம் சரணடைந்தார்.

முதலில் சற்றுத் தயங்கினாலும் பிறகு அவர் நிறையவே பேசினார். புலிகளுடனான தொடர்புகள். இலங்கையிலிருந்து வருகிற பெரும்பாலான விடுதலைப் புலிகளுக்கு அவரது வீடுதான் முதல் வரவேற்பறையாக இருக்கிற விஷயம். காட்டுப் பகுதியில் புலிகளுக்காகக் கடத்தப்படும் பெட்ரோல், டீசல், போன்ற பொருள்களைப் பதுக்கி வைத்து படகு வரும் வேளை பத்திரமாக அனுப்பிவைக்கிற அவரது உதவிகள். புலிகளுக்காகத் தனது நிலத்தில் அவர் வசதி மிக்க காட்டேஜெல்லாம் கட்டி வைத்திருந்தார். தவிரவும் தமிழகத்தில் உள்ள அனைத்து விடுதலைப் புலிகளுடனும் அவர் வயர்லெஸ் தொடர்பு வைத்திருந்தார்.

சண்முகத்தை அவரது வேதாரண்யம் காட்டுப்பகுதிக்கு அழைத்துச் சென்று பதுக்கி வைத்திருக்கும் பொருள்களை அடையாளம் காட்டச் சொன்னோம். நிறையவே காட்டினார். குழி தோண்டிப் புதைக்கப்பட்டிருந்த பெட்ரோல், டீசல் கேன்கள், புலிகளுக்குத் தேவையான பேட்டரிகள், பிற பொருள்கள். அனைத்திலும் முக்கியம், முருகன் இடையே இலங்கை திரும்புவதாகப் புறப் பட்டு, போகாமல் திரும்பவும் சென்னை திரும்பிய சமயம் அவரிடம் கொடுத்துவிட்டு வந்திருந்த சில பொருள்கள்.

ஏற்கெனவே முருகன் தனது வாக்குமூலத்தில் இது பற்றிச் சொல்லியிருந்ததால் சண்முகத்திடம் அதனைக் குறிப்பிட்டு, முருகன் கொடுத்துவிட்டுப் போன பைகளைக் கேட்டோம். அதையும் புதைத்துவைத்திருந்தார். பைகள் மட்டுமல்லாமல் ஒரு சூட்கேஸும் கூட!

அந்த ஜூன் 18ம் தேதி இரவு முழுவதும் வேதாரண்யம் காட்டுப் பகுதியில் சண்முகம் சுட்டிக்காட்டிய இடங்களில் எல்லாம் தோண்டத் தோண்ட என்னென்னவோ பொருள்கள் கிடைத்துக் கொண்டே இருந்தன. வெடி பொருள்கள், பேட்டரிகள், பெட்ரோல், டீசல் கேன்கள், வயர்லெஸ் செட்டுகள் என்று பூமிக்குள்ளிருந்து வந்துகொண்டே இருந்தன.

இரவு சண்முகத்தை அவர் வீட்டிலேயே சாப்பிடுவதற்கு அழைத்துச் சென்றோம். ஏற்கெனவே நான் குறிப்பிட்டது மாதிரி, அது ஒரு வழக்கம். சாப்பிடவைத்து, அன்பாகப் பேசி, கைது நடவடிக்கையை அதிர்ச்சி தராமல் செய்வதன்மூலம் தகவல் பெறுவதில் தடங்கல்கள் இராது.

கோடியக்கரை சண்முகம்

கோடியக்கரை காட்டுப்பகுதியில் பதுக்கல் பொருள்கள்

வேதாரணம் பயணியர் விடுதியில் சி.பி.ஐ. முகாமிட்டிருந்த இடத்துக்கு சண்முகத்தின் உறவினர் ஒருவர் வந்தார். சீதாராமன் என்ற பெயருடைய அந்த மனிதரும் கடத்தல் தொழில் செய்பவர் தாம். கொஞ்சநேரம் சண்முகமும் அவரும் தனியே பேசிக் கொண்டிருக்க, சீதாராமன் சண்முகத்தைக் கண்டபடி திட்டினார். செய்த காரியம், செய்துகொண்டிருக்கும் காரியம் குறித்த அவரது கண்டனமாக இருக்கக்கூடும். அவர்கள் தனியே பேசியதால் எங்களுக்குத் தெரியாமல் போய்விட்டது.

முதல் முதலில் சண்முகம் அச்சத்தின் பிடியில் அகப்பட்டது அப்போதுதான். விடுதலைப் புலிகளுக்கு எதிராகத் தனது செயல்கள் போய்க்கொண்டிருப்பது குறித்த அச்சம். மாட்டிக் கொண்டாகிவிட்டது. இனி என்ன செய்து மீள்வது?

அப்போதுதான் அவர் தப்பிக்க முயற்சி செய்தார். கைகழுவச் செல்வது போல் விருந்தினர் விடுதியின் பின்புறம் சென்றவர் அப்படியே திரும்பிப் பாராமல் ஓடத் தொடங்கினார்.

இத்தனைக்கும் அவருடன் ஒரு கான்ஸ்டபிள் இருந்தார். ஓடிய நபரைத் துரத்திச் சென்று பிடிக்காமல், பதற்றத்தில் அவர் உள்ளே ஓடிவந்து எங்களிடம் தகவல் சொல்ல, இடைப்பட்ட நேரத்தில் சண்முகம் அந்த அடர்ந்த புதருக்குள் காணாமல் போயிருந்தார்!

அதிகாரிகள் துரத்திக்கொண்டு போக, பழக்கமில்லாத பகுதியில் முன்னேறுவது மிகவும் சிரமமாக இருந்தது. ஆனால், சண்முகத் துக்கு அது பழகிய இடம். அடர்ந்த இருளில் புதைத்து வைத் திருந்த பொருள்களையே அவர் அநாயாசமாக ஒரு விளக்கு வெளிச்சம்கூட இல்லாமல் அடையாளம் காட்டக்கூடிய வராயிற்றே.

தப்பியோடுகிறபோது தனது வெள்ளை வேட்டி, சட்டையை அவிழ்த்து எறிந்துவிட்டு அவர் ஓடியிருந்தார். அது மட்டும் காவலர்களிடம் கிடைத்தது.

மறுநாள் தூக்கிட்டுத் தற்கொலை செய்துகொண்ட சண்முகத்தின் உடலைத்தான் கைப்பற்ற முடிந்தது. ஓடும்போது நண்பர் ஒருவர் (மின்சார வாரியத்தில் வேலை பார்ப்பவர்) வீட்டிலிருந்து லைன் மேன்கள் பயன்படுத்தும் கனமான கயிறைக் கேட்டு அல்லது எடுத்துக்கொண்டு போயிருக்கிறார். தவிர, அவரது மகனது

லுங்கி ஒன்றையும் வாங்கிக் கட்டிக்கொண்டு சென்றிருக்கிறார் என்பது பிறகு விசாரணையில் தெரியவந்தது.

வழக்கு, விசாரணை, குற்றச்சாட்டுகள், சிறப்புப் புலனாய்வுக் குழுவின் மீது அவதூறுகள் என்று அந்த வாரம் முழுதும் அமளி

கோடியக்கரை சண்முகத்தின் பண்ணை வீடு

துமளிப்பட்டது. அது தற்கொலையே அல்ல, சண்முகத்தைக் கொன்றுவிட்டார்கள் என்றுகூடப் பேசினார்கள், பத்திரிகை களில் எழுதினார்கள்!

ஆனால் நடந்தது இதுதான்!

27

தேடித் தேடி

சிவராசனைத் தேடும் பணிகளுக்கு இடையில் அவ்வப்போது கைதாகிக்கொண்டிருந்தவர்கள் அளித்த தகவல்களின் அடிப்படையில் ராஜிவ் கொலையில் சம்பந்தப்பட்ட வேறு பலபேரைப் பற்றிய விவரங்கள் எங்களுக்கு இன்னொரு பக்கம் கிடைத்துக்கொண்டிருந்தன. முருகன், ஜெயக் குமார், விஜயன் போன்றவர்களை விசாரித்து ராபர்ட் பயஸைப் பிடித்திருந்தோம்.

ராபர்ட் பயஸ் அளித்த தகவலின் அடிப்படையில் கிண்டி ஐ.டி.ஐயில் படிப்பதற்காகச் சேர்ந்த காந்தனின் புகைப்படத்தை, அவனது அப்ளிகேஷன் ஃபாரத்திலிருந்து பெற்றோம்.

காந்தன், டிக்சனுடன் 1990 செப்டம்பரில் இந்தியா வுக்கு வந்தவன். தமிழகத்தில் விடுதலைப் புலி களின் வயர்லெஸ் ஆப்பரேட்டராகப் பணியாற்றி யவன். காந்தனும் டிக்சனும் ஒன்றாக இருப்பார்கள் என்பது எங்களுக்குத் தெரிந்தது. திருச்சி சாந்தனுக்கு நெருக்கமானவனான டிக்சனைப் பிடித்தால் சிவராசனின் இருப்பிடம் தெரிந்துவிடும். ஆனால் டிக்சனை எப்படிப் பிடிப்பது?

யோசித்துக்கொண்டிருந்தபோது தற்செயலாக ஐ.பி யிலிருந்து எங்களுக்கு டிக்சனின் படம் என்று ஒரு

புகைப்படம் அனுப்பிவைக்கப்பட்டது. அதையும் காந்தனின் புகைப்படத்தையும் சேர்த்துப் பத்திரிகைகளில் பிரசுரிக்கக் கொடுத்து, யாருக்கு என்ன தகவல் கிடைத்தாலும் சொல்லுங்கள் என்று பொதுமக்களைக் கேட்டுக்கொண்டோம்.

முதல் முதலாக, விடுதலைப் புலிகளின் அரசியல் பிரிவினை சேர்ந்த இருவரின் படங்களை நாங்கள் அப்போதுதான் வெளி யிடுகிறோம். இது, எங்களுக்கு நல்ல பலனைக் கொடுத்தது. கோயமுத்தூரில் இருந்து ஒருவர் போன் செய்தார். 'சார், நான் இவரைப் பார்த்திருக்கிறேன். சாய்பாபா காலனியில் உள்ள ஒரு டெலி போன் பூத்துக்கு அடிக்கடி வருவார்' என்று சொன்னார்.

உடனே உஷாரானோம். சேலத்திலிருந்து ஒரு குழுவை கோவைக்கு அனுப்பினோம். சென்னையிலிருந்தும் சிலர் புறப்பட்டுச் சென்றோம். முன்னதாக, கோயமுத்தூரில்தான் டிக்சன் இருக்கிறான் என்பது நிச்சயமானால், கண்டிப்பாக வயர்லெஸ் கருவியை இயக்க முயற்சி செய்வான், அதன்மூலம் தொலைக்காட்சி சிக்னலில் இடைஞ்சல் ஏற்படும் என்பதை யூகித்து, கோவை மக்களுக்கு ஓர் எச்சரிக்கை விடுக்க ஏற்பாடு செய்தோம்.

டிவி பார்க்கும்போது ஏதாவது இடைஞ்சல் ஏற்பட்டால் உடனே தகவல் சொல்லவும்.

அதே சமயம் கவுண்டம்பாளையம் பகுதியில் ஒரு சம்பவம் நடந்தது. போக்குவரத்துப் போலீசார் தமது வழக்கமான பரிசோதனையில் ஒரு மோட்டார் சைக்கிளை மடக்கி விசாரிக்க, அதில் பயணம் செய்த இருவரின் பெயர்கள் விக்கி மற்றும் ரகு என்று தெரிந்தது. ஈழத் தமிழர்கள். புலிகள். துடியலூர் அருகே முனுசாமி நகரில் வசிப்பவர்கள்.

மேற்கொண்டு விசாரித்துக்கொண்டிருக்கும்போதே துடியலூர் காவல் நிலையத்துக்கு ஒருவர் வந்து டிவி பார்க்கும்போது படம் ஆடுகிறது, கரபுரவென்று அலையடிக்கிறது என்று சொன்னார்.

அந்த விக்கி, ரகு இருவரையும் விசாரித்ததில் அவர்கள் டிக்சனுடன் இருந்தவர்கள் என்பது தெரிந்துவிட்டது. உடனே உஷாரானோம். அனைத்து இடங்களுக்கும் தகவல் கொடுத்து, மறுநாள் காலை முனுசாமி நகர் வீட்டை முற்றுகையிட ஆவன செய்தோம்.

விக்கியும் ரகுவும் பிடிபட்டது முந்தைய தினத்து இரவு. அவர்கள் மீது சந்தேகம் வந்து, விசாரித்து, அவர்கள் விடுதலைப் புலிகள் தாம் என்பது உறுதியாகி, மேல் நடவடிக்கை எடுப்பதற்கு ஒரு முழு இரவு தேவைப்பட்டது.

அந்த இடைவெளியில், வெளியேபோன விக்கியும் ரகுவும் என்ன ஆனார்கள் என்று தெரியாத டிக்சன், சந்தேகப்பட்டு உஷாராகத் தொடங்கியிருந்தான். மறுநாள் காலை அந்த முனுசாமி நகர் வீட்டை முற்றுகையிட்ட கோவை போலீசார் உள்ளே இருக்கும் டிக்சனுடன் வெளியில் இருந்தபடியே பேச்சுக் கொடுக்கத் தொடங்கினார்கள். அவர்களை உயிருடன் பிடிப்பது தான் நோக்கம். பேசிப்பேசி காலதாமதம் செய்வதன்மூலம், சடாரென்று உள்ளே பாய்ந்து அவர்கள் சயனைட் அருந்தி விடாமல் பிடிப்பதற்கான முயற்சி.

வேறு வழியில்லை. எங்களுக்கு எவ்வித சேதாரமும் இல்லாமல் டிக்சன் வேண்டியிருந்தான். அவனைக்கொண்டுதான் திருச்சி சாந்தன் இருப்பிடத்தைத் தெரிந்துகொள்ள முடியும். திருச்சி சாந்தன் கிடைத்தால்தான் சிவராசன் அகப்படுவார்.

ஆனால் நாங்கள் நினைத்தது நடக்கவில்லை. விடுதலைப் புலிகளுக்கு உயிர் ஒரு பொருட்டாக எப்போதும் இருந்ததில்லை என்று கேள்விப்பட்டிருந்ததை அப்போது நேரில் கண்டோம். வீட்டுக்குள் டிக்சன் மட்டுமன்றி, குணா என்ற இன்னொரு விடுதலைப்புலியும் இருந்தான். இருவரும் போலீசாருடன் பேச்சுக்கொடுத்தபடியே (போலீஸ் கடைப்பிடித்த அதே உத்தி!) தங்கள் ஆதாரங்களை எரிக்கத் தொடங்கியிருக் கிறார்கள். சக்தி மிக்க வயர்லெஸ் டிரான்ஸ்மிட்டர்கள், பணம், பிலிம் ரோல்கள் என்று பலதையும் எரித்து முடித்துவிட்டு, இனி பிரச்னையில்லை என்றானதும் சயனைட் சாப்பிட்டுவிட்டார் கள். எங்கே அதை முறியடித்துவிடுவோமோ என்று அஞ்சி, ஒரு கைத்துப்பாக்கியால் தங்களைச் சுட்டுக்கொண்டு, போதாக் குறைக்கு வெடிகுண்டு ஒன்றையும் வெடிக்கச் செய்து இல்லாமல் போனார்கள்.

சி.பி.ஐக்கு இது மிகப்பெரிய அடி. நாங்கள் எதிர்பார்த்திராத விஷயம். சயனைட் முறியடிப்பு மருந்து எங்கள் கைவசம் இருந்தது. ஒருவேளை அசம்பாவிதம் நேர்ந்தாலும் காப்பாற்றி விட ஒரு டாக்டரும் உடன் இருந்தார். ஆனாலும் மிகச் சில

நிமிடங்களுக்குள் நடந்துவிட்ட இந்தச் சம்பவத்தில் இடிந்து போனோம்.

இறந்து போன டிக்சன் இரண்டு கடிதங்கள் எழுதி வைத்துவிட்டு இறந்திருந்தான். ஒன்றில் 'திரு. கார்த்திகேயன் அவர்களே, தங்கள் திறமைக்கு என் பாராட்டுக்கள்' என்று சிறப்புப் புலனாய்வுப் பிரிவின் தலைவருக்கு எழுதப்பட்ட துண்டுக் கடிதம்.

இன்னொன்று, அ.தி.மு.க. தலைவர் செல்வி ஜெயலலிதாவுக்கு. 'நீங்கள் எங்களுக்கு விரோதியல்ல' என்று அதில் குறிப் பிட்டிருந்தான்.

விடுதலைப் புலிகளால் ஜெயலலிதா உயிருக்கு ஆபத்து என்று தமிழகத்தில் தொடர்ந்து சொல்லப்பட்டுக்கொண்டிருந்த காலம் அது. புலிகளுக்கு எதிரான அவரது பேச்சுகளால் அவர்கள் கோப மடைந்திருக்கக்கூடும். அவர்களுடைய ஹிட் லிஸ்டில் ஜெய லலிதா உள்ளார் என்று தினசரி பத்திரிகைகளில் செய்திகள் வந்துகொண்டிருந்த தருணம். டிக்சன், ஜெயலலிதாவின்மீது தங்களுக்கு விரோதமில்லை என்று தெளிவாக எழுதிவைத்து விட்டு இறந்திருந்தான்!

ராஜிவ் காந்தி படுகொலை சம்பவத்துக்குப் பிறகு ஆரம்பித்த புலனாய்வுப் பணியில் நாங்கள் எதிர்கொண்ட முதல் சயனைட் மரணம் டிக்சனுடையதுதான். இது எங்களுக்குப் பெரிய எச்சரிக்கையாக அமைந்தது. விடுதலைப் புலிகளை அடையாளம் காண்பதோ, தேடி நெருங்குவதோ, சுற்றி வளைப்பதோ பெரிய விஷயமல்ல. அவர்களை உயிருடன் பிடிப்பதில்தான் எங்க ளுடைய சவால் அடங்கியிருக்கிறது என்பது புரிந்துவிட்டது.

முன்னதாக, பிடிபட்ட விக்கி, ரகு இருவரையும் விசாரித்ததில், கோயமுத்தூரில் விடுதலைப் புலிகளுக்கு வெடிகுண்டுகள் தயாரித்து அளிக்கும் ஒரு தொழிற்சாலை குறித்த விவரங்கள் எங்களுக்குக் கிடைத்தன. பல உள்ளூர் மெக்கானிக்குகளின் உதவியுடன் வெடிகுண்டுகள் தயாரிக்கப்பட்டு பெட்டி பெட்டி யாக வேதாரண்யம் வழியே இலங்கைக்குக் கடத்தப்பட்டுக் கொண்டிருந்ததை அறிந்தோம். தமிழகம் அமைதிப்பூங்காதான். அனைத்து சமூக விரோதப் பணிகளும் இங்கே அமைதியாகவே பலகாலமாக நடந்துவந்திருக்கிறது!

இறந்தவர்களை எண்ணிப் பலனில்லை. பிடிபட்ட விக்கியை மேலும் துருவித் துருவி விசாரிக்கத் தொடங்கினோம். ஒரு வழியாக திருச்சி சாந்தன், திருச்சியில் ராமலிங்க நகர் என்னும் பகுதியில் வசிக்கும் விவரம் தெரிந்தது. ஆனால் அவர் ஓரிடத்தில் தங்கியிருக்கும் நபரல்லர். திருச்சி, சேலம், சென்னை, பெங்களூர் என்று சுற்றிக்கொண்டே இருப்பவர். சாந்தனின் முதன்மை உதவியாளராக சுரேஷ் மாஸ்டர் என்பவர் இருந்தார். அவர் காயமுற்ற, மருத்துவ உதவி தேவைப்படும் விடுதலைப் புலிகளை கவனித்துக்கொள்ளும் பொறுப்பில் இருந்தவர். சென்னையில்தான் அவரது தங்குமிடம் என்பதும் தெரிந்தது.

ஆனால் அந்தச் சமயம் திருச்சி சாந்தன் எங்கே இருக்கிறார்?

அவர் பெங்களூரில் இருக்கக்கூடும் என்று விக்கி சொன்னான். சில நாள்கள் முன்னதாக ஒரு லட்ச ரூபாய் பணத்துடன் தான் பெங்களூர் சென்று சாந்தனைச் சந்தித்துக் கொடுத்துவிட்டு வந்ததையும் தெரிவித்தான்.

எனவே நாங்கள் பெங்களூருக்கு விரைந்தோம். இந்திரா நகரில் இருந்தது அந்தக் குறிப்பிட்ட வீடு. அமைதியான, தனியான, சிறு வீடு. சுற்றி வளைத்துத் தயாராக நின்றுகொண்டு ஒருவரை மட்டும் உள்ளே அனுப்பி அழைப்பு மணியை அழுத்தச் சொன்னோம்.

ஒரு கணம் ஜன்னல் திறந்து ஒரு உருவம் எட்டிப் பார்த்தது. அவ்வளவுதான். தாமதமின்றி கறுப்புப் பூனைப் படையினர் கதவை உடைத்துக்கொண்டு உள்ளே பாய்ந்தும் எங்களால் ஒன்றும் செய்ய முடியாமல் போய்விட்டது. அரசன், குளத்தான் என்று உள்ளே இருந்த இரண்டு இளைஞர்களும் சயனைட் சாப்பிட்டுவிட்டார்கள். அவர்களுக்கு அளிக்கப்பட்ட விஷ முறிவு மருந்தினால் பயனில்லாமல் போய்விட்டது. ஒருவன் உடனேயும் இன்னொருவன் மூன்று நாள் மயங்கிய நிலையில் இருந்த பிறகும் இறந்து போனார்கள்.

ஆனால் நாங்கள் தேடிச்சென்ற திருச்சி சாந்தன் அங்கே இல்லை. காயமடைந்த விடுதலைப் புலிகள் அந்த வீட்டில்தான் தங்கி யிருப்பதாக விக்கி சொல்லியிருந்தான். அப்படி யாரும் அங்கே இல்லை. எனவே அந்த வீட்டின் உரிமையாளரை விசாரித்து, அவர் மூலம் ஜகன்னாதன் என்ற தமிழ்த் தீவிரவாதி ஒருவர் அந்த வீட்டுக்கு அடிக்கடி வந்து போவதைக் கேள்விப்பட்டு அவரைப் பிடித்தோம்.

பெங்களூரு இந்திரா நகர் மறைவிடம்

விசாரணையில் மேற்கொண்டு முன்னேற, முன்னேற, பெங்களூர் நகரமே விடுதலைப் புலிகளின் மாபெரும் கூடாரமாகிக் கொண்டிருந்த விஷயம் பிடிபட்டது. இந்திரா நகர் மட்டுமல்லாமல் தோமலூரிலும் அவர்களுக்கு இன்னொரு மறைவிடம் இருக்கும் விஷயம் தெரியவந்தது.

இதனிடையே, பெங்களூரில் ரங்கநாத் என்ற ஒரு தொழிலதிபரின் லேத் பட்டறையைப் புலிகள் வாங்குவதற்கான பேரம் பேசப்பட்டிருந்தது. இந்த விஷயம் சி.பி.ஐக்கு முதலில் தெரியாது.

ரங்கநாத்துக்குத் தொழில் நஷ்டம். பண நெருக்கடி. புலிகளுக்கோ, ஆயுதங்கள் செய்ய லேத் பட்டறை வேண்டும். எனவே இரு தரப்புக்கும் பொதுவான ஒரு பெங்களூர் தமிழ்த் தீவிரவாதி, சுரேஷ் மாஸ்டரையும் ரங்கநாத்தையும் சந்திக்க வைத்து முதல் கட்டப் பேச்சுவார்த்தைகள் நடத்தியிருந்தார்கள். தவிரவும் காய மடைந்த விடுதலைப் புலிகளைத் தங்கவைக்க புத்தனஹள்ளியில் இருந்த ரங்கநாத்தின் வீட்டை அவர்கள் உபயோகிக்கத் தொடங்கியிருந்தார்கள்.

அந்த வீட்டில்தான் சிவராசனையும் சுபாவையும் சுரேஷ் மாஸ்டர் தங்கவைத்திருந்தார்.

விடுதலைப் புலிகளைக் குறிவைத்துத் தேடிக்கொண்டிருந்த சி.பி.ஐக்கு, பெங்களூர் தோமலூர் வீட்டைத்தாண்டி நகர முடியாமல் ஒரு பெரிய நெருக்கடி ஏற்பட்டது. காரணம் இந்த ரங்கநாத். அவர் விடுதலைப் புலி அல்ல. அவரைப் பற்றி எங்களுக்கு யாரும் எந்தத் தகவலும் தந்திருக்கவில்லை.

அப்படியொரு பாதுகாப்பான இடத்துக்கு சிவராசனும் சுபாவும் போய்ச் சேர்ந்த விஷயமெல்லாம் பின்னால் வேறொரு வகையில் தற்செயலாகவே எங்களுக்குக் கிடைத்தது!

28

கோனனகுண்டே

ரங்கநாத் ஒரு விடுதலைப் புலி அல்ல. இலங்கைத் தமிழரும் அல்லர். ஆனால் ராஜிவ் காந்தி படுகொலையில் தேடப்படும் மிக முக்கியக் குற்றவாளிகளுக்கு அவர் ஏன் அப்படி அடைக்கலம் தரவேண்டும்? புலிகள் தந்த பணம் காரணமாயிருக்கலாமா என்றால், சிவராசன் இருப்பிடத்தை அவர் சொல்லியிருந்தால், காவல் துறையே அவருக்குப் பல லட்சங்கள் தந்திருக்குமே?

நாங்கள் அறிவித்திருந்தோம். சிவராசனைக் கண்டு பிடிக்க உதவினால் பத்து லட்சம் ரூபாய். சுபாவின் இருப்பிடம் தெரிவித்தால் ஐந்து லட்சம் பரிசு. பணக் கஷ்டத்தில் இருந்ததாகச் சொல்லப்படும் ரங்கநாத்துக்கு இதைவிடப் புலிகள் அதிக பணம் கொடுத்திருக்க முடியாதே.

போலீஸிடம் பயந்து அவர் பேசாதிருந்து விட்டாரா? என்றால் புலிகள் மீது அவருக்குப் பயமில்லையா? தனது புத்தனஹள்ளி வீடு தவிர மாண்டியாவில் வேறு இரு இடங்களிலும் அவர் காயமுற்ற விடுதலைப் புலிகளைப் பராமரிக்க வீடு பார்த்துக் கொடுத்திருக்கிறார்!

தெரிந்தே ஒரு பெரிய குற்றத்துக்குத் துணை போவதற்குத் தனியாகக் காரணங்கள் தேடிக்கொண்டிருக்க

முடியாது. அது ஒரு மனப்பாங்கு. வினோத விருப்பம். தமிழ் உணர்வு என்பது அந்த விருப்பத்தின் தொடக்கமாக இருந்திருக் கலாம். ஆனால் தெரியாமல் செய்துவிட்ட குற்றம் என்று அதனை வருணிப்பதை என்னால் ஏற்கவே முடியாது. தெரிந்தே செய்த குற்றம்தான். ஏன் செய்தார், எது அவரைச் செய்யத் தூண்டியது என்பதைக் காட்டிலும் செய்த காரியத்தின் பரிமாணத்தை அவர் முழுதுமாக உணர்ந்தேதான் செய்தார் என்பதைப் பார்க்க, அவரது குற்றமும் பெரிதே.

இந்திரா நகர் வீட்டில் நடைபெற்ற அதிரடிச் சோதனை, அங்கே இரண்டு விடுதலைப் புலி இளைஞர்கள் சயனைட் அருந்தி இறந்தது பற்றி செய்தித்தாள்களில் பக்கம் பக்கமாகச் செய்தி வர, கர்நாடக மாநிலம் முழுதும் மக்கள் மத்தியில் அதிர்ச்சியும் பதற்றமும் ஏற்பட்டது. நமக்குச் சம்பந்தமில்லாத யாரோ நமது மண்ணில் குற்றம் புரிந்துகொண்டிருக்கிறார்கள், நமக்கு இதனால் ஆபத்து வரும் என்கிற பயம் அவர்களிடையே பரவலாக இருந்தது.

இதன் தொடர்ச்சியாக, எங்கெல்லாம் தமிழர்கள் இருந்தார் களோ, எங்கெல்லாம் மாநிலத்தில் தமிழ்க்குரல் கேட்டதோ, அங்கெல்லாம் கன்னட மக்கள் கவனமுடனும் கூர்மையாகவும் உற்று நோக்க ஆரம்பித்தார்கள். சந்தேகத்துக்கு இடமாக எந்த நடமாட்டம் இருந்தாலும் உடனே காவல் துறைக்கு போன் செய்யத் தொடங்கினார்கள்.

இதன் தொடர்ச்சியாக மாண்டியா மாவட்டத்தில் உள்ள மூதடி என்ற கிராமத்தைச் சேர்ந்த மக்களுக்கு, சில புதிய மனிதர்கள்மீது திடீரென்று சந்தேகம் உண்டாக ஆரம்பித்தது. அவர்கள் அந்த கிராமத்துக்குப் புதிதாக வந்திருந்தவர்கள். வாடகைக்கு வீடு எடுத்து வந்து தங்கியிருந்தவர்கள். சினிமா எடுக்கிறவர்கள் என்பதாக அவர்களைப் பற்றிச் சொல்லப்பட்டிருந்தது.

அவர்களுக்கு அப்போது தெரியாது. (சி.பி.ஐக்கும் தெரியாது!) மூதடி போலவே பிரூடா என்ற கிராமத்திலும் அதே போன்ற சில புதியவர்கள் அப்போது வீடு எடுத்துத் தங்கியிருந்தார்கள். அந்தக் கிராமத்து மக்களுக்கும் அவர்கள்மீது லேசான சந்தேகம் இருந்தது.

இவர்கள் ஆகஸ்ட் 18ம் தேதி தமது சந்தேகத்தை உள்ளூர் காவல் நிலையத்தில் புகாராகப் பதிவு செய்தார்கள்.

சயனைடு மரணங்கள்

உள்ளூர் போலீசார் இந்த இரண்டு கிராமத்து வீடுகளுக்கும் பரிசோதனைக்காகச் செல்ல, அவர்கள் சற்றும் எதிர்பாராவிதமாக உள்ளே இருந்தவர்கள் சயனைட் கடித்துவிட்டார்கள். அப்போது தான் அவர்கள் விடுதலைப் புலிகள் என்பதே போலீசுக்குத் தெரியும்.

இது பலத்த அதிர்ச்சியை ஏற்படுத்தியது. மூதடியில் இருந்த வீட்டில் ஒன்பது பேர் இருந்தார்கள். பிரூடா வீட்டில் எட்டுப் பேர். ஆக, பதினேழு பேர். இவர்களுள் பன்னிரண்டு பேர் போலீசைப் பார்த்த மாத்திரத்தில் சயனைட் சாப்பிட்டு இறந்து விட, மிச்சமிருந்த ஐவரும் மருத்துவமனைக்குக் கொண்டு போகப்பட்டார்கள்.

விஷயம் பெரிதாகிவிட்டது. எத்தனை சயனைட் மரணங்கள்!

கர்நாடக காவல் துறை அதிகாரிகள் குழு உடனே மாண்டியா வுக்குச் சென்றது. விசாரணையில், அந்த இரு வீடுகளையும் வாடகைக்குப் பிடித்துக் கொடுத்தவர் தொழிலதிபர் ரங்கநாத் என்பது தெரியவந்தது.

ரங்கநாத்?

அப்போதுதான் அந்தப் பெயர் எங்கள் கவனத்துக்கே வருகிறது. தமிழ்ப் பெயர். ஆனால் இலங்கைத் தமிழர் வைத்துக்கொள்ளும் விதமாக இல்லை. தவிரவும் அவர் ஒரு தொழிலதிபர் என்று

சொல்லப்பட்டது. அவர் தொடர்புடைய ஒரு பெங்களூர் முகவரியும் கிடைத்தது. அதற்குமேல் தாமதிக்காமல் அவரது தொழிற் சாலை, புத்தனஹள்ளி வீடு என்று அடுத்தடுத்து முகவரி பிடித்து அவரை நெருங்க போலீசுக்கு அதிக அவகாசம் பிடிக்கவில்லை.

ஆனால் பெங்களூர் போலீஸ், புத்தனஹள்ளி வீட்டுக்குச் சென்ற சமயம் அவர்கள் அங்கிருந்து தப்பித்து, ரங்கநாத்தின் மனைவி மிருதுளாவின் சகோதரர் வீட்டுக்குப் போயிருந்தார்கள். அதையும் அன்றே தேடிக் கண்டுபிடித்து அன்று (ஆகஸ்ட் 18) மாலையே மிருதுளாவைப் பிடித்தார்கள். மனைவியை அங்கே விட்டுவிட்டு கோனனகுண்டேவுக்குத் தனியே புறப்பட்டுப் போன ரங்கநாத்தை உள்ளூர்ப் பெண்மணி ஒருவர் அடையாளம் கண்டு, காவல் துறையிடம் சொல்லிவிட, தப்பியோட முயன்ற அவரையும் கைது செய்தார்கள்.

ராஜிவ் கொலைவழக்கில் எங்களிடம் வாக்குமூலம் அளித்த அத்தனை பேரைக் காட்டிலும் ரங்கநாத்தின் மனைவி மிருதுளா தாமாக விரும்பி அளித்த வாக்குமூலம் என்னைப் பொருத்தவரை மிகவும் முக்கியமானது. இந்த வழக்கில் இந்தப் பெண்மணி ஒரு முக்கியமான பாத்திரம். தமது கணவரின் விருப்பத்துக்குக் கட்டுப்பட்டு, பதினாறு நாள்கள் விடுதலைப் புலிகளுக்கு அவர் அடைக்கலம் அளித்திருந்தார். போலீசைக் கண்டதும் மடை திறந்த வெள்ளம் போல் தனது மனத்தில் இருந்த அத்தனை யையும் ஒப்பித்துவிட்டார்.

வாக்குமூலங்கள் அனைத்தையும் அப்படியே உண்மையென்று எந்தக் காவல் அதிகாரியும் நம்பிவிட மாட்டார். ராஜிவ் கொலை வழக்கில் எங்களுக்கு வாக்குமூலம் அளித்த அத்தனை பேருமே ஓரளவு உண்மையையும் தாங்கள் தப்பிப்பதற்கான சாத்தியங்கள் உள்ள இடங்களை ஃபோக்கஸ் செய்யும் விதமாகவும்தான் பேசி யிருந்தார்கள். பலபேரின் வாக்கு மூலங்களைத் தனித்தனியே வாங்கும்போது ஒன்றுடன் ஒன்றை ஒப்பிட்டுப் பார்ப்போம். அனைவரது வாக்குமூலமும் பொருந்திப் போகும் இடங்களை மட்டுமே உண்மை என்பதாக எடுத்துக்கொள்வது வழக்கம். வித்தியாசங்கள் இருக்குமிடங்களை வட்டமிட்டு, திரும்பவும் துப்புறவாக விசாரிக்கத் தொடங்குவோம். இதுதான் நடைமுறை.

ஆனால் மிருதுளா அளித்த வாக்குமூலம், முற்றிலும் வேறு வகை யானது. தன் மனத்தை அரித்துக்கொண்டிருந்த ரகசியங்களை

சிவராசனும் சுபாவும் தப்பிச் சென்ற டேங்கர் லாரி

எப்படியாவது இறக்கிவைத்தால் போதும் என்கிற தவிப்புடன் அவர் பேசினார். அவரது பேச்சில் பொய் இல்லை. அது அவர் கண்ணிலேயே தெரிந்தது. சிவராசன் கூட்டத்தினரை நெருங்கு வதற்கு இறுதியில் எங்களுக்கு உதவி செய்தது மிருதுளாதான். அந்தப் பதினாறு நாள் நரக அனுபவம் குறித்து அவர் விவரித்த தகவல்கள்தாம்.

நடந்ததை இப்படி வரிசைப்படுத்தலாம்:

பெங்களூரில் விடுதலைப் புலிகள் தங்குவதற்கும் சிகிச்சை எடுப்பதற்கும் சில மறைவிடங்கள் வேண்டியிருந்தன. அதனை ஏற்பாடு செய்வதற்காக அலைந்துகொண்டிருந்த சமயம், ரங்கநாத்தைப் பற்றி உள்ளூர் திராவிடர் கழகப் பிரமுகர்கள் சிலர் மூலம் சுரேஷ் மாஸ்டருக்குத் தெரியவந்திருக்கிறது.

நலிந்த தொழிலதிபர் ரங்கநாத். பணத்தேவையால் அல்லாடிக் கொண்டிருந்த ரங்கநாத். தமிழர். தவிரவும் தமிழ் உணர்வாளர். எனவே அவரை நெருங்கவும் உதவி கோரவும் பெரிய சிரமங்கள் இருக்கவில்லை.

ரங்கநாத்துக்கு புத்தனஹள்ளியில் ஒரு வீடும் கோனனகுண்டே வில் ஒரு வீடும் இருந்தன. புத்தனஹள்ளி வீட்டைத்தான் சிவராசன் குழுவினர் தங்குவதற்கு அவர் அளித்திருந்தார். மிருதுளாவுக்கு இது பிடிக்கவில்லை. ஆனாலும் கணவரின் வற்புறுத்தலால் பேசாமல் இருந்திருக்கிறார்.

அந்த வீடுகள் போதாமல், மாண்டியாவில் மலைப்பகுதியில் வேறு இரண்டு வீடுகள் எடுக்கவும் ரங்கநாத் முன்னின்று ஏற்பாடு செய்திருக்கிறார்.

இந்த வீடுகளில் பல விடுதலைப் புலிகள் வந்து தங்க ஆரம்பித் தார்கள். சென்னையிலிருந்து வெளியேற வழி தேடிக்கொண் டிருந்த சிவராசனையும் சுபாவையும் ஒரு டேங்கர் லாரியில் ஒளித்துவைத்து பெங்களூருக்கு அனுப்ப ஆவன செய்த திருச்சி சாந்தன், அவர்களை இந்த ரங்கநாத்தின் புத்தனஹள்ளி வீட்டில்தான் தங்க வைத்திருந்தார். (ஏற்பாடுகள் செய்தது, சுரேஷ் மாஸ்டர்.)

வீட்டுக்கு வரும்போது ரங்கநாத்துக்கு அவர்கள் சிவராசன், சுபா என்பது தெரியாது. அதாவது ராஜிவ் கொலையாளிகள் என்பது தெரியாது. ஆனால் பேப்பரில் புகைப்படங்கள், தொலைக்காட்சி செய்திகள் பார்த்தபிறகு, கொலையாளிகளுக்கு அடைக்கலம் கொடுத்திருக்கிறோம் என்கிற மெல்லிய பதற்றம் உருவாகியிருக் கிறது. அவரது மனைவி மிருதுளாவுக்கு இது முற்றிலும் பயத்தை யும் கலவரத்தையும் கொடுத்திருக்கிறது. அவர்களை உடனே வெளியேறச் சொல்லி அவர் தம் கணவரிடம் கேட்க, அவர் ஏதேதோ சொல்லி, சமாதானப்படுத்தியிருக்கிறார்.

இந்திரா நகர் வீட்டில் நடந்த சோதனையின் தொடர்ச்சியாக, செய்தி வெளியே வந்துவிட, சிறப்புப் புலனாய்வுக்குழு பெங்களூருக்கு மோப்பம் பிடித்துக்கொண்டு வந்துவிட்ட விஷயம் ரங்கநாத்துக்குப் புரிந்துவிட்டது. மாண்டியா கிராமத்தில் நிகழ்ந்த பன்னிரண்டு சயனைட் மரணங்களை மறுநாள் பேப்பரில் படித்ததுமே அவருக்குத் தீர்மானமாகிவிட்டது.

எப்படியும் மாட்டிக்கொள்வோம். 'அவர்கள் மோப்பநாய் மாதிரி நம்மைத் துரத்துகிறார்கள். இங்கும் வந்துவிடுவார்கள். உடனே புறப்படவேண்டும்' என்று மிருதுளாவிடம் சொல்லிவிட்டுத்

தான் புத்தனஹள்ளி வீட்டிலிருந்து கிளம்பி, கோனனகுண்டே வீட்டுக்குப் போயிருக்கிறார்கள்.

முன் தினம் வரை அவர்கள் புத்தனஹள்ளியில் சிவராசன் குழுவினர் தங்கியிருந்த வீட்டில்தான் இருந்திருக்கிறார்கள். விஷயம் கைமீறிக்கொண்டிருக்கிறது என்பது அனைவருக்கும் புரிந்திருந்தது. மிருதுளாவால் ஏதாவது பிரச்னை வரலாம் என்று சிவராசனுக்குத் தெரிந்திருந்தது. உடல்நலம் சரியில்லாமல் இருந்த அவரை (மிருதுளாவுக்கு ஆஸ்துமா தொந்தரவு) மருத்துவமனைக்குப் போகக்கூட அனுமதிக்கமாட்டேன் என்று சிவராசன் கூறியிருக்கிறார்.

ரங்கநாத், தாம் பார்த்துக்கொள்வதாகச் சொல்லித்தான் மிருதுளாவை வெளியே அழைத்துச் சென்றிருக்கிறார். மருத்துவ மனைக்குப் போய்விட்டு அங்கிருந்து புத்தனஹள்ளி வீட்டுக்கு அவர்கள் செல்ல, அதற்குள் மாண்டியா சம்பவம் தெரிந்துவிட்ட படியால் கோனனகுண்டேவில் வாடகைக்கு எடுத்த புதிய வீட்டுக்குப் போகும்படியானது.

நடந்தது இதுதான். கர்நாடகக் காவல் அதிகாரிகள் மிருதுளா விடம், இப்போது சிவராசனும் சுபாவும் எங்கே இருக்கிறார்கள் என்று கேட்டார்கள்.

'கோனனகுண்டே வீட்டில்தான் இருக்கிறார்கள். என்னோடு வந்தால் காட்டுகிறேன்!' என்று அவர் சொன்னார்.

அந்த ஆகஸ்ட் 18ம் தேதி இரவை மறக்கவே முடியாது. ஒரே ஒரு போலீஸ் ஆபீசரை மட்டும் ஒரு வாடகை காரில் அழைத்துக் கொண்டு மிருதுளா கோனனகுண்டேவுக்குச் சென்றார். சிவராசன் பதுங்கியிருந்த வீட்டுக்குப் பக்கத்தில் இருந்த இன்னொரு வீட்டின் பாத்ரூமிலிருந்து அந்த அதிகாரி பார்த்தார்.

மே 21ம் தேதி இரவு தப்பித்துக் காணாமல் போன சிவராசன், சுபா மட்டுமல்லாமல் நேரு என்கிற இன்னொரு விடுதலைப் புலி உறுப்பினர், சுரேஷ் மாஸ்டர், ரங்கன், அம்மன், ஜமுனா ஆகியோரும் அந்த வீட்டில்தான் அப்போது இருந்தார்கள்!

29

காரணமற்ற தாமதங்கள்

*ரா*ஜிவ் கொலை புலன் விசாரணையின்போது நடைபெற்ற சயனைட் மரணங்கள் அனைத்தும் வேகம் மற்றும் விவேகமின்மையால் ஏற்பட்டவை. எங்களிடம் என்.எஸ்.ஜி. கமாண்டோக்கள் இருந் தார்கள். எந்த வித அபாயகரமான கட்டத்திலும் துணிந்து பாய்ந்து சென்று போரிட வல்லவர்கள். புலிகளிடம் சயனைட் இருக்கிறது என்பது நன்கு தெரிந்த பிறகு, வீட்டை முற்றுகையிட்டு, தக்க தருணத்துக்காகக் காத்திருப்பது என்பது எப்பேர்ப் பட்ட அபத்தம்!

இது ஏற்கெனவே பல சமயம் நிரூபணமாகியும் இருக்கிறது. கோயமுத்தூரில் டிக்சன் சயனைட் சாப்பிட்டு இறந்தபோதே உஷாராகியிருக்க வேண்டும். அதன்பிறகு இந்திரா நகர் வீட்டில் இரண்டு பேர். திரும்பவும் மாண்டியாவில் பன்னிரண்டு பேர்.

இத்தனைக்குப் பிறகும் கோனனகுண்டேவில் சிவராசனையும் சுபாவையும் உயிருடன் பிடிக்க முடியாமல் போனதற்கு அதிகாரிகளின் மெத்தனமும் தயக்கமுமே அடிப்படையான காரணம். ஆயிரம் நியாயங்கள் சொல்லி உண்மையை மூடி மறைக் கலாம். ஆனால், எதையும் சாதிக்கவல்ல பயிற்சி

பெற்ற கமாண்டோக்களை வைத்துக்கொண்டு, அவர்களுக்கு உத்தரவு கொடுக்காமல் சும்மா வீட்டுக்கு வெளியே வேடிக்கை பார்த்துக்கொண்டிருக்க வைத்ததை மன்னிக்கவே முடியாது!

சிவராசனின் மரணம் மட்டும் நிகழாதிருந்திருந்தால் ராஜிவ் படுகொலை பற்றி மட்டுமல்ல. தமிழகத்தில் எல்.டி.டி.ஈயின் முழுமையான நெட் ஒர்க் குறித்து சி.பி.ஐக்கு ஏராளமான தகவல்கள் கிடைத்திருக்கும். ஒரு மிகப்பெரிய வாய்ப்பு கை நழுவிப் போனது என்கிற வருத்தம் என்னைப் போன்ற புலனாய் வாளர்கள் அத்தனை பேருக்குமே அன்று இருந்தது!

ஆனால் நாங்கள் ஒன்றும் செய்ய இயலாதவர்கள். மேலதிகாரிகள் சொல்வதை மட்டுமே செய்ய வேண்டும். அவர்கள் பேசுவதை அப்படியே கேட்டுக்கொள்ளவேண்டும். ராஜிவ் படுகொலைச் சம்பவத்துக்குப் பிறகு சிவராசன் மரணம் வரை - சுமார் மூன்று மாத காலம் வீடு, குடும்பம், உறக்கம், ஓய்வு, உணவு என்று எதுவுமில்லாமல் இரவு பகலாகத் தேடுதலும் புலன் விசாரணையும் மட்டுமே வாழ்க்கையாக இருந்தவர்கள் நாங்கள். சிவராசன் உயிருடன் அகப்பட்டிருந்தால், அதுதான் எங்கள் பணிக்கு மாபெரும் பரிசாக இருந்திருக்க முடியும்.

பேசிப் பயனில்லை. நடந்தது என்னவென்று உலகுக்குத் தெரியும்!

சிவராசன் குழுவினர் அந்த வீட்டில்தான் இருக்கிறார்கள் என்பது உறுதியானதும் சி.பி.ஐயும் கறுப்புப் பூனைப் படையினரும் கோனனகுண்டேவுக்கு விரைந்தனர். டெல்லி மேலிடங் களுக்கும் செய்தி சொல்லப்பட்டது. இதுதான் இடம். இதுதான் இறுதிநாள். இன்று, அல்லது என்றுமில்லை!

நாங்கள் மிகவும் எச்சரிக்கையாக இருந்தோம். முந்தைய தவறுகள் ஏதும் இந்த முயற்சியில் திரும்ப ஏற்படக்கூடாது என்பது ஒருபுறமிருக்க, உள்ளே இருப்பவர்களைக் குறைத்து எடை போட்டுவிடக்கூடாது என்பதிலும் கவனமாக இருந்தோம்.

சிவராசனிடம் ஆயுதங்கள் இருந்தன. அவர் ஏகே 47 வைத் திருந்தார். ஒரு பிஸ்டலும் வைத்திருந்தார். தவிரவும் உடனிருக் கும் மற்றவர்களிடம் வேறு ஆயுதங்கள் இருக்கக்கூடும். என்ன வென்று நமக்கு முழுமையாகத் தெரியாத போது, மாண்டியாவில் நடந்தது போல அதிரடி நிகழ்த்தி, அவர்கள் சயனைடு சாப்பிடுவார்கள், ஆஸ்பத்திரிக்குத் தூக்கிச் செல்லலாம் என்று

கோனனகுண்டே மறைவிட வீடு

மட்டுமே எண்ணிக்கொண்டு போகமுடியாது. சயனைட் அருந்து வதற்குமுன்னால் அவர்களைப் பிடிக்க வேண்டும். போலீஸ் தரப்பிலும் அவர்கள் தரப்பிலும் சேதாரங்களையும் தவிர்க்க வேண்டும்!

காத்திருந்தோம். எந்தக் கணமும் அதிரடியாக உள்ளே நுழை வதற்கு கறுப்புப் பூனைகளும் தயாராக இருந்தார்கள். ஆனால் அப்படியான அதிரடி முயற்சிகள் ஏதும் வேண்டாம் என்று டெல்லியிலிருந்து தகவல் வந்தது!

எங்களுக்கு அதிர்ச்சியாக இருந்தது. வேறென்ன செய்ய வேண்டு மென்று எதிர்பார்க்கிறார்கள்? அன்பாகப் பேசி வெளியே வரச் சொல்லவா? அல்லது சாகும்வரை காத்திருந்துவிட்டு, பிறகு உள்ளே புகுந்து பிணத்தை எடுத்து வரவா?

மிருதுளாவை உள்ளே அனுப்பி முதலில் பரிசோதனை செய்து பார்க்கலாம் என்று ஒரெண்ணம் தோன்றியது. ஆனால் வேண்டாம் என்று விட்டுவிட்டோம். ஒருவேளை போலீஸ் வந்திருக்கும் விஷயம் சிவராசனுக்குத் தெரிந்திருக்குமானால், மிருதுளாவை அவர் பிணைக்கைதியாகப் பிடித்துவிடக் கூடும். வேறேதேனும் வகையில் உயிர்ச்சேதம் இல்லாமல் அவர்களை மயக்கமடைய வைத்து, பிறகு பிடிக்க முடியுமா என்றெல்லாம் ஆலோசித்

தார்களே தவிர, அதிரடிப்படையை உடனே உபயோகிக்கும் எண்ணமே மேலதிகாரிகளுக்கு இல்லை.

இது மிகவும் பொறுமையைச் சோதிப்பதாக இருந்தது. இரவு முழுவதும் அந்த வீட்டைச் சுற்றி வெறுமனே நின்றுகொண் டிருந்தோம். உள்ளே துளி சத்தமும் இல்லை. ஆள்கள் இருப்பது எங்களுக்குத் தெரியும். ஆனால் அவர்கள் மிகவும் கவனமாகவே இருந்தார்கள். வெளியே கேட்கிற ஒவ்வொரு சத்தத்தையும் அசைவையும் அவர்கள் கவனிக்கக்கூடும் என்று நினைத்தோம். ஏற்கெனவே, சின்ன சாந்தன் கைதாகி, அளித்த வாக்குமூலத்தில், யாராவது ஒருவர் காவலுக்கு நில்லாமல் சிவராசன் தூங்க மாட்டார் என்று சொல்லியிருந்தார். எனவே அசம்பாவிதங்கள் இன்றி இந்த ஆப்பரேஷன் முடியவேண்டுமே என்று கவலை யாக இருந்தது.

மாலை நேரம் அந்தச் சாலை வழியே சென்ற ஒரு டிரக் வண்டி பழுதாகி நின்றது. உள்ளே இருந்த ஆள்கள் கீழே இறங்கி னார்கள். அதனால் ஏற்பட்ட சிறு சலசலப்பில், அந்த வீட்டுக்குள் இருந்த சிவராசன் குழுவினர் விழித்துக்கொண்டார்கள். உடனே சரமாரியாகச் சுடத் தொடங்கினார்கள்.

சுமார் அரைமணிநேரம் இந்தத் துப்பாக்கிச் சூடு நீடித்தது. கறுப்புப் பூனைப் படைகளும் திரும்பச் சுட்டார்கள். இதற்குள் டெல்லியில் இருந்து இன்னும் கொஞ்சம் சிறப்பு அதிரடிப்படை வீரர்களை அனுப்பிவைத்திருப்பதாகச் செய்தி வந்தது! எதற்கு? புரியவில்லை. தாக்குதல் வேண்டாம் என்று உத்தரவிட்டுவிட்டு வீரர்களை அனுப்பும் லாஜிக் சுத்தமாகப் புரியவில்லை.

ஆனால் தாக்கவேண்டியது எங்களுக்குக் கட்டாயமாகிப் போனது. தற்காப்புக்காக மேற்கொள்ளப்பட்ட அந்த எதிர்த் தாக்குதலில் இரண்டு அதிரடிப் படை வீரர்களுக்கு குண்டடி பட்டது. டாக்டர், சயனைட் முறியடிப்பு மருந்து, ஆம்புலன்ஸ் என்று சகல ஏற்பாடுகளும் அந்தப் பத்தொன்பதாம் தேதி காலை வேளையில் அந்த வீட்டு வாசலுக்கு வந்துவிட்டன.

அதுவரை ஒலித்துக்கொண்டிருந்த குண்டுச்சத்தம் அப்போது அடங்கிவிட்டது. இதற்குமேல் காத்திருக்க வேண்டாம் என்று முடிவு செய்து அதிரடிப் படையினரை உள்ளே போகக் கேட்டுக் கொண்டோம். டெல்லியிலிருந்து வந்திருந்த என்.எஸ்.ஜி. கமாண்டோ படையினர் அவர்கள்.

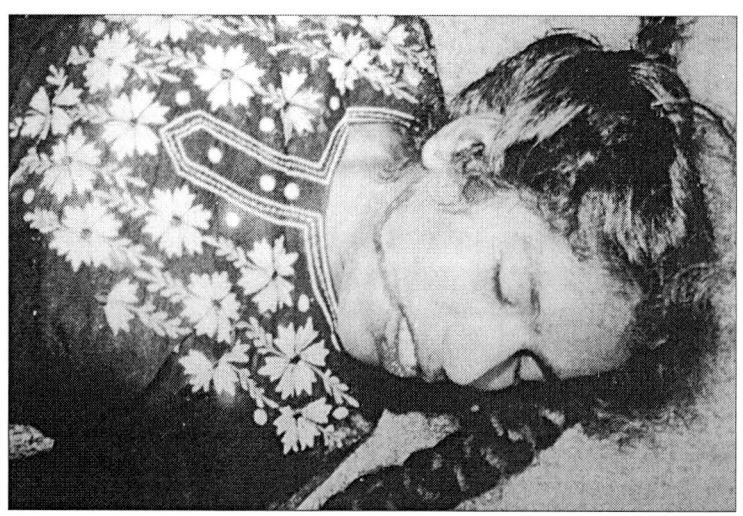

சுபா - சயனைடு தற்கொலை

யாருக்கும் நம்பிக்கை இல்லை. இது பிழை. பெரும்பிழை. ஒரு முழு இரவு அவர்களுக்கு அவகாசம் கொடுத்து, காலை விடிகிற நேரம் கதவைத் தட்டுவதை என்னவென்று சொல்ல? உடன் இருந்த கமாண்டோக்களை, அவர்களது திறமையை எங்கள் அதிகாரிகளே நம்பாத அபத்தம் அது.

வேறு வழியில்லாமல் இறுதிக்கட்ட நடவடிக்கையை அன்று காலை எடுக்க, வீட்டை உடைத்து உள்ளே சென்றபோது பிணங்களே எங்களை வரவேற்றன.

சிவராசன், சுபா, நேரு, சுரேஷ் மாஸ்டர், டிரைவர், அம்மன் மற்றும் ஜமுனா என்கிற ஏழு பேரின் உடல்கள் அங்கே கிடந்தன. ஆறு பேர் சயனைட் அருந்தி உயிர்விட்டிருக்க, சிவராசன் தன் நெற்றிப்பொட்டில் சுட்டுக்கொண்டு இறந்திருந்தார்!

அதிர்ச்சி என்று சொல்லமாட்டேன். அந்த இரவு முழுவதும் நாங்கள் வெறுமனே அந்த வீதியில் காத்திருக்க நேர்ந்தபோதே இதுதான் நடக்கப்போகிறது என்பது தெரிந்துவிட்டது. என்ன காரணம் என்று தெரியாமலேயே நடவடிக்கை எடுக்க முடியாமல் கைகட்டி நின்றிருந்த அவலத்தை நொந்துகொள்வதைத் தவிர வேறு வழியில்லை.

ஆனால் ஒரு திருப்தி இருந்தது. 'இந்திய போலீஸ் முடிந்தால் கொலையைச் செய்தது யாரென்று கண்டுபிடிக்கட்டும்' என்று

லண்டனில் உட்கார்ந்துகொண்டு அறிக்கை விட்டாரே கிட்டு! அதை நாங்கள் செய்தோம். வெற்றுப் பலகை போல் இருந்த வழக்கில் ஆரம்பமே எதுவென்று தெரியாமல் தேடத் தொடங்கி, மூன்று மாத காலத்துக்குள் கொலைக் குற்றத்தில் சம்பந்தமுள்ள அத்தனை பேரையும் - ஒருவர் விடாமல் (சிவராசன் மரணத் துக்குப் பிறகு ரங்கன், சுசீந்திரன், அறிவு, இரும்பொறை, என்று பலபேரை அடுத்தடுத்துப் பிடித்துவிட முடிந்தது. ஏற்கெனவே பிடிபட்டு விசாரணையில் இருந்தவர்கள், 'ரிசர்வ்' செய்து வைத் திருந்த தகவல்களையும் அதன்பின் ஒவ்வொன்றாக வெளியிடத் தொடங்கிவிட்டிருந்தார்கள். திருச்சி சாந்தனின் இருப்பிடத்தை ஒருவழியாக ரங்கன் மூலம் பிடித்து, அவரைப் பிடிக்கச் சென்று முடியாமல் அவர் சயனைட் அருந்தி உயிர் விட்டார்) சட்டத்தின் முன் கொண்டு நிறுத்தினோம்.

சில சயனைட் மரணங்களைத் தடுத்திருக்கலாம். அதிகாரிகளின் மெத்தனத்தாலும் தயக்கத்தினாலும் அது மட்டும் முடியாமல் போய்விட்டது.

ஒரு மாபெரும் தலைவரின் படுகொலை வழக்கை விசாரிக்கச் சென்று, நமது அரசு இயந்திரம் செயல்படும் விதத்தினை முழுமை யாகப் புரிந்துகொள்ள அது ஒரு பெரிய வாய்ப்பாக அமைந்தது என்னைப் பொருத்தவரை முக்கியமான விஷயம்தான்!

காவல் துறை என்கிறோம், உளவுத்துறை என்கிறோம், அதிரடிப் படை என்கிறோம். சர்வ வல்லமை பொருந்திய சட்டம் என்கிறோம். நீதி, நேர்மை, வாய்மை என்று என்னென்னவோ சொல்கிறோம். ஆனால் அனைத்துத் தளங்களிலும் சீராக்கப்பட வேண்டிய அம்சங்கள் ஆயிரம் ஆயிரம் உள்ளன என்னும் பேருண்மை எனக்கு இந்த வழக்கின்மூலம் தெரியவந்தது.

நமது நாட்டுக்கு அந்நிய சக்திகள் மூலம் உள்ள அபாயங்களைக் காட்டிலும் நம்மிடத்திலேயே உள்ள அபாயங்கள் அதிகம். இந்த ஒரு வழக்கை மட்டும் உதாரணமாக எடுத்துக்கொள்வோம். எத் தனை எத்தனை சிடுக்குகள்! புலன் விசாரணையின்போதும் சரி, பின்னால் வழக்கு நீதிமன்றத்துக்குச் சென்றபோதும் சரி. ராஜிவ் கொலை வழக்கின் தலைமைப் புலனாய்வு அதிகாரி என்னும் முறையில் எனக்கு வழக்கு சுத்தமாக முடிந்த திருப்தியைக் காட்டி லும், முடிந்தபின் மனத்தில் மேலோங்கிய கசப்புகளே அதிகம்.

விவரித்துத் தீராதவை அவை.

30

இனி பேசலாம்!

ராஜிவ் கொலை வழக்கு தொடர்பான விசாரணை களுக்கு இரண்டு கமிஷன்கள் அமைக்கப்பட்டது நினைவிருக்கலாம். முதலாவது, வர்மா கமிஷன். அதன்பின் ஜெயின் கமிஷன்.

வர்மா கமிஷன் நியமிக்கப்பட்டபோது முதலில் பாதுகாப்புக் குளறுபடிகள் பற்றியும் சதித்திட்டம் பற்றியும் விசாரிக்கப்படும் என்று சொல்லப் பட்டது. ஆனால் நீதிபதி வர்மா, தன்னால் சதித் திட்டம் குறித்த விசாரணைகளை உடனடியாக மேற் கொள்ள முடியாது என்று சொல்லிவிட்டார். காரணம், புலன் விசாரணை அப்போது நடை பெற்றுக்கொண்டிருந்தது. அது முடியாமல் சதித் திட்டம் குறித்த விசாரணையை முழுமையாக மேற்கொள்ள முடியாது என்று சொல்லிவிட்டார்.

எனவே பாதுகாப்புக் குளறுபடிகள் பற்றி மட்டும் வர்மா கமிஷன் விசாரிக்கும்படி அரசாங்கத்தின் உத்தரவு திருத்தி அனுப்பப்பட்டது. அதன்படியே வர்மா கமிஷன் பாதுகாப்புக் குளறுபடிகள் குறித்து மட்டும் விசாரிக்கத் தொடங்கியது.

இந்த கமிஷனில் இந்திய உளவுத்துறைத் தலைவர் முதற்கொண்டு பலபேர் சாட்சி சொல்லியிருக்

கிறார்கள். பல அதிமுக்கிய ஆவணங்கள் தாக்கல் செய்யப் பட்டிருக்கின்றன. அவற்றில் ஒன்று, ஐ.பியின் தலைவராக இருந்த எம்.கே. நாராயணன் மே 22 அன்று பாரதப் பிரதமருக்கு நேரடியாக அனுப்பிய ஒரு கடிதம்.

அக்கடிதத்தில் எம்.கே. நாராயணன், 'எங்களுக்கு ஒரு வீடியோ கேசட் கிடைத்திருக்கிறது. ஸ்ரீபெரும்புதூர் சம்பவம் நிகழ்ந்த அன்று எடுக்கப்பட்ட அந்த வீடியோ கேசட்டை நாங்கள் ஆராய்ந்துகொண்டிருக்கிறோம். விரைவில் அது பற்றிய தகவல் களை அளிக்கிறோம்' என்று குறிப்பிட்டிருக்கிறார்.

ஆனால் வர்மா கமிஷன் விசாரணைகள் முடிகிறவரை, சி.பி.ஐயின் புலன் விசாரணைகள் முழுவதுமே முடிகிற வரை அப்படி எந்த ஒரு வீடியோ கேசட்டையும் ஐ.பி. வெளியிடவேயில்லை. ராஜிவ் கொலைவழக்கின் தலைமைப் புலனாய்வு அதிகாரி என்னும் முறையில் இது பற்றி என்னால் உறுதியாகச் சொல்ல முடியும். அப்படி ஒரு வீடியோ கேசட் ஐ.பியின் வசம் அப்போது கிடைத்திருக்குமானால், அது விசாரணைக்கு மிக முக்கிய ஆதாரமாக உதவி செய்யக்கூடியதாக இருக்குமானால் எங்களுக்கு அனுப்பப்பட்டிருக்க வேண்டும்.

ஆனால் இறுதிவரை அந்த கேசட் வரவேயில்லை. சற்று யோசித்துப் பாருங்கள். கொலை வழக்கு விசாரணையைத் தொடங்கும்போது ஹரி பாபு எடுத்த புகைப்படங்கள் தவிர எங்களுக்கு வேறு எந்த ஆதாரமும் கிடையாது. இருட்டில்தான் நடக்கத் தொடங்கியிருந்தோம். ஐ.பி. தலைவர் குறிப்பிட்ட கேசட்டை எங்களுக்குத் தந்திருந்தால் ஒரு சிறு வெளிச்சம் புலப் பட்டிருக்கலாம் அல்லவா?

அன்றிரவு ஏழரை மணியிலிருந்து பத்து மணி வரை சிவராசன் குழுவினர் அந்தப் பொதுக்கூட்ட மைதான வளாகத்தில்தான் சுற்றிக்கொண்டிருந்திருக்கிறார்கள். யார் யார் இருக்கிறார்கள், அவர்கள் யாருடன் பேசுகிறார்கள் என்பது அந்த கேசட்டில் பதிவாகியிருந்தால் அது வழக்கைத் தொடங்க எத்தனை உதவியாக இருந்திருக்கும்!

எங்கள் விசாரணையில் தணு, லதா கண்ணனுடன் சென்று லதா பிரியகுமாருடன் பேசினார், அவர் மூலமாகத்தான் மாலையிட அனுமதியே கிடைத்தது என்று தெரிந்திருந்தது. பின்னால் நாங்கள் விசாரித்துத் தெரிந்துகொண்ட இந்த விஷயத்தை அந்த

கேசட் ஒருவேளை உள்ளங்கைக் கனி ஆதாரமாகக் காட்டியிருக்க லாமல்லவா? சிவராசனும் மற்றவர்களும் சம்பவ இடத்தில் யார் யாருடன் பேசினார்கள், எப்படி அனுமதி கிடைத்தது அவர் களுக்கு என்பதையெல்லாம் அந்த கேசட் அவசியம் சுட்டிக் காட்டியிருக்கும்.

ஆனால் அது சி.பி.ஐயிடம் கிடைத்தால் மரகதம் சந்திர சேகருக்கும் அவரது குடும்பத்தாருக்கும் பிரச்னை வரும் என்று கருதி முழுப்பூசனியை மறைத்துவிட்டது ஐ.பி. இறந்த தலை வரைவிட இருக்கும் பிரமுகர்கள் முக்கியமாகிவிடுகிறார்கள்.

வர்மா கமிஷன் விசாரணைகள் முடிந்து, பாதுகாப்பு ஏற்பாடுகள் படுமோசம், அதைவிட உளவுத்துறையின் செயல்பாடுகள் மோசம் என்பது அறிக்கையாக எழுதப்பட்டு இந்திய அரசுக்கு அனுப்பிவைக்கப்பட்ட பிறகு, முறைப்படி உளவுத்துறை அதிகாரிகள் மீது நடவடிக்கை எடுக்க ஒரு வழக்கு பதிவு செய்யப் பட்டது.

1995ம் ஆண்டு இந்த வழக்கை விசாரிக்கும் பொறுப்பையும் அரசு சி.பி.ஐயின் சிறப்புப் புலனாய்வுப் பிரிவின் வசமே ஒப்படைத்தது. முன்னதாக, பாதுகாப்புக் குளறுபடிகளுக்காக மாநில போலீசார் மீது விசாரணை மேற்கொண்டு, சம்பந்தப்பட்ட தமிழக போலீஸ் அதிகாரிகள் மீதான நடவடிக்கை எடுக்கப்பட்டிருந்தது.

உளவுத்துறை அதிகாரிகள் மீதான விசாரணையை மட்டும் சி.பி.ஐ மேற்கொள்ள உத்தரவிடப்பட்டு, வழக்கு எஸ்.பி. அளவிலான ஓர் அதிகாரியின் பொறுப்பில் விடப்பட்டது. (பொதுவாக டி.எஸ்.பி. அளவிலான விசாரணைகள்தான் நடக்கும்.)

ஆனால், அந்த விசாரணை என்ன ஆனது, யார் யார் விசாரிக்கப் பட்டார்கள், விசாரணையில் என்ன தெரிந்தது, என்ன முடிவெடுத்தார்கள், விசாரணை முடிவு அரசுக்கு அனுப்பப் பட்டதா எதுவும் தெரியாது! சொல்லப்போனால் அந்த கேஸ் டயரிகளே இன்று இருக்குமா என்பது சந்தேகம்.

அந்த விசாரணை ஒழுங்காக நடந்திருக்குமானால் உளவுத்துறை அதிகாரிகள் எங்கெங்கே கோட்டை விட்டார்கள், எதனால் ஸ்ரீபெரும்புதூர் சம்பவம் குறித்த ஒரு சிறு தகவல்கூட உளவுத்துறைக்கு முன்கூட்டித் தெரியாமல் போனது என்று ஆரம்பித்து அனைத்து வினாக்களுக்கும் விடை வந்திருக்கும்.

ஆனால் எம்.கே. நாராயணன் தொடங்கி, அத்தனை ஐபி அதிகாரி களையும் 'காப்பதற்காக'வே அவதரித்த மாதிரி சிறப்புப் புலனாய்வுப் பிரிவின் தலைமை இந்த வழக்கில் நடந்து கொண்டு, மூடி மறைத்துவிட்டது. இதன்மூலம் சில தனி நபர்கள் காக்கப்பட்டிருக்கலாம். ஆனால் தேசத்துக்கு எத்தனை இழுக்கு?

இந்த ஒரு விவகாரம் என்றில்லை. ராஜீவ் கொலை வழக்கை விசாரித்துக்கொண்டிருந்த காலம் முழுதும் இம்மாதிரியான பல சம்பவங்களை நான் எதிர்கொண்டேன். முன்பே குறிப்பிட்ட பத்மநாபா கொலை வழக்கை மீண்டும் நினைவுகூர்வோம்.

சின்ன சாந்தன் பிடிபட்ட பிறகுதான் அந்த வழக்கின் முழு வடிவம் வெளிச்சத்துக்கு வந்தது. கொலை நடந்த சமயம் தமிழ்நாடு போலீஸ் 'விசாரித்து முடித்து' அதைக் கிட்டத்தட்ட ஓரம் கட்டிவிட்டிருந்தார்கள். சின்ன சாந்தன் அளித்த தகவல் களின் அடிப்படையில் சி.பி.ஐ. மேற்கொண்டு அதைத் துப்புத் துலக்கியிருக்குமானால் இன்னும் பல விஷயங்கள் வெளிச்சத் துக்கு வந்திருக்கும்.

ஆனால் அந்த வழக்கைத் தமிழ்நாடு போலீஸே பார்த்துக் கொள்ளட்டும் என்று கார்த்திகேயன் சொல்லிவிட்டார். ஒரே காரணம், வழக்கை சி.பி.ஐ. எடுத்தால் அன்றைய உள்துறைச் செயலர் நாகராஜன் தொடங்கி, தி.மு.க. தலைவர் கருணாநிதி வரை விசாரிக்க வேண்டியிருந்திருக்கும். பொதுமக்கள் எதிர் பார்த்திராத பல அதிர்ச்சிகரமான உண்மைகள் வெளியே வந்திருக்கும். நமக்கெதற்கு வம்பு? விட்டுவிடலாம். தமிழ்நாடு போலீசே பார்த்துக்கொள்ளட்டும்!

சிறப்புப் புலனாய்வுப் பிரிவின் தலைவராக இருந்த கார்த்திகேயன் அன்றைக்குப் பிரதமர் நரசிம்மராவ் தொடங்கி பல அமைச்சர்கள், மிக உயர் அதிகாரிகள் வரை எளிதில் அணுகக்கூடியவராகவும் பழகக்கூடியவராகவும் இருந்தார். அவர் மனம் வைத்தால் எந்த வழக்கையும் எடுக்கலாம், முடிக்கலாம். அவரது பணியில் குறுக்கிட ஒருத்தர் என்றால் ஒருத்தரும் கிடையாது. இதனை என்னால் நிச்சயமாகச் சொல்லமுடியும். சி.பி.ஐயின் இயக்குநரே கார்த்திகேயன் விஷயங்களில் தலையிட மாட்டார்.

அப்படி இருந்தும் அவர் பல வழக்குகளில் பட்டும் படாமலும் நடந்துகொண்டது, சி.பி.ஐ. எடுத்திருக்க வேண்டிய வழக்கு

களை வேண்டுமென்றே தவிர்த்தது, தமிழ்நாட்டு அரசியல்வாதிகளின் கசப்புக்கு ஆளாகாதிருப்பதே முக்கியம் என்று நினைத்ததை என்னால் ஜீரணிக்கவே முடியவில்லை. நான் உள்பட அன்று சிறப்புப் புலனாய்வுக் குழுவில் பணியாற்றிய அத்தனை பேரும் அவருக்குக் கீழே இருந்தவர்கள். எங்கள் அபிப்பிராயங்களைச் சொல்ல முடியுமே தவிர, அவரை நிர்ப்பந்தம் செய்ய முடியாது. எந்த விஷயத்திலும் அவர் சொல்வதுதான் இறுதி என்றிருந்தது.

நான் முன்னர் குறிப்பிட்ட விசாகப்பட்டணம் கப்பல் வழக்கை சி.பி.ஐ. கையில் எடுத்ததையும், அதே போன்றதொரு விடுதலைப் புலிகளின் கப்பல் ஒன்று தமிழகக் கடல் எல்லைக்கு வந்து பிடிபட்டபோது கண்டுகொள்ளாமல் விட்டதையும் இங்கே நினைவுகூரலாம்.

இவை ஒருபுறமிருக்க, நீதிபதி வர்மா, சதித்திட்டம் குறித்த விசாரணைகளைத் தன்னால் செய்ய முடியாது என்று சொல்லி விட்ட பிறகு அதற்காக நியமிக்கப்பட்ட ஜெயின் கமிஷனுக்குத் தேவையான அனைத்துத் தகவல்களையும் தந்து உதவ வேண்டிய பொறுப்பு, சிறப்புப் புலனாய்வுக் குழுவுக்கு இருந்தது.

ஏனென்றால் ராஜிவ் கொலை வழக்கைப் பொருத்தவரை, சிறப்புப் புலனாய்வுக் குழுதான் இன்வெஸ்டிகேடிங் ஏஜென்சி. ஜெயின் கமிஷன் என்பது அரசாங்கத்தால் நியமிக்கப்பட்ட ஒரு விசாரணை கமிஷன். முறைப்படி, நாங்கள் விசாரணையில் கண்டுபிடித்த விவரங்கள் அனைத்தையும் கமிஷனிடம் சமர்ப்பிப்பதுதான் முறை.

அப்படித்தான் நடந்துகொண்டிருப்பதாக நான் நினைத்துக் கொண்டிருந்தேன். ஆனால் நடந்ததே வேறு. புலன் விசாரணையில் தெரியவந்த அனைத்து விஷயங்களையும் கமிஷனுக்கு சிறப்புப் புலனாய்வுக் குழுவின் தலைவர் அனுப்பிவைக்கவேயில்லை. இதற்குச் சாதகமாக தடா கோர்ட்டில், வழக்கின் முக்கிய ஆதாரங்களை வெளியே கொடுக்கக்கூடாது என்று ஒரு வழக்குத் தொடர்ந்து தீர்ப்பு வாங்கியிருந்ததை சாதகமாக்கிக் கொண்டுவிட்டார்கள்.

தடா சட்டத்தில் ஒரு பிரிவு (பிரிவு 16) உண்டு. அதிகாரபூர்வமில்லாத யாருக்கும் வழக்கு விவரங்களைச் சொல்லக்கூடாது என்பதே அது.

ஆனால் ஜெயின் கமிஷன் அதிகாரபூர்வமற்ற அமைப்பா! அரசாங்கம் நியமித்த விசாரணை கமிஷன் அல்லவா?

ஆயினும் ஏன் வழக்கின் எந்த ஆவணங்களையும் சி.பி.ஐ. ஜெயின் கமிஷனுக்குத் தரவேயில்லை?

விசாரணையின் இடையே பல தமிழக அரசியல்வாதிகள், முக்கியஸ்தர்கள் எதிர்ப்பட்டதும் அவர்களை விசாரிக்க அனுமதி கோரியபோது அது கொடுக்கப்படாமல் தட்டிக் கழிக்கப் பட்டதும் ஜெயின் கமிஷனுக்குத் தெரிந்துவிடுமே?

இது ஒன்றைத்தவிர எனக்கு வேறு எந்தக் காரணமும் தெரிய வில்லை. எப்படியானாலும், ஜெயின் கமிஷனுக்கு சிறப்புப் புலனாய்வுக் குழு ஒத்துழைப்பு அளிக்காமல் தவிர்த்ததை என்னால் இறுதிவரை ஜீரணிக்கவே முடியவில்லை.

ஏனெனில் எஸ்.ஐ.டி. புலனாய்வு முடிகிறவரை தனது விசாரணையை ஆரம்பிக்கப்போவதில்லை என்று சொல்லி, நீதிபதி ஜெயின் எங்களுக்காகக் காத்திருந்தார். சி.பி.ஐ. விசாரணை நடந்துகொண்டிருக்கும்போது தன்னுடைய விசாரணை ஆரம்பித் தால் குழப்பங்கள் வரும் என்று நினைத்தே அவர் அப்படிச் செய்தார். அப்படிப்பட்ட மனிதருக்கு, அவருக்குத் தரவேண்டிய நியாயமான உதவிகளைக் கூட சிறப்புப் புலனாய்வுக் குழு செய்யாமல் தவிர்த்தது தவறில்லாமல் வேறென்ன?

கார்த்திகேயன் ஜெயின் கமிஷனுக்குத் தகவல் தராதிருந்ததற்கு இன்னொரு காரணம் இப்போது தோன்றுகிறது. ஜெயின் கமிஷன் விசாரணை தொடங்குவதற்கு முன்னால் ஓர் அறிக்கை வெளியிட்டது. ‘சிறப்புப் புலனாய்வுக் குழுவின் விசாரணைகள் சரியாக நடைபெற்று இருக்கின்றனவா என்பதை ஆராயவும் கமிஷனுக்கு அதிகாரம் இருக்கிறது’ என்பதே அந்த அறிக்கையின் சாரம்.

இது கார்த்திகேயனுக்குக் கவலையளித்திருக்கலாம். ஏனெனில் எங்கள் வழக்கு விசாரணை ஓட்டத்தில், எங்கெல்லாம் நாங்கள் தமிழக அரசியல்வாதிகளை விசாரிக்க வேண்டி வந்ததோ, அங்கெல்லாம் முட்டுக்கட்டை போடப்பட்டிருந்தது. இந்த விவரங்கள் ஜெயின் கமிஷனுக்குப் போனால் நிச்சயம் கேள்விக் குள்ளாகும். என்ன சொல்லியும் நியாயப்படுத்த முடியாத அத்தகைய உத்தரவுகளுக்கு என்ன விளக்கம் தர முடியும்?

பின்னர் நீதிபதி ஜெயினே தனது விசாரணைக்கு சிறப்புப் புலனாய்வுக் குழுவினரை அழைத்தபோது அவரது மனம் திறந்து பேசிய சிலவற்றை நானே கேட்டேன்.

'கார்த்திகேயன்! நீங்கள் இந்த விசாரணையை மிகச் சிறப்பாகச் செய்து முடித்திருக்கிறீர்கள். குறுகிய காலத்தில், எந்த ஆதாரத்தையும் விட்டுவிடாமல் ஒழுங்காகச் சேகரித்துக் குற்றவாளிகளைச் சட்டத்தின்முன் நிறுத்தியிருக்கிறீர்கள். ஆனால் வழக்கு விவரங்களை மட்டும் எனக்குத் தராமல் மறைத்துவிட்டீர்கள். விசாரணையின்போது பத்திரிகைகளுக்குக் கசிந்த அளவு செய்திகள் கூட ஜெயின் கமிஷனுக்குக் கிடைத்துவிடாதபடி நீங்கள் கவனமாகப் பார்த்துக்கொண்டதை அறிந்த பிறகுதான் நானே சுயமாக மீண்டும் அனைத்துத் தரப்பையும் விசாரிக்க வேண்டும் என்று முடிவு செய்தேன்.' என்று சொன்னார்.

என்னைப் போன்ற விசாரணை அதிகாரிகளுக்கு, மாதக்கணக்கில் இந்த வழக்குக்காக நாயாக உழைத்தவர்களுக்கு இந்த விமரிசனம் எத்தனை மன வேதனை அளித்திருக்கும்!

நமது உளவுத்துறையும் சரி, புலனாய்வு ஏஜென்சிகளும் சரி. திறமையிலும் ஆற்றலிலும் யாருக்கும் சளைத்தவர்களில்லை. ராஜிவ் கொலை வழக்கு விசாரணைக்கு நிகரான தரத்தில் இன்னொரு வழக்கை உலக அளவில் தேடினாலும் விரல் விட்டே எண்ணும்படியாகத்தான் கிடைக்கும். அந்தளவு ஒரு நூலிழை அளவு ஓட்டையும் விடாமல் மிகச் சரியாகப் புலன் விசாரணை செய்து, குற்றவாளிகளைச் சட்டத்தின் முன் நிறுத்தியிருக்கிறோம்.

திறமை மிக்க பணியாளர்கள், புத்திக்கூர்மை மிக்க அதிகாரிகள், சுதந்தரமாகச் செயல்பட அனுமதிக்கும் வசதியான ஜனநாயக அரசு. எல்லாம், எல்லாமே நமக்குண்டு.

ஆனால் துரதிருஷ்டவசமாக அனைத்துத் தளங்களிலும் அரசியலும் உள் நோக்கங்களும் புகுந்து காரியத்தைக் கெடுத்துவிடுகின்றன.

இத்தனை பேசுபவன் இதற்குமுன் ஏன் இதுபற்றி ஒருபோதும் வாய் திறந்ததே இல்லை என்று இறுதியாக உங்களுக்கு ஒரு சந்தேகம் எழலாம். காரணம் உண்டு.

ராஜிவ் கொலை வழக்கைப் பொருத்தவரை நான் தலைமைப் புலனாய்வு அதிகாரி. வழக்கின் பிரதம குற்றவாளியான

பிரபாகரனும், அடுத்த நிலைக் குற்றவாளியான பொட்டு அம்மானும் தேடப்படும் குற்றவாளிகளாக இந்திய அரசால் அறிவிக்கப்பட்டிருந்த நிலையில், புலனாய்வு அதிகாரியான நான் - ஓய்வு பெற்றுவிட்டாலும் - அது குறித்துப் பேசக்கூடாது.

எப்போது அவர்கள் பிடிபட்டாலும் முதலில் என்னைத்தான் அழைப்பார்கள். நீதிமன்றத்துக்கு நான்தான் நேரில் சென்று ராஜிவ் கொலை வழக்கு சம்பந்தமான விவரங்களை எடுத்துச் சொல்லி, சாட்சியாகப் பேசவேண்டியிருந்திருக்கும். ஒரு வழக்கு பெண்டிங்கில் இருக்கும் நிலையில் - அது எத்தனை காலம் ஆனாலும் சரி - சம்பந்தப்பட்ட விசாரணை அதிகாரி அது பற்றி வெளியே பேசுவது சட்ட விரோதம்.

அதனால்தான் ராஜிவ் கொலை வழக்கு விசாரணை தொடர்பாக நான் அறிந்த உண்மைகளை இதுநாள் வரை வெளியில் பேசாமல் இருந்துவந்தேன்.

ஆனால் சமீபத்தில் இலங்கையின் முன்னாள் அமைச்சர் லக்ஷ்மண் கதிர்காமர் கொலை வழக்கு விசாரணையில், பிரதான குற்றவாளி களாக அறிவிக்கப்பட்டிருந்த பிரபாகரனும் பொட்டு அம்மானும் இறந்து விட்டதாக இலங்கை அரசே அறிவித்து, அந்த வழக்கை மூடிவிட்டார்கள்.

இலங்கையில் நடைபெற்ற யுத்தம், அதில் பிரபாகரன் இறந்து விட்டதாகச் செய்திகள் வந்தது - இதெல்லாம் எனக்குச் சரியான காரணங்கள் அல்ல. ஒரு முக்கியமான கொலை வழக்கில் தேடப் படும் குற்றவாளிகள் இரண்டு பேர், இறந்துவிட்டார்கள் என்று சம்பந்தப்பட்ட நாட்டின் அரசே நீதிமன்றத்துக்கு எடுத்துச் சொல் கிறது என்னும்போது - அந்த இருவரும் இறந்தது என்னைப் பொருத்த அளவில் இப்போது உறுதியாகிறது.

இனி இந்தியாவிலும் ராஜிவ் கொலைவழக்கில் தேடப்படும் குற்றவாளிகளாக நிச்சயம் பிரபாகரனும் பொட்டு அம்மானும் இருக்கப்போவதில்லை.

இதனால்தான் இந்த விவரங்களை இப்போது எழுதலாம் என்று நினைத்தேன், எழுதினேன்.

எனது பணிக்காலத்தில் நான் சந்தித்த அனைத்து வழக்குகளிலும் தலையாயதும் முக்கியத்துவம் வாய்ந்ததும் இதுவே. வழக்கின்

ஓரிடத்தில்கூட புலனாய்வு அதிகாரிகள் அசிரத்தை காட்ட வில்லை. பொய்யான தகவல்களை ஜோடிக்கவில்லை. திசை திருப்பக்கூடிய விதமாக வழக்கைக் கொண்டு செல்லவில்லை. முற்றிலும் சரியான பாதையில், மிக நேர்மையாக, உண்மை யுடன், அர்ப்பணிப்புடன் பணியில் ஈடுபட்டு உண்மைகளை வெளிக்கொண்டு வந்தார்கள். பணி நேர்த்தி என்றால் என்ன வென்று என்னுடைய சக அதிகாரிகளைப் பார்த்து உலகம் பயிலலாம். புலனாய்வில் ஈடுபட்ட கடைசி கான்ஸ்டபிள் வரை இந்த அர்ப்பணிப்பையும் நேர்மையையும் கொண்டிருந்ததை என்னால் காண முடிந்தது.

அதிகார மட்டத்தில் எத்தனை கசப்புகளை எதிர்கொள்ள நேர்ந் தாலும் இந்த ஓரம்சம் எனக்கு மிகுந்த மன நிறைவை அளித்தது என்பதை மறுக்கவே முடியாது!

ராஜிவ் கொலை வழக்கில் குற்றம் சாட்டப்பட்டவர்கள்

1. முருகன்

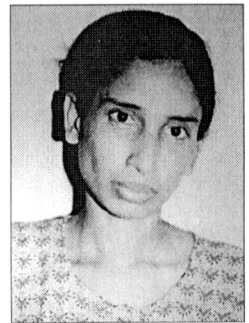

2. நளினி

3. ஆதிரை

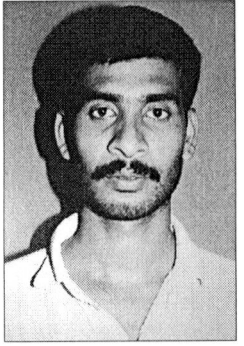

4. ஜெயக்குமார்

5. ராபர்ட் பயாஸ்

6. ரவி

7. அறிவு

8. சின்ன சாந்தன்

9. சுபா சுந்தரம்

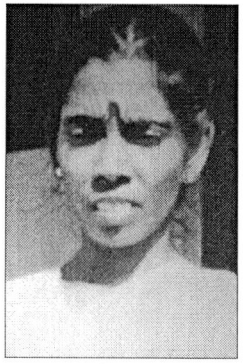

10. ஜெயலட்சுமி
w/o விஜயன்

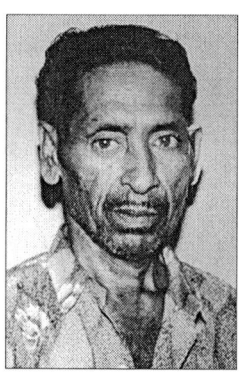

11. பாஸ்கரன்

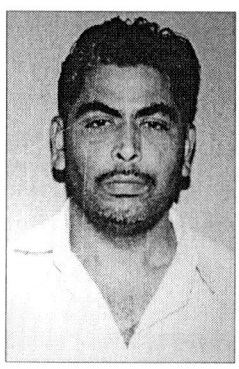

12. தனசேகரன்

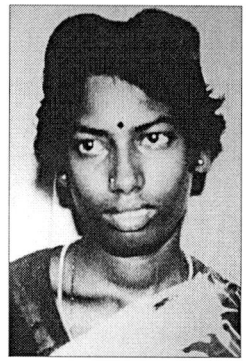

13. சாந்தி
w/o ஜெயகுமார்

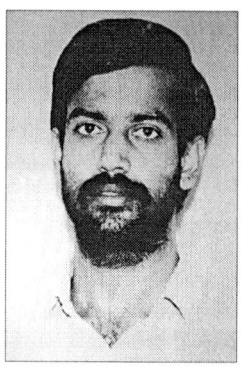

14. மகேஷ்

15. விக்கி (எ)
விக்னேஸ்வரன்

16. பத்மா

17. இரும்பொறை

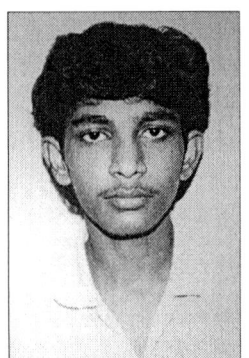

18. ரங்கநாத் 19. தம்பி அண்ணா 20. ரூபன்

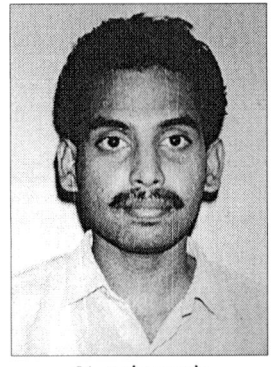

21. பாக்யநாதன் 22. ரங்கன்
23. கனகசபாபதி 24. விஜயானந்தன்
25. விஜயன் 26. சங்கர் (எ) கோனேஸ்வரன்

மற்றும் இறந்தவர்கள்

27. சிவராசன்
28. சுபா
29. ஹரி பாபு
30. டிக்சான்
31. பெரிய சாந்தன்
32. சுரேஷ் மாஸ்டர்
33. ஜமுனா (எ) ஜமீலா
34. டிரைவர் அண்ணா (எ) கீர்த்தி
35. அம்மான்
36. நேரு
37. H. கோடியக்கரை ஷண்முகம்
38. தனு. மனித வெடிகுண்டு

காணாமல் போனவர்கள் - பின்பு இறந்தவர்கள்

39. பிரபாகரன்
40. பொட்டு அம்மான்
41. அகிலா அக்கா

ஆதாரங்கள் - கடிதங்கள்

பாக்கியநாதன், பேபி சுப்பிரமணியத்துக்கு எழுதிய கடிதம் (மூலம்: பக்கம் 160)

அன்பின் பேபி அண்ணன் அவர்களுக்கு

வணக்கம். இங்கு அனைவரும் நல் சுகம். நீங்கள் வைத்த நம்பிக்கைக்கு பாத்திரமாக நான் எந்தவித தடங்கலும் இல்லாமல் அச்சகத்தை நடத்திவருகிறேன். ஓரளவுக்கு ஆர்டர் வருகிறது. நான் 1.5.91 அன்று அந்த இடத்தில் இருந்து ராயப்பேட்டையில் அஜந்தா ஓட்டல் அருகில் மாற்றியிருக்கிறேன். அதை அறிவுக்கு தெரியப்படுத்தியிருக்கிறேன். உங்களுக்கு தெரியப்படுத்துவது நல்லது என்று நினைக்கிறேன்.

இங்கு நான் திரு ரங்கநாதனையும், சுப்புவையும் வேலையில் இருந்து நீக்கிவிட்டேன். அவர்களுக்கு என்னால் சம்பளம் கொடுக்க இயலவில்லை. அத்துடன் அவர்களுக்கும் வேலை சரியாக தெரியவில்லை. அவர்களுக்கு பதில் வேறு ஆள் ஒருவரை வைத்திருக்கிறேன். பைண்டிங் வேலைகள் தொடர்ந்து இருப்பதால் கான்ட்ராக்ட் முறையில் வேலை கொடுக்கிறேன்.

நான் அறிவுடன் தொடர்பு வைத்திருக்கிறேன். உங்களுக்காகவும், தமிழீழத்திற்காகவும் நாங்கள் முழு ஒத்துழைப்பை தருகிறோம்.

வெற்றி நமதே

அன்புடன்,
பாக்கியநாதன்
10.5.91

சுபா, தணு அகிலாவுக்கு எழுதிய கடிதம் (மூலம்: பக்கம் 158)

அன்புள்ள அகிலாக்காவிற்கு,

நாம் நல்ல சுகமாகவும் நாம் வந்த காரியம் நிறைவேறும் வரை உறுதியாக இருப்போம். இங்கு நல்ல வெய்யில் அதனால் மதியம் ஒரு இடமும் செல்ல முடியாது.

நாம் வந்த காரியம் நல்ல மாதிரியாக முடியும் என்ற நம்பிக்கை உள்ளது. ஏன் என்றால் நாம் அப்படியான வேறு ஒரு சந்தர்ப்பத்தை எதிர்நோக்கினோம். எல்லாம் இம்மாதத்திலுள் நடை பெற்றுவிடும்.

வேறு இங்கு நாட்டு நிலைமை மிகவும் மோசமானது. நாம் கதைக்கத்தான் பழகிக் கொள்ள வேண்டும். மற்றம் படி எமக்கு ஒரு பிரச்சனையும் இல்லை. வேஷம் தான் போட வேண்டி யுள்ளது. அகிலாக்கா நீங்கள் சொல்லி அனுப்பிய ஒவ்வொரு சொல்லும் கடைசி வரைக்கும் எம் நினைவில் இருக்கும்.

பகுதி நேரில் சந்தித்தால்? எல்லோரும் சுகமாக உள்ளார்களா?

இப்படிக்கு

சுபா, தணு

சுபா, தணு பொட்டு அம்மானுக்கு எழுதிய கடிதம் (மூலம்: பக்கம் 157)

என்றும் பொட்டண்ணாவிற்கு நாம் உறுதியாகவும் நலமாகவும் உள்ளோம். வந்த காரியம் வெற்றிகரமாக முடியுமென்ற நம்பிக்கை உள்ளது.

ஏன்னென்றால், நாம் அதேபோல் வேறொரு சந்தர்ப்பத்தை எதிர் நோக்கினோம். (மிகவும் அருகில் சென்றோம். சிங்கிடம்)

இறுதி வரைக்கும் உறுதியாக இருப்போம்.

இப்படிக்கு,

தணு, சுபா.

திருச்சி சாந்தன் இரும்பொறைக்கு எழுதிய கடிதம் [மூலம்: பக்கம் 103]

இரும்பொறைக்கு!

நான் அண்ணைக்குரிய கடிதத்தில் ஓரளவிற்கு எழுதியுள்ளேன். உங்களிடம் கூறியவை ஞாபகத்தில் இருக்கும் என்று நம்பு கிறேன். சிவத்தாரை அனுப்புகிறேன். முடிந்தால் வண்டிக் காரனின் நிலையையும் அறிந்து எத்தனை பேர் வரை போகலாம் என்பதனையும் கேட்டு அங்கிருக்கும் பெடியளின் விபரத்தை எடுத்து பன்னீரிடம் கொடுத்துவிட்டு பெடியனை கூட்டிச் செல்லவும். வண்டிக்காரனிடம் நேரடித் தொடர்பு எடுக்க வில்லை என அறிந்தேன். ஏன் நேரடித் தொடர்பு எடுக்கவில்லை. குணராஜ் மாதிரி இருக்க வேண்டாம். கூடுதலா பெடியனை வண்டியில் ஏற்றமுடியாது என்றால் ஏற்றக்கூடிய பெடியனை ஏற்றிக் கொண்டு செல்லவும். வண்டிக்காரனிடம் வடிவாக (விபரமாக) பேசவும். திரும்ப வரும்போது எங்கள் வண்டியில் யாராவது வருவீர்களா என்றெல்லாம் கேட்கவும். பயப்படு வார்கள். நீங்கள் சொல்லுங்கள் எங்கள் வண்டி என்றால், வேகமாக வரும் பாதுகாப்பாய் இருக்கும் என்றெல்லாம் கேட்கப் பாருங்கள். அப்படி இல்லையென்றால் வன்முறைக்கு தயங்க வேண்டாம். நெடுந்தீவு போனதும் ஒருவரை பிடித்து வைத் திருக்கவும் (ஒட்டி) பின்னர் எமது வண்டியில் கூட்டி வரவும். அல்லது நீங்களே இங்கு வந்து இறங்கும் இடத்தை அடையாளம் காட்டவும். எங்கிருந்தாலும் நேரத்தை கவனத்தில் எடுத்து செயல் படவும். மேட்டூரில் 5 நாட்கள் உங்களை எதிர்பார்க்க வேண்டி இருந்தது. பணம் அனுப்பியிருக்கிறேன். மிக விரைவாக வேலைத் திட்டத்தில் இறங்கவும் நீங்கள் புறப்பட்டதும் பன்னீரிடம் தகவலை எனக்கு அனுப்பவும். சிவத்தாரை கூட்டிச் செல்வ தாகிலும் செல்லவும். இருவரும் கதைத்து முடிவெடுக்கவும் அங்கும் சென்று தாமதம் இன்றி அண்ணையுடன் பேசி புறப் படவும். அண்ணனுடன் பேச வேண்டிய விவரங்கள்:

1. இங்குள்ள நிலைமை - (போலீஸ்/அரசு (மத்தி/மாநிலம்)/ ஆதரவாளர் மனநிலை)

   - இறந்த பையன்களின் விபரம் திகதி
   - பத்திரிகைகளின் எதிர்ப்பு
   - இங்கு நடந்த தெரிந்த சம்பவங்கள்

2. எமது நிலை - தற்போதைய நிலை

- அரசு எடுக்கும் நடவடிக்கைகளுக்கு நாம் ஈடுகட்டுவது
- பிடிபட்ட ஆதரவாளர் சம்பந்தமா எமது நிலைப்பாடு.

★ ராஜீவ் சம்பவம் முன்னரே தெரியும் என பேச வேண்டாம்

★ ஆந்த்ரா தொடர்பும் பேச வேண்டாம்

★ தமிழ்நாட்டில் உள்ள அமைப்புகளுடன் பேசியதை பேசணும்.

★ மாத பணம் பெறுபவர்களையும் பேசவும். ஏனெனில் உள் (எழுத்துப் புரியவில்லை) யில், அவர்களுக்கு பணம் கொடுக்க போயே மாட்ட ...

★ கரையோர யுத்த களத்து தோற்றம் சம்பந்தமாக பேசவும்.

★ முடிந்தால் புத்தகங்களை எடுத்துச் செல்லவும்.

★ இங்குள்ள அரசியல் நிலைகளை பேசவும்/தலைவர்கள் சம்பந்தமாகவும்.

★ ரகுவரன் ஆட்கள் பாவித்த எமது ஆதரவாளர்/பிழைகள் சம்பந்தமாக (அறிவை பாவித்தது/பேபி அண்ணை பிறஸ் சம்பந்தப்பட்டவர்களை பாவித்தது/அரிபாபு/சுபா சுந்தரம்

இதை தெளிவாக எடுத்துக் கூறவும். ஏனெனில் ஆதரவாளர் மூலம் இதை செய்ததால்தான் இயக்கம் வெளிவந்தது. பத்மநாபா போன்று நாட்டுச்சனம் வீட்டில் இருந்து செய்தால் யார் எவர் என்று தெரியாமல் போய்விடும். இது அதிகம் என்றால் பின்னணி நாம், சுபா சுந்தரம் என்றால் பின்னணி நாம், பிறஸ்சில் எமது சின்னங்கள்... இவையெல்லாம் ஆதாரங்கள்தானே.

★ கடைசி நேரத்தில் பதட்டப்பட்டுத்தான் ரகுவரன் ஆட்கள் இறந்துள்ளனர். மா...டம் சொன்னது போன்று செயல்பட வில்லை. பெட்ரோல் ஊற்றி எரித்திருக்கலாம். இது சம்பந்த மாகவும் பேசவும்.

★ மக்களின் நம்பிக்கை வீண்போனதும் (ஆதரவாளர்) மாட்டுப் பட்டதால் இயக்கத்திற்கு ஏற்பட்ட சறுக்கல் சம்பந்தமாகவும், தலைவருக்கு பிடிவாறண்ட் என்பது பற்றியும் வக்கீல்மார் சொல்வதுபோல் தலைவரிடம் இருந்து நேரடியாக

போனவர்கள் மாட்டினால் தலைவரையும் குற்றவாளியாக கருதி பிடிவாறண்ட் பிறப்பிப்பார்கள் என்றும் சொல்லி மேற்குறிப்பிட்ட தலைப்புகளில் பேசவும்.

★ புதிதாக யாராவது இங்கு வந்து செயல்படுவது பற்றியும் அதில் உள்ள சிரமங்கள் பற்றியும் பேசவும்.

எல்லாவற்றையும் ஓரளவிற்கு ஜென்ரலா பேசவும். தாமதம் இன்றி செயல்படவும். கடற்புறாவில் இருந்து யாரோ வந்திருப்பதாகவும் 5000 ரூபாய் என்றால் அவர்களுடன் போகலாம் என்றும் கூறுகிறார்களாம். அதை ஏன் விபரமாக விசாரிக்கவில்லை. உங்களுக்குத் தெரியும்தானே கடற்புறா என்றால் என்னவென்று. வல்வெட்டித் துரை பொது ஆட்களா அல்லது இயக்க ஆட்களா என்றெல்லாம் விசாரித்திருக்கலாம்.

எதற்கும் கடுமையாக யோசிக்க வேண்டாம். விரைந்து செயல் படுத்தவும். துளசியின் சம்பவத்தையும் சொல்லவும், நாம் தப்பிய அரைகுறை நிமிடங்களையும் சொல்ல எனக்கு விரக்தி (மென்டல்) என்றும் சொல்லவும்.

இவ்வண்ணம்

அன்புடன்

சாந்தன்

செடியார் இரண்டு குப்பி வைத்திருந்தால் வாங்கி பன்னீரிடம் கொடுத்துவிடவும். இறங்கும் இடத்தில் இருக்கும் எமது பெடியனைப் பிடித்து பிடிவாதமாக பேசினால்தான் யாழ்ப்பாணம் சொல்லலாம். ஏனோதானோ என்று இருப்பார்கள். விபரத்தை சொல்லி தீவிர முயற்சி எடுக்கவும். யாழ் தளபதியுடன் அல்லது மாத்தையா அண்ணையுடன் அல்லது யோகி அண்ணையுடன் தொடர்பு கொண்டு விரைந்து செயல்படவும்.

★★★

திருச்சி சாந்தன் பிரபாகரனுக்கு எழுதி, இரும்பொறை மூலம் கொடுத்தனுப்பிய கடிதம் (மூலம்: பக்கம் 104)

அன்புடன் அண்ணனுக்கு!

நீண்ட இடைவேளைக்குப் பின் வேதனைகளும் சோதனைகளும் நிறைந்துள்ள நேரத்தில் இக் கடிதத்தை எழுதுகிறேன். எனினும் மனம் தளரவில்லை. இங்கு நடந்த, நடக்கின்ற சம்பவங்கள் எனக்கு புதுவிதமான அனுபவங்களை கொடுக்கின்றன. அந்த அனுபவங்களையே பாடமாக எடுத்து செயல்படுகின்றேன். இனிமேல் இங்கு செயல்படுவதென்றால் புதுவிதமான அணுகு முறையுடன்தான் செயல்படுத்த வேண்டும். இங்கு நடந்த நிகழ்ச்சிகள் நீங்கள் வானொலி மூலம் அறிந்திருப்பீர்கள். மேற் கொண்டு விபரத்தை நேரில்தான் கூறவேண்டும்.

இங்கு நடந்த விசாரணைகளில் C.B.I கேட்டு எம்மைப் பற்றிய செய்திகளை முழுமையாகவே அறிந்துவிட்டனர். இத்தனைக் கும் காரணம் எமது இயக்க உறுப்பினர்கள் உயிருடன் பிடி பட்டதே. சித்திரவதைகள் வர்ணிக்க முடியாதவை அதன் பயன் எல்லாவற்றையும் சொல்லிக் கொடுப்பதாகும். PO-வின் வேலைக்கு வந்தவர்கள் பிடிபட்ட காரணத்தால்தான் ரகுவரனுக்கு இவ்வளவு நெருக்கடி வந்தது. அதிலும் சாந்தன் பிடிபட்டது எமக்கெல்லாம் ஆபத்தாய் முடிந்தது. பத்மநாபா சம்பவத்தில் இருந்து PO, HA சாவகச்சேரியில் இருக்கின்றவரை கூறியுள்ளார். அத்துடன் சாந்தனும் டிக்சனும்தான் ரகுவரனை கூட்டிச் சென்றனர் என்பதையும் கூறிவிட்டார்.

இவற்றையெல்லாம் பார்த்துவிட்டுத்தான் நான் அவசர அவசரமாய் நான் போத்திலும் மருந்தும் வாங்கி அடைந்துவிட்டு எல்லோருக்கும் கொடுத்தேன். யாரும் உயிருடன் பிடிபடக் கூடாது. பிடிபட்டதால் வந்த நிலைமைகளையும் எடுத்துக் கூறி கண்டிப்பாக குப்பி கடிக்க வேண்டும் என்று. இது பெடியளின் உயிருடன் சம்பந்தப்பட்ட பிரச்னை. இதில் உங்களை கேட்காமல்தான் நான் இவ் உத்தரவைப் போட்டேன். இதன் விளைவு இன்று எம்மவர் 25 பேர் சயனைட் கடித்து இறந்து விட்டனர். முருகன் (தாஸ்) இன் சம்பவத்தால் இயக்கத்தை மட்டம் தட்டி பத்திரிகைகள் எல்லாம் எழுதுகின்றனர். முருகனும் நளினியும் காதலர் என்றும், இதன் பயன் நளினி 5 மாத கர்ப்பம் என்கிறதை பத்திரிகைகள் பெரிதுபடுத்தி எழுதினர்.

ராஜீவ் பிரச்சினையில் உங்களையும் குற்றவாளியாக சொல்லி பிடிவாறண்ட் இட உள்ளதாக பத்திரிகை செய்திகள் கூறு கின்றனர். ராஜீவ் சம்பவத்தில் இருந்து வெளிவந்த பத்திரிகைகள் எல்லாவற்றையும் கண்டிப்பாக நீங்கள் படிக்க வேண்டும். விசாரணையில் CBI பயன்படுத்திய நவீன முறைகளை அறியக் கூடிய மாதிரி உள்ளது. சண்முகத்தை திட்டமிட்டே அடித்துக் கொன்றுள்ளனர். இதன்மூலம் எமது ஆதரவாளரையும் எம்மையும் பிரிப்பதே அவர்களின் நோக்கமாகும். ஆதரவாளர் பயந்த நிலையில் உள்ளனர். IPKF வந்த புதிதில் சனங்கள் தண்ணீர் தரக்கூட பயந்த மாதிரி இங்குள்ள ஆதரவாளர் உள்ளனர். LTTE-யை பற்றிய தகவல் கொடுப்பவர்களுக்கு சன்மானம் என்று தமிழ்நாடு அரசு அறிவித்துள்ளது. அதனால் சனங்கள் காட்டிக் கொடுக்கின்றனர். இலங்கைத் தமிழர் பதிய வேண்டும் என்ற நிலை உள்ளதால், நாம் வீடு எடுத்து தந்த... உள்ளது. 5 பேரோ 10 பேரோ என்றால் இங்கிருந்து வேலை செய்யலாம். K.P. அண்ணையின் வேலையென்றாலும் செய்யலாம் என உள்ளேன். சாமானும் அனுப்பலாம். அதற்கு சில ஒழுங்குகள் செய்துவிட்டு சாமான் அனுப்புகிறேன். ஆனால் அங்கிருந்து வரும் வண்டியில் தான் எனக்கு நம்பிக்கையில்லை. ஏனெனில் எத்தனை இரவுகள் நானும் டிக்சனும் கரையில் வந்து வண்டி வரும் என்று எதிர்பார்த்து திரும்பி உள்ளோம். இது சம்பந்தமாக நான் உங்களுக்கு திரும்பத் திரும்ப கடிதங்கள் கூட எழுதியிருந்தேன். சண்முகத்திடம் இருந்து பிடிபட்ட 106 பெட்டி பௌர்லைற்றும் 18 பார்சல் நோடெக்சும் வண்டி வராததால் பிடிபட்டதுதான். ராஜீவ் இறந்ததற்கு பின்னர்கூட வண்டி விடும்படி கூறி யிருந்தேன். ஆனால் தேர்தலுக்குப் பின்னர் விடுவதாக கூறியதால் சாமான் புதைத்தபடி இருந்துவிட்டது. சங்கர், முருகன், பயஸ், சாந்தன் எல்லோரும் சண்முகத்திடம் வந்து இறங்கினோம் என்று கூறியதால்தான் சண்முகத்தை CBI பிடித்தனர்.

தற்போது இங்குள்ள நிலைமையில் நீங்கள் செய்ய வேண்டிய உதவி இங்கு பிடிபடாமல் இருக்கும் எமது பையன்களை நாம் தெரிவிக்கும் இடத்துக்கு வண்டியை அனுப்பி பையன்களை நாட்டுக்கு எடுங்கள். நாம் 5 பேர் மட்டும் இங்கிருந்து வேலை செய்கிறோம். செற் பிடிபட்டதால் எமக்கும் உங்களுக்கும் தொடர்பு இல்லாமல் போய்விட்டது. அதனால் ஒரு கடத்தல் Poat ஏற்பாடு செய்து இரும்பொறையையும் பெடியனையும் அதில் அனுப்புகின்றேன். அவர்கள் வந்து சேர்ந்தவுடன் எனக்கு

ஒரு செற்றும் கதைப்பதற்கு ஒரு பையனும் அனுப்பினால் போதும். பணமும் இல்லை. பின்னர் செற்றில் குறிப்பிடும் இடத்திற்கு வண்டி அனுப்பினால் மீதி பையன்களை நாட்டுக்கு எடுத்துவிடலாம். அதன் பின்னர் சோடக்ஸ் PN போன்றன உள்ளன. அவற்றை அனுப்புகிறேன். நிறைய சாமான்கள் உள்ளன. அவற்றை கொஞ்சம் கொஞ்சமாகத்தான் அனுப்ப வேண்டும். எமது இயக்கத்தை தடை செய்வதற்கு மத்திய அரசு ஆலோசிப்பதாக பத்திரிகைகளில் செய்தி வெளியிட்டுள்ளன. ஜெயலலிதாவும் அட்டகாசம்தான். இங்கிருந்து பையன்களை எடுத்ததும் நான் நேரில் வந்து சந்திக்க வேண்டும். டிக்சனுடன் செற்போனதும் ரகுவரனின் செற்றுடன் வராகனை கதைக்க விட்டேன். ஆனால் கோட் சீற் இல்லாமல் போய்விட்டது. டிக்சன் தனி சீற்றும் நான் தனி சீற்றும் வைத்திருந்தோம். ஆனால் நான் எனது சீற்றை ஒரு வீட்டில் வைத்திருந்தேன். ஏனெனில் அடிக்கடி நான் வெளியே எல்லா இடமும் சென்று வருவதால் கொண்டு திரிவது ஆபத்து. PO*-வின் சாந்தன் பிடிபட்டதும் அவ்வீட்டார் நான் பிடிபட்டதாக நினைத்து எரித்துவிட்டார்கள். இதனால் கோட் சீற் போய்விட்டது. PO-வின்இன்னொரு செற் இயங்குவதாக ரகுவரன் சொன்னார். ஆனால் தொடர்பு இல்லாமல் போய்விட்டது. பின்னர் நாம் ஒரு சீற் தயார் செய்து Ploit-ல் கொடுத்து அனுப்பினோம். கிடைத்ததோ தெரிய வில்லை. வராகனும் நானும் தங்கியிருந்த வீட்டில் இருந்து 2 Km சென்றுதான் கதைத்துவிட்டு இருக்கும் வீட்டுக்கு வருவது வழக்கம். இருக்கும் வீட்டுக்குப் பக்கத்தில் வீடு இருப்பதால், அங்கு வைத்து கதைக்கக் கூடாது என்று வராகனிடம் சொல்லியிருந்தேன். பின்னர் நான் இரும்பொறையுடன் வேறு இடத்திற்கு 3 நாள் சென்றுவிட்டேன். வராகன் அந்த நேரம் 2 நாட்களாக வீட்டில் வைத்து கதைத்துள்ளார். அதை அயலில் இருந்தவர்கள் 'கவனித்திருக்கிறார்கள்'. உடனே Police-சிற்கு Phone செய்தவுடன் Police வந்து வராகனையும் செற்றையும் பிடித்துவிட்டது. நானும் இரும்பொறையும் திரும்பி வந்ததும் தான் நிலைமை புரிந்தது. இதனால் கடைசியாக உங்களுடன் தொடர்புக்கிருந்த ஒரே வழியும் மூடப்பட்டுவிட்டது. அதன்பின் தொடர்புக்கு எடுத்த முயற்சியே இரும்பொறையும் பையன் களும் வருவது ஆகும். வேறு PO-வின் ஆட்கள் இங்கு

★ PO - பொட்டு ஓம்மானின் சுருக்கம்.

இருப்பதாகவும் அறிந்தேன். ஆனால் தொடர்புகொள்ள முடிய வில்லை. இங்கு எமக்குள்ள ஒரே எதிரி எமது பேச்சுத்தான். அதனால் இரும்பொறையையே கூடுதலாக வெளி வேலை களுக்கு அனுப்புவது வழக்கம். நான் இரும்பொறையிடம் திரும்பி இங்கு எப்படி வருவது என்று கூறியுள்ளேன். அவரையும் செற்றுடன் திருப்பி அனுப்பவும். இரும்பொறையிடமும் இங்குள்ள நிலைமைகள் சம்பந்தமாக கேட்கவும். நான் உறுதியாகவே உள்ளேன். எல்லா இடமும் குறுகிய நேரங்களில் தான் தப்பியுள்ளேன். எனினும் மனம் தளராமல் வேலை செய்கின்றேன். கவலைகளும் சோகங்களும் கஸ்டத்தை அளிக் கின்றனவே. குணாவுடன் வந்த ரகு பிடிபட்டதால் சில சாமான் களை காட்டிக் கொடுத்ததால் அவை பிடிபட்டுவிட்டன. அவை யும் கவலையளிக்கின்றன.

இங்கு என்றுமே இல்லாதளவு பந்தோபஸ்து போடப்பட்டு உள்ளது. கரையோரங்கள் யுத்தம் நடக்கும் இடம் போன்று காணப்படுகிறது. மணல்மூடை அடுக்கி அரண்கள் அமைத் துள்ளனர். கடற்படை நாகபட்டணம், வேதாரண்யம், கோடிக் கரை, மல்லிபட்டணம், தொண்டி, இராமேஸ்வரம், தலா 150 கடற்படையினர் வீதம் இட்டுள்ளனர். இதைவிட எல்லைக் காவல் படையினர் 10 km, 5 km தூர இடைவெளிக்கு ஒரு பொயின்ற் இட்டுள்ளனர். ரோடுகளில் செக் பொயின்ற் இட்டுள்ளனர். எம்மிடம் இருந்து பெரிய தாக்குதல் கிடைக்கும் என்று எதிர்பார்க்கின்றனர். இங்கு ஏரியா ஏரியாவாக முன்னர் அங்கு நடப்பது போன்று ரவுண்டப் நடக்கிறது. மேட்டூர், குளத்தூர் எல்லாம் ரவுண்டப். எமது ஆதரவாளர் வீடுகளுக்கு போகாத வீடுகளே இல்லை. குளத்தூர் மணியண்ணையை பிடித்து மல்லிகைக்கு கொண்டு சென்று அடித்துள்ளனர். அவர் மூலம் என்னுடன் பேச்சுவார்த்தைக்கு செய்ய வேண்டும் என CBIயினர் கேட்கின்றனர். ரகுவரன் இறப்பதற்கு முன்னரும் கேட்டனர், இறந்த பின்னரும் கேட்கின்றனர். இவர்களின் பேச்சுவார்த்தை தந்திரம் ஏற்கக் கூடிய மாதிரி இல்லை. அவர்கள் உயிருடன் பிடிப்பதற்கே முயற்சிப்பதாக தெரிகிறது. யானை களை சுட்டு மயக்குவதுபோல் எம்மையும் செய்ய முயற்சிப்ப தாக பத்திரிகைகளில் தகவல் வந்துள்ளது. ரகுவரன் இருக்கும் போது பேச்சுவார்த்தைக்கு என்னை வரும்படி கேட்டனர். நான் சொல்லி அனுப்பினேன். தலைவர் கேட்டுத்தான் பேச

வேண்டும். பிடித்ததில் ஒரு செற்றைக் கொடுங்கள். கேட்டு விட்டு வருகிறேன் என்று பின்னர் ரகுவரனை இறந்த பின்னரும் மணியண்ணையை கேட்டுள்ளனர். அவசரமாக எழுதுகின்றேன். அதனால் முழு விபரமும் எழுத முடியவில்லை. நேரிலே or அடுத்த கடிதத்திலோ விபரமாக எழுதுகிறேன். இரும்பொறை யுடனும் பேசுங்கள். முடிந்தால் சிவத்தானையும் அனுப்பு கிறேன். இருவரையும் திரும்ப அனுப்புங்கள்.

இவ்வண்ணம்
அன்புடன்
சாந்தன்
7/9/91

★ ★ ★

சுந்தரி, ஹரி பாபுவுக்கு எழுதிய கடிதம் (மூலம்: பக்கம் 45)

Dear Hari

நலம். நலமுடன் இருப்பாய் என்று நம்புகிறேன். ஊரில் இருந்து எனக்கு போன் பண்ணுவாய் என்று ஆவலுடன் எதிர்பார்த்து இருந்தேன். ஏன் போன் பண்ணவில்லை என்று எனக்கு தெரிய வில்லை. என் கடிதம் நேற்று உனக்கு கிடைத்து இருக்கும் என்று நினைக்கிறேன். அதற்குள் இந்த கடிதம் நான் ஏன் எழுதுகிறேன் என்று உனக்கு நன்றாகத் தெரியும் பாபு. நீ இங்கு வந்து சென்றதில் இருந்து மனநிலை சரியில்லை. எப்படி இருக்கிறாய் என்று ஒவ்வொரு நிமிடமும் வேதனைதான். தயவுசெய்து நான் சொல்வதைக் கேட்பாயா? வேண்டாம் பாபு, வந்த வேலையை மட்டும் தயவுசெய்து விட்டுவிடு. எனக்கு மிகவும் பயமாக இருக்கிறது. பாபு, நான் சுயநலமாக சிந்திப்பதாக உனக்குத் தெரியலாம். அதில் தவறு இல்லை என்று நான் நினைக்கிறேன். பாபு, மூன்று நாட்களாக நான் படும் கஷ்டம் எவ்வளவு தெரியுமா? எனக்கு வேண்டும் என்று நான் கேட்கவில்லை. ஆனால் அமைதியான வாழ்க்கை எனக்கு வேண்டும்.

பாபு, நீ வீட்டை விட்டு வெளியே சென்று மீண்டும் வீட்டுக்கு வரும்வரை "தாலியை காப்பாற்று" என்று கடவுளிடம் கண்ணீர் விட்டு வாழ என்னால் முடியாது. நான் சொல்வதை புரிந்து கொள்வாய் என்று நினைக்கிறேன்.

10 வருடம் அல்ல 20 வருடம் கூட காத்திருக்க நான் தயார். 10 வருடம் கழித்து நிலையாக வாழ்வேன் என்பதற்கு என்ன உறுதி.

பாபு, காதலிப்பதற்கு முன் எனக்கு வரபோகும் துணையை பற்றி நான் என்ன நினைத்துக் கொண்டு இருந்தேன் என்பது உனக்கு தெரியும் 5 மணிக்கு எல்லாம் வீட்டிற்கு வரும் கணவனை நான் எதிர்பார்த்தேன். ஆனால் எனக்கு 9 மணிக்கு வீட்டிற்கு வரும் கணவன் என்று நினைத்தவுடன் ஆசையை மறந்தேன்.

ஆனால் இப்பொழுது நீ……. (எழுத்துகள் தெளிவாக இல்லை)

உடன் பதில் (என் எதிர்கால வாழ்க்கையைப் பற்றி நினைத்து பார் பாபு ப்ளீஸ்...)

உன் சுந்தரி

கைதுகள், தீர்ப்புகள்

	தேதி	விவரம்
1	22.5.1991	ஸ்ரீபெரும்புதூர் காவல் நிலையத்தில் முதல் தகவல் அறிக்கை பதிவு செய்யப்படுகிறது. க்ரைம் எண் 329/91 எதிரி விவரம் தெரியாது. இந்தியன் பீனல் கோட் செக்ஷன் 302, 307, 320ன்கீழும் வெடிபொருள் தடுப்புப் பிரிவு செக்ஷன் 3 மற்றும் 5ன் கீழும் வழக்கு பதிவாகிறது.
2	24.5.1991	சி.பி.ஐ. புதிய வழக்காகப் பதிவு செய்கிறது. வழக்கு எண் RC.9/S/91/CBI/SCB/MADRAS எதிரி விவரம் தெரியாது. இந்தியக் குற்றவியல் பிரிவுகள் 302, 307, 320 மற்றும் வெடிபொருள் தடுப்புப் பிரிவு செக்ஷன் 3 மற்றும் 5ன் கீழ் பதிவாகிறது.
3	11.6.1991	பாக்கியநாதன், பத்மா கைது.
4	14.6.1991	முருகன், நளினி கைது.

5	18.6.1991	ராபர்ட் பயஸ் கைது.
6	19.6.1991	அறிவு என்கிற பேரறிவாளன் கைது.
7	26.6.1991	ஜெயக்குமார் கைது
8	2.7.1991	சுபா சுந்தரம் கைது
9	4.7.1991	டெல்லியில் கனக சபாபதி, ஆதிரை கைது
10	7.7.1991	பாஸ்கரன், விஜயன் கைது
11	17.7.1991	சண்முகம் கைது
12	18.7.1991	சண்முகம் தற்கொலை
13	22.7.1991	சின்ன சாந்தன் கைது
14	30.7.1991	கோவையில் டிக்சன் தற்கொலை
15	19.8.1991	கோனனகுண்டேவில் சிவராசன், சுபா, நேரு, சுரேஷ் மாஸ்டர், கீர்த்தி, அம்மன் மற்றும் ஜமுனா ஆகிய ஏழு பேரும் தற்கொலை
16	28.8.1991	தொழிலதிபர் ரங்கநாத் கைது
17	29.8.1991	புலிகள் உறுப்பினர் ரங்கன் கைது
18	3.10.1991	இரும்பொறை கைது
19	13.10.1991	தனசேகரன் கைது
20	13.11.1991	திருச்சி சாந்தன் தற்கொலை
21	31.1.1992	பிரபாகரன், பொட்டு அம்மான், அகிலா மூவரும் தலைமறைவுக் குற்றவாளிகளாக அறிவிக்கப்படுகிறார்கள்
22	4.2.1992	விக்கி கைது
23	16.5.1992	விஜயானந்தன், ரூபன், சண்முக வடிவேலு என்கிற தம்பியண்ணா, சாந்தி(ஜெயக்குமாரின் மனைவி), ஜெயலட்சுமி (விஜயனின் மனைவி) ஆகியோர் கைது
24	19.9.1991	சங்கர் என்கிற கோணேஸ்வரன் போலீஸ் விசாரணைக்கு எடுத்துக்கொள்ளப் படுதல்.
25	20.5.1992	இறந்தோர் 12 பேர், தலைமறைவான 3 பேர், கைதான 26 பேர் உள்ளிட்ட குற்றம் சாட்டப் பட்ட 41 பேர் மீதும் குற்றப்பத்திரிகை தாக்கல் செய்யப்படுகிறது.

★ தடா பிரிவு 15ன் படி குற்றம் சாட்டப்பட்டவர்களில் 17 பேர் வாக்குமூலம் அளித்தார்கள்.

★ 26 குற்றவாளிகளின்மீது 251 குற்றங்கள் சுமத்தப்பட்டன.

★ கொலை, கொலைச்சதி, வெடிபொருள் கையாளல், ஆயுதங்கள் வைத்திருத்தல், பாஸ்போர்ட் சட்ட விதிகள், அந்நிய நாட்டவர் சட்ட விதிகள், டெலிகிராஃபிக் சட்ட விதிகள் ஆகியவற்றின் அடிப்படையில் இந்தக் குற்றச் சாட்டுகள் வைக்கப்பட்டன.

★ பூந்தமல்லி தடா நீதிமன்ற நீதிபதி நவநீதம், குற்றம் சாட்டப் பட்ட 26 பேருக்கும் மரண தண்டனை விதித்தார். (28.1.98)

★ தண்டனை பெற்றவர்கள், உச்ச நீதிமன்றத்தில் மேல் முறை யீடு செய்தனர். நீதிபதிகள் டி.பி. வாத்வா, கே.டி. தாமஸ், எஸ்.எஸ். முஹம்மத் காத்ரி அடங்கிய உச்சநீதிமன்ற நடுவர் குழு, வழக்கை விசாரித்தது. நளினி, முருகன், சின்ன சாந்தன், அறிவு ஆகியோரின் மரண தண்டனை உறுதிப்படுத்தப் பட்டது. ராபர்ட் பயஸ், ஜெயக்குமார், ரவிச்சந்திரன் ஆகி யோருக்கு ஆயுள் தண்டனை வழங்கப்பட்டது. மற்றவர்கள் விடுவிக்கப்பட்டார்கள். (தீர்ப்பு நாள்: 11.5.99)

★ இந்தத் தீர்ப்பை எதிர்த்து சி.பி.ஐ. ஒரு கிரிமினல் பெட்டிஷன் தாக்கல் செய்தது. அதனை விசாரித்த அதே நடுவர் குழு, 1999 அக்டோபர் 8ம் தேதி மனுவைத் தள்ளுபடி செய்தது.

★ நளினி, சாந்தன், முருகன், அறிவு நால்வரும் தமிழக ஆளுநரிடம் கருணை கோரும் மனுவளித்தனர். இவற்றுள் நளினியின் மனு மட்டும் ஏற்றுக்கொள்ளப்பட்டு, அவரது மரண தண்டனை ஆயுள் தண்டனையாகக் குறைக்கப்பட்டது. மற்ற மூன்று குற்றவாளிகளின் மனுக்களும் நிராகரிக்கப் பட்டன.

★ முருகன், சாந்தன், அறிவு மூவரும் இதன்பின் ஜனாதிபதி யிடம் கருணை மனு அளித்தார்கள். அந்த மனுக்கள் இன்னும் நிலுவையில் இருக்கின்றன.

ஸ்ரீபெரும்புதூரில் இறந்தவர்கள் விவரம்

1. ராஜிவ் காந்தி, முன்னாள் இந்தியப் பிரதமர்
2. பி.கே. குப்தா, சப் இன்ஸ்பெக்டர் (ராஜிவ் காந்தியின் பாதுகாப்பு அலுவலர்)
3. டி.கே.எஸ். முஹம்மது இக்பால் (சூப்பிரண்டண்டண்ட் ஆஃப் போலீஸ், செங்கை அண்ணா மாவட்டம்)
4. ராஜகுரு (இன்ஸ்பெக்டர், சட்டம்-ஒழுங்கு, பல்லாவரம் காவல் நிலையம்)
5. சி. எட்வர்ட் ஜோசஃப் (இன்ஸ்பெக்டர், எஸ்.பி.சி.ஐ.டி.சி)
6. வி. எத்திராஜுலு (சப் இன்ஸ்பெக்டர், குன்றத்தூர் காவல் நிலையம்)
7. எஸ். முருகன் (கான்ஸ்டபிள், சோமங்கலம் காவல் நிலையம்)
8. ஆர். ரவிச்சந்திரன் (கமாண்டோ - கான்ஸ்டபிள், எஸ்.பி.சி.ஐ.டி.)
9. தர்மன் (கான்ஸ்டபிள், ஸ்பெஷல் பிராஞ்ச், காஞ்சிபுரம்)
10. திருமதி சந்திரா (கான்ஸ்டபிள், காஞ்சிபுரம்)
11. திருமதி லதா கண்ணன் (அரக்கோணம்)

12. செல்வி கோகிலவாணி (லதா கண்ணனின் மகள், அரக்கோணம்)
13. திருமதி சந்தானி பேகம் (திருமுல்லைவாயில்)
14. டரியல் பீட்டர் (திருமங்கலம், சென்னை)
15. செல்வி. சரோஜா தேவி (ஸ்ரீபெரும்புதூர்)
16. முனுசாமி (முன்னாள் எம்.எல்.சி., சென்னை 5)
17. தணு (கொலைக்குற்றவாளி)
18. ஹரி பாபு (கொலைச் சதி உறுப்பினர், போட்டோகிராபர், சென்னை)